Từ Ngõ Phất Lộc
Đến Weimar

BÙI THANH HIẾU
(Bloger Người Buôn Gió)

TỪ NGÕ PHẤT LỘC ĐẾN WEIMAR

tự truyện

NGƯỜI VIỆT BOOKS

Từ Ngõ Phất Lộc Đến Weimar
Tự truyện của Bùi Thanh Hiếu
(Blogger Người Buôn Gió)
Người Việt Books xuất bản lần thứ nhất
tại Hoa Kỳ, 2016
Bìa và trình bày: Uyên Nguyên

ISBN: 978-1539395911

1.

Ngõ nhỏ nằm dọc theo hướng Bắc Nam, bởi thế cơn gió lạnh Đông Bắc thổi xuyên suốt dọc theo con ngõ, là hẻm nhỏ nên nó lại càng hút gió. Lạnh tê tái, người ta ít khi ra ngoài nếu không có việc gì quan trọng.

Nhưng có một đám người không nề hà cái lạnh khắc nghiệt của mùa đông, thậm chí cả lúc mưa phùn. Đó là đám chơi xóc đĩa ăn tiền do Phú Mắm cầm cái. Phú Mắm ngồi xổm ở giữa ngõ, sau lưng là các nhà số 8, số 10, số 12. Ngồi ở vị trí đó có thể thấy cảnh sát tới ở hai đầu ngõ, còn các nhà kia là chạy vào trong những ngóc ngách phức tạp như mê cung. Chúng được tạo ra theo nhu cầu hay ý thích chợt tới. Mỗi số nhà đó có đến cả chục hộ dân sinh sống, mỗi hộ dân lại có nhu cầu xây dựng cơi nới, cải tạo lặt vặt từ năm nay qua năm khác khiến mỗi ngõ nhỏ trở nên quanh co phức tạp, có những lối đi tưởng cụt rồi nhưng đi tiếp mới biết sẽ thông ra đâu đó.

Địa hình ấy lý tưởng cho việc tháo chạy khi công an đến. Những con bạc vỉa hè, lề đường chỉ thoáng thấy bóng công an ở đầu ngõ là có thể tút vào trong các số nhà kia và biến mất tăm.

Phú Mắm vô nghề nghiệp mặc dù đã hơn 40 tuổi, quắt queo như con cá mắm gầy guộc, người chỉ thấy gân xanh chằng chịt mỗi khi hắn trợn mắt gào các con bạc khác trật tự. Mắt hắn long sòng sọc, răng nghiến rít lại, các mạch máu trên cổ nổi gân như sắp vỡ tung ra. Phú Mắm thời niên thiếu đã bị nhà nước cưỡng bách vào trường giáo dưỡng dành cho trẻ em hư. Nói qua về cái trường này nhằm mục đích giáo dục trẻ em hư, nhưng đa số trẻ em ra trường về sau toàn trở thành lưu manh chuyên nghiệp hay giang hồ khét tiếng. Phú Mắm cũng vậy, một đứa trẻ của một gia đình nghèo đông con, từ bé Phú Mắm đã đi mót gạo mậu dịch kiếm ăn nhiều hơn là đi học. Phú Mắm được chính quyền cho đi học ở trường giáo dưỡng xa tít tận trong những dãy núi đá vôi Ninh Bình. Khi ra trường trở về nhà, Phú Mắm sau này lãnh thêm vài lần tù nữa. Hiện nay, năm 2013 này, Phú Mắm vẫn đang ở trong tù vì buôn bán heroin.

Cầm cái xóc đĩa, canh bạc nào của Phú Mắm cũng ầm ĩ, bởi chính hắn cũng hay láu táu, liến thoắng, sốt sắng quá mức khiến đám con bạc chơi bị cuốn theo vào sự lộn xộn, cãi nhau chí chóe. Có những người đi qua ngó vào đánh vài tiếng bạc không phải vì ham mê ăn thua mà vì thích thú cái lộn xộn, bát nháo của hội xóc đĩa. Hắn cũng là kẻ như vậy, chả máu ăn thua, nhưng cờ bạc vỉa hè cờ con thật nhưng không khí thật sôi động, nhốn nháo làm hắn thích thú. Phú Mắm ghét hắn lắm, chửi hắn là thằng phá bạc. Hắn thả tiền xuống đặt cửa rồi bỗng chộp nhanh rút về, miệng hô công an. Thế là cả đám khác xô nhau cướp tiền, cướp nhầm của nhau, đạp lên nhau chạy. Đến lúc không thấy công an quay ra chửi nhau, đòi nhau vì nhầm tiền, loạn ầm ĩ từ đầu ngõ đến cuối ngõ, canh bạc vì thế bị gián đoạn. Có lúc người ta nản không chơi nữa, mặc kệ Phú Mắm xóc bát đĩa miệng gào mời mọc sang sảng.

- Nào chẵn bên phải, lẻ bên trái, mau mau xuống tiền. Các cụ bảo rồi "con ơi nhớ lấy câu này, một đêm đánh bạc bằng ba đêm làm". Đôi bên cái cân, lẻ cũng thừa mà chẵn cũng thừa, ai can đảm mó tay vào đít bát nào…

Phú Mắm mời chào tha thiết, nhưng vài người đã bỏ về, vài người đứng nhìn. Chả ai xuống tiền, Phú Mắm tự mở bát ra nhìn kết quả rồi la.

- Đây này ngửa tư về sấp đôi cái sau ra thâm ba, bạc cặp lệch ai tinh thì bắt được cầu, bạc này không đánh thì bạc nào mới đánh.

Mọi người vừa cãi nhau còn đang ức, chả ai xuống tiền, nét mặt họ chả còn vẻ muốn chơi nữa. Hắn cười ngặt nghẽo, Phú Mắm thấy thế gào lên chửi.

- Đm cái thằng ôn này.

Rồi Phú vùng dậy nghiến răng kèn kèn lao vào

hắn, nhưng hắn tính trước phản ứng ấy nên ngồi thụp xuống cho Phú Mắm hụt ngã lăn quay, thế là hắn chạy mất hút.

Hôm sau canh bạc lại mở, Phú Mắm đang hăng hái tay xóc cái, miệng hô hào.

- Chẵn bên phải, lẻ bên trái, ai đánh đâu đánh xuống.

Bất chợt hắn thò đầu giữa đám hỏi rất ngẩn ngơ.

- Thế đổi là chẵn bên trái, lẻ bên phải có được không?

Phú Mắm ngẩng lên thấy hắn, quắc mắt chửi.

- Đm mày, bố lạy mày.

Hắn hỏi.

- Lạy mấy cái, chẵn hay lẻ?

Phú Mắm điên tiết chịu không nổi, đứng bật dậy. Hắn lại co giò chạy, Phú Mắm cầm bát xóc đĩa ném theo, rơi xuống đất vỡ tan. Thế là mất đồ nghề, canh bạc lại tan...

Sau 8 giờ sáng, những ai đi làm, đi buôn bán đã đi. Nhưng ở ngõ này thì vẫn còn nhiều người ngồi hàng nước hoặc đang làm lặt vặt trong nhà, trước cửa. Hôm nay có chút nắng, nắng chiếu chếch vào ngõ tạo thành vệt loang lổ bởi những ngôi nhà cao thấp tạo ra. Trời ấm hơn chút, Phú Mắm từ nhà đi ra ngõ, tay cầm bát đĩa xóc kêu leng keng, vừa đi dọc ngõ vừa rao.

- Nào bà con anh chị em, các cháu chưa có công ăn việc làm ra đây nào.

Liên tục mấy tháng nay, ngày nào không mưa là Phú Mắm vác bát đĩa đi rao gọi tụ tập cờ bạc như vậy. Đến đầu ngõ, Phú ngồi xổm xuống cách hàng nước mấy mét đặt bát đĩa xuống đất, móc tiền ra đếm đi đếm lại, thỉnh thoảng còn vuốt lại vài tờ tiền chưa phẳng, rồi hắn đập tiền vào lòng bàn tay bên kia nói to.

- Mỡ đây nhé, vào mà húp.

Lác đác có người đứng quanh, Phú Mắm bày bốn quân xóc đĩa tròn ngửa mặt trắng, miệng liến thoắng.

- Ngày trắng đêm đen, bạc có nếp có tẻ, ai đánh đâu xuống tiền, không có làm cái gì kiếm tiền nhanh bằng đánh bạc, chỉ cần thính tai, tinh mắt, nắm được cầu. Người già chứ bạc không già.

Có người đặt tiền bên chẵn, có người đặt tiền bên lẻ, Phú Mắm kiểm tiền hai bên rồi phán.

- Tiếng châm hương, đôi bên cái cân, làng xuống dứt tay chưa để cái mở bát nào.

Bát mở ra sấp đôi, có tiếng xuýt xoa của người bên ngoài đứng xem ra vẻ tiếc là mình đoán đúng mà không đánh. Phú Mắm gắt.

- Đm đứng đấy mà tiếc.

Mắm môi, mắm lợi, gân cổ dùng hết sức xóc bát đĩa. Cái dáng cầm cái của Phú Mắm cũng nói lên cuộc đời vất vả của hắn. Người khác xóc cái khoan thai, cầm cái cũng chững chạc, hô tiếng nào dứt khoát tiếng đó. Đằng này Phú Mắm luôn nôn nóng, hấp tấp như sợ ai tranh mất phần làm cái. Bạc thì cò con, khẩu cửa 2 nghìn, tiếng nào kết lắm đến 50 nghìn. Phú Mắm ghét nhất bọn trẻ con chơi, vì bọn trẻ con 12, 13 tuổi chỉ có vài nghìn, nó cứ đánh 2 nghìn một, được khoảng một hai chục nghìn là chúng cười hềnh hệch té mất. Lỡ chúng thua chỉ thua có vài nghìn nhưng cờ bạc thì không thể bắt nó chơi tiếp được. Thỉnh thoảng có người khách qua ngõ, họ xuống tiền nhiều, lúc đó là bạc rộ nhất, nhiều con bạc lởn vởn loanh quanh ngõ thấy đám bạc có người lạ chơi cũng xúm vào chơi. Bạc xanh chín, không bê bíp, nhưng nhà cái hơn các con bạc cái quyền là có thể chọn cửa cho mình.

Phú Mắm nghiện cờ bạc? Nói đúng ra thì học hành không có, lao động thì lười, buôn bán không có mối không vốn đã đành nhưng nếu có cũng chả buôn được. Trừ khi buôn thuốc phiện, mà y rằng sau này Phú Mắm buôn thuốc phiện thật. Nghề chính mà Phú Mắm học được ở trường giáo dưỡng không phải do thầy cô giáo ở đó dạy mà do các đàn anh truyền là ngón móc túi, cắt bom, đập hộp và cờ bạc mà thôi. Công lao lớn nhất của Phú Mắm mà cả ngõ ghi nhận là dạy trẻ em biết đánh xóc đĩa, từ biết đánh bạc thì mới nghĩ ra các trò xoay sở tiền đánh bạc như ăn cắp vặt hoa quả trên chợ, đi rình bê nồi, xoong, chậu nhôm của nhà người ta bán đồng nát lấy tiền...

Hắn len vào ngồi giữa các con bạc, chính diện với

Phú Mắm, mặt đăm chiêu như tính xem đặt đâu. Phú Mắm chột dạ gườm gườm để ý vì thái độ khác mọi ngày của hắn. Mấy tiếng bạc trôi qua, hắn đặt cửa có lúc được, lúc thua nhưng không hề nói gì, bộ dạng nghiêm chỉnh khác mọi ngày khiến Phú Mắm càng thấp thỏm. Bạc bắt đầu rộ hơn, nhiều người chơi hơn, tiền xuống hai bên tới tấp. Hắn đứng dậy ghé tai người bên cạnh ra vẻ bí mật thì thầm.

- Cái sắp cân hồ.

Xới bạc nhốn nhao ngay, mọi người rút tiền về, không ai đánh nữa vì sợ cắt hồ. Cờ bạc ngoài đường thu tiền hồ không như xới trong nhà thu tiền đầu người. Bạc ngoài đường thẳng cầm cái nó thấy hai bên đầy tiền ngang ngang nhau là nó mở bát miệng hô.

- Được về thua ở lại.

Và nhà cái thu tiền bên thua, không trả lại cho bên được, lý do là cắt hồ tiền bát đĩa. Cái bát, đĩa Hải Dương giỏi lắm chỉ hai ngàn cả bộ, nhưng tiền hồ thu một bên mặt có lúc lên tới cả trăm ngàn. Chẳng con bạc nào lại muốn mình đặt cửa mà thắng cũng chả được lấy tiền, mới thi nhau rút tiền về và không dám đặt tiếp vì sợ cắt hồ. Bạc lại bị gián đoạn, dù Phú Mắm hứa hẹn thề thốt là không cắt hồ nhưng không ai tin, vì ai cũng biết lúc bạc mà rộ, hai bên xuống tiền nhiều thì thế nào cái như Phú Mắm cũng cắt hồ. Khổ cho Phú Mắm, nguồn lợi tức của việc đầu trò cờ bạc cầm cái là đợi lúc bạc to thế này cắt quả hồ là xông xênh, nào ngờ chuẩn bị thu hồ đã chả thu được thì thôi, bạc lại tan. Phú Mắm tiếc ngẩn ngơ rồi máu sôi sùng sục, Phú Mắm chạy về nhà. Hắn đoán Phú Mắm lần này cáu thực sự, chắc chạy về lấy dao chứ không chửi bới ném bát đĩa như mọi khi. Mọi người bảo hắn tránh đi.

Nhưng hắn không tránh, không chạy mất hút như mọi lần. Phú Mắm vác dao mới lao ra khỏi cửa đã gào toáng vang cả ngõ.

- Đm thằng con nhà X, hôm nay bố giết mày, bố giết mày.

Hắn đứng giữa ngõ bình thản đợi, cơ mặt không biến đổi, lúc Phú Mắm còn cách chục mét hắn quài tay sau lưng rút ra một lưỡi lê lá lúa, phần chuôi lưỡi lê chỗ bắt vào đầu súng được chế hai mảnh gỗ ốp cầm rất gọn tay. Lưỡi lê sáng lóng lánh trong ánh nắng hanh vàng của mùa đông nằm bất động trong tay hắn chờ đợi con dao phay của Phú Mắm đang hoa lên loang loáng lao đến.

Còn cách 5 mét, thấy lưỡi lê của hắn Phú Mắm dừng lại lườm lườm, dao chém một phát khó chết hơn lưỡi lê xuyên một nhát, điều đơn giản mà thanh niên của đường phố nào cũng hiểu. Lưỡi lê là vũ khí của những trận thù tận xương tủy mới dùng.

Phú Mắm hỏi.

- Đm tại sao mày toàn phá tao hả?

Hắn trả lời.

- Vì cách đây 8 năm, mày chửi mẹ tao, lúc đó tao còn bé, giờ tao tính sổ với mày.

Hắn lao vào Phú Mắm, nhưng nhiều người giữ hắn lại. Phú Mắm bị mấy người lôi về nhà, nét mặt ngơ ngác như không hình dung nổi điều gì xảy ra tám năm về trước.

Tám năm trước, lúc hắn 12 tuổi. Anh trai hắn lấy cái áo mút xơ lin của mẹ bán cho nhà Phú Mắm lấy tiền đánh bạc, mẹ hắn hỏi Phú Mắm thì Phú Mắm chửi tới tấp, mẹ hắn sợ hãi bỏ về . Phú Mắm còn đứng chửi vọng theo.

Khi ấy hắn cầm con quay, quần đùi, chân đất, cởi trần đứng chứng kiến. Rồi nghiến răng quẹt nước mắt.

2.

Phất Lộc là một con ngõ nhỏ nằm giữa những phố cổ của Hà Nội. Đó là nơi tôi sinh ra và lớn lên. Một con phố nhiều nhà nghèo, lắm người bị đi tù nhưng cũng là con phố có nhiều yêu thương gắn bó. Ở đó người ta có thể vác rá sang hàng xóm để vay vài bát gạo khi nhỡ nhàng, người ta có thể tự động tìm đến nhà đang có tang gia hay cưới xin để làm giúp mà không cần một lời nhờ vả. Họ cứ vào nhà, hỏi mọi việc đến đâu, rồi thấy cái gì chưa làm mà mình làm được thì tự xắn tay vào làm. Năm 2010 Phú Mắm ở tù về, hắn gầy gò, hốc hác. Thấy tôi hắn hỏi có tiền cho hắn vay mấy chục nghìn ăn cơm. Tôi cười hềnh hệch đưa hắn hai trăm ngàn một cách thoải mái không phải khách khí gì. Hàng xóm là thế, có thể lúc nào đó tí thì giết nhau, nhưng rồi mọi chuyện hiềm khích lại qua béng đi chẳng ai nhớ đến.

Tôi đi học như bao đứa trẻ cùng lứa tuổi trong ngõ. Có năm tôi học đầu lớp, có năm tôi ở lưng chừng. Học lực tùy theo hoàn cảnh năm đó cuộc sống gia đình thế nào. Có đủ ăn hay không, nếu đủ ăn không thèm khát, thiếu thốn thì tôi học chăm chỉ. Còn khó khăn thì tôi đi xoay sở, bé thì đi xếp hàng thuê ở cửa hàng lương thực, bách hoá, thực phẩm. Ngày đó tất cả mặt hàng đều do nhà nước quản lý. Bán theo tem phiếu, người mua cứ phải xếp hàng dài dằng dặc. Có nhiều người phải đi làm không có thời gian xếp hàng. Tôi xin xếp hàng mua hộ cho họ, mang về được họ cho ít tiền đủ để tôi ăn cái bánh rán, khá hơn thì mua được ngòi bút, thước kẻ.

Cô giáo dạy văn tên là Dung, năm cô dạy tôi hình như cũng là năm cô sắp về hưu. Cô thỉnh thoảng nói.

- *Các em cố học giỏi cho cô mừng nhé.*

Cô hay ốm, thỉnh thoảng giờ văn lại có thầy, cô giáo khác dạy thay. Nhà cô ở tận Ngọc Hồi, cô đi xe đạp đến trường để dạy. Trường tôi học nằm trong khu phố cũ. Bọn tôi học buổi sáng, vậy cô phải đi từ nhà đến trường từ mấy giờ lúc học cô tôi chẳng để ý đến điều đó.

Đến ngày 20-11. Những năm ấy đứa học trò nào thích đi thì đi, rủ nhau theo nhóm. Góp tiền mua mấy bông hoa, cân cam, túi đường. Chỉ có hoa quả thế thôi, kéo đến nhà cô giáo chủ nhiệm lại bóc tất cam quýt ra ăn. Có nhóm còn lời vì được ăn cam của nhóm khác. Học sinh bọn tôi chỉ đến nhà các thầy cô dạy các môn quan trọng như toán, văn, ngoại ngữ... còn các thầy cô bộ môn khác như hoạ, nhạc, thể dục, sinh, sử, địa gì đấy thì chả đứa nào đến. Hôm trước các lớp trong nhóm rục rịch bàn nhau đến nhà thầy chủ nhiệm dạy toán, còn nhà cô Dung dạy văn xa quá chả thấy đứa nào nhắc. Nhà thầy chủ nhiệm dạy toán ngay đường Trần Nhật Duật. Đa số học sinh lớp tôi đều quanh khu phố cũ nên đi đến nhà thầy rất gần. Buổi sáng mang hoa và cam, đường đến nhà thầy. Liên hoan ăn hết cam, thầy chủ nhiệm còn sai con gái đi mua chanh về pha nước chanh vì sẵn đường đấy, thành ra chỉ có bó hoa còn lại, còn cam và đường thì học sinh mang đến học sinh lại xơi. Nhưng ngày ấy các thầy cô giáo rất vui, chả ai nghĩ chuyện quà cáp gì hết. Lúc ở nhà thầy về hơn 9 giờ sáng, ra đến đường thấy mấy thằng nghịch nhất lớp rủ nhau đi trèo bàng. Bất chợt tôi nảy ý nghĩ rủ chúng đến nhà cô Dung. Kế hoạch được cả bọn nhất trí, chẳng phải là do hiếu lễ với cô Dung mà thật ra chúng tôi kiếm cớ đi chơi thôi. Bố mẹ cho tiền đi mua quà thầy chủ nhiệm, đứa nào cũng bớt lại một ít. Chả đứa nào mua tất cả dù số tiền vốn bố mẹ cho đã không nhiều nhưng đứa nào cũng giữ lại một ít để tiêu riêng. Kiểm tra cả hội cũng đủ tiền mua bó hoa đồng tiền. Thế là năm thằng quay lại nhà thầy chủ nhiệm hỏi nhà cô Dung. Thầy có vẻ ái ngại. Thầy vẽ đường ra tờ giấy rất cẩn thận rồi đưa cho tôi. Thầy nói với năm thằng.

- Các em đi vào nhà cô Dung đường hơi xa, đi phải cẩn thận, đi chờ nhau đừng để lạc nhau nhé. Thầy cho em làm tổ trưởng của nhóm. Em phải bảo các bạn lúc đi đường nhé.

Tôi đứng nghiêm như quân nhân nhận lệnh cấp

trên. Lần đầu tiên tôi được thầy tin tưởng giao nhiệm vụ. Năm thằng chúng tôi ở lớp là một lũ ôn dịch phá hoại. Cả năm thằng đều có cuốn sổ liên lạc riêng. Cứ sau mỗi tiết lại lần lượt vác lên xin thầy, cô bộ môn nhận xét tiết ấy kỷ luật ra sao, đến giờ chơi thì bảo vệ trường đến cửa lớp áp giải năm thằng ra một góc sân trường. Vì vậy phải nói hôm ấy niềm vui phơi phới vì thầy cho tôi làm chỉ huy năm thằng. Cả bọn cũng vui, chúng tôi phấn khởi đạp xe lên đường.

Thầy chủ nhiệm vẽ đường rất dễ hiểu, chúng tôi tìm đến làng cô Dung. Hỏi mấy người dân đang hái hành trên ruộng, họ chỉ nhà cô ở ven làng. Chúng tôi đến lúc cô đang hái rau bờ ao chuẩn bị bữa ăn. Cô Dung có hai con gái, một đứa hơn chúng tôi khoảng 2 tuổi, đứa kia kém khoảng 2 tuổi. Cả hai đứa đang ngồi học bài, trông chúng hiền lành và chăm chỉ. Đối với năm thằng cá biệt như bọn tôi, chúng ở thế giới khác, ở một tầng lớp khác. Tôi cứ tưởng con cô phải rất lớn cơ, về sau tôi mới biết chồng cô đã có vợ trước. Cô là vợ hai, cô lấy chồng muộn, mà chồng cô ở nhà vợ cả ngoài Hà Nội. Thỉnh thoảng mới về nhà cô. Nhà cô Dung sạch sẽ và thoáng, có cái cửa sổ song gỗ nhìn ra cái ao mà bờ ao được xếp bằng gạch. Cô rất mừng thấy chúng tôi đến, hình như cô cũng không nghĩ là có học sinh đến nhà cô vào ngày này. Hai đứa con gái ngỡ ngàng nhìn chúng tôi, chúng nhận thấy bọn tôi là lũ láo nháo nên lại cúi đầu học tiếp. Cô Dung lấy nước cho chúng tôi uống, nước nhân trần có cam thảo ngọt. Cô hỏi han bọn tôi đi thế nào rồi cô bảo cứ chơi cô xuống thổi cơm, cô bảo chúng tôi ăn cơm với nhà cô. Cô xuống bếp thổi cơm còn chúng tôi ra vườn chơi, nhìn thấy cây cối cái gì bọn tôi cũng thích. Nhất là cây cam thảo, cả bọn châu đầu vào vặt nhành cây gặm. Rồi đi bắt châu chấu bẻ chân ném xuống ao. Chán rồi mấy thằng đi tìm tổ dế còn tôi xuống bếp xem cô nấu cơm. Lúc tôi ngồi xem cô đun bếp bằng những cành cây khô nhỏ, cô nói.

- Hiếu này. Cô thấy em rất có khả năng học, sao em không tập trung mà học. Các bạn khác họ chỉ chăm thôi chứ không tiếp thu nhanh như em. Nếu em cố gắng học sau này em là người rất giỏi đấy. Lúc nào chấm bài văn của lớp, cô rất thích xem bài của em. Tí nữa cô cho em mấy quyển sách. Em cầm về đọc thêm ở nhà, đấy là sách nâng cao học môn văn. Em đừng nghịch ở lớp nữa. Lúc nào cô cũng nghĩ con người em khác những gì em đã làm. Mỗi lần em mang sổ lên cho cô nhận xét, cô rất buồn. Bạn khác thì cô không buồn như thế. Nhưng em khác với các bạn cá biệt nhiều. Nếu em chịu khó sau này có thể thành nhà văn đấy.

Tôi cúi đầu lí nhí.

- Vâng ạ

Cô hỏi

- Thế đi học xong về nhà em làm gì?

Tôi thưa.

- Em đi bán hàng với mẹ em ạ.

Cô ngạc nhiên hỏi.

- Thế mẹ em bán hàng gì?

Tôi thưa.

- Mẹ em bán dép nhựa rong ngoài hồ Gươm. Lúc nào em đi học về em ra trông hàng cùng mẹ, để mẹ em còn đi lấy thêm hàng hay đi về nhà vệ sinh. Với lại trông công an từ xa để mẹ em còn chạy nữa ạ.

Cô hỏi nữa.

- Bố em có đi làm gì không?

Tôi thưa.

- Bố em ốm chỉ nằm trên giường thôi, bố em bị lao, cả ngày cả đêm ho, khạc cả ra máu cô ạ. Bố em bảo bố em không sống được lâu đâu.

Cô Dung không hỏi nữa, cô đặt tay lên gáy tôi thở dài. Chúng tôi ăn cơm ở nhà cô, bọn con gái nhà cô rất ngoan, chúng đi lại nhẹ nhàng. Nói chuyện với mẹ thưa gửi, vâng dạ đâu ra đó. Lúc về cô đưa cho tôi hai cuốn sách bọc trong tờ báo.

Năm ấy tôi được cử đi thi học sinh giỏi văn thành phố. Buổi sáng sau giờ văn cô dạy, tôi chạy lên giơ cuốn sổ xin ý kiến nhận xét kỷ luật trong giờ. Cô ghi nhận xét xong đưa cây bút cho tôi nói.

- Cô cho em mượn bút đi thi, bút đầy mực đấy. Chiều em thi xong mai trả cô. Nhớ chuẩn bị bút đề phòng hỏng có cái thay.

Buổi trưa tôi mang cơm cho mẹ ở vườn hoa Lý Thái Tổ bây giờ. Mẹ ra ghế ngồi ăn. Thường thì buổi trưa công an không đi cho nên mẹ chủ quan để tôi trông. Tôi đang ngồi thấy bóng công an đến liền hét lên.

- *Mẹ ơi công an.*

Mẹ quăng cạp lồng cơm chạy đến xốc gánh hàng lên vai quảy bước chạy, nhưng không kịp nữa. Hai chú công an đã nắm được đòn gánh quát.

- *Chạy đâu cái con mụ này, về đồn.*

Mẹ tôi chắp tay xin, mẹ nói.

- *Tôi lạy các anh làm phúc, tôi nghĩ buổi trưa vắng người không ai qua lại mới để ven đường. Mọi khi tôi toàn ngồi trong chỗ Trần Nguyên Hãn. Các anh thương mẹ con tôi. Khổ quá tôi chưa ăn gì từ sáng, cháu nó mang cơm ra đói quá vội ăn. Không kịp gánh hàng vào trong. Tôi van các anh cho tôi nuôi cháu. Bố nó ốm nằm nhà mấy năm nay rồi.*

Mặc kệ mẹ rớm nước mắt. Hai chú công an mặt lạnh như tiền kéo lê hai thúng dép đi, để mẹ đứng trơ trơ với cái đòn gánh trên vai. Hai chú kéo được chừng mấy mét thì một chú dừng lại quát.

- *Mày mà không tự giác gánh về, để bọn tao phải lôi về đồn thì bọn tao thu sạch.*

Mẹ tôi lồng đòn gánh vào đôi quang, khóc nức nở gánh theo hai chú về đồn. Tôi thu dọn cái cạp lồng cơm mẹ vừa ăn mấy miếng vất tung toé. Bước thấp bước cao chạy theo. Về đồn gánh hàng bị nhốt trong kho. Mẹ tôi cứ ngồi ở ghế gặp công an nào ra vào cũng trình bày, xin xỏ. Nước mắt ngắn dài. Chỉ có một chú nói nhẹ nhàng.

-*Chị cứ ngồi đấy tí nữa giải quyết.*

Còn các chú khác mỗi người quát một câu khác nhau

- *Im cái mồm đi, đây là nhà bà à mà bà nói lắm thế.*

- *Thu hết cho lần sau chừa, đừng lằng nhằng.*

Mãi sau có một chú gọi mẹ tôi vào kho, lấy một đôi dép chú ấy đi thử. Chú hỏi.

- *Đôi này bao nhiêu tiền?*

Mẹ tôi rối rít.

- *Anh cứ lấy mà đi, không đáng bao nhiêu đâu ạ. Anh cho tôi xin đôi dép cũ tôi cân nhựa cũng gần bằng vốn mà.*

Chú ấy xỏ đôi dép mới, bỏ lại đôi dép cũ đi vào trong. Lát sau một chú khác ra gọi mẹ tôi bảo.

- *Thế bây giờ muốn thu hết hay nộp phạt?*

Mẹ tôi hoảng hốt xin nộp phạt. Nhìn tờ biên lai ghi tiền phạt mẹ tôi sững người. Một lúc mẹ móc tiền ra nộp. Gánh hàng ra khỏi đồn một quãng, mẹ tôi ngửa cổ lên trời nấc tiếng kêu.

- *trời cao đất dày ơi! Sao số tôi khổ thế này!*

Sáng sau tôi trả bút cho cô Dung. Cô hỏi tôi làm bài tốt không. Tôi ngập ngừng nói rằng buổi trưa ngủ quên đến 4 giờ chiều mới thức. Cô Dung nhìn tôi đầy tức giận, cô nói.

- Không thể giáo dục nổi nữa.

Từ đấy cô chả bao giờ nói gì với tôi. Lúc nào gặp hành lang tôi chào thì mặt cô lạnh tanh...

3.

Thanh niên ở ngõ sống vạ vật qua ngày, ăn cắp vặt lấy tiền sinh sống, thừa chút thì cờ bạc, đi làm buổi có buổi không. Tôi cũng thế, vừa đi làm vừa ăn cắp. Tôi xin được làm chân thợ sơn ở một bệnh viện, công việc hàng ngày là đi sơn cửa sổ, cửa ra vào, giường bệnh, tường, lan can. Đội sơn có năm người, sơn quanh năm suốt tháng, sơn từ đầu này đến đầu kia thì trở lại chỗ cũ để sơn lại. Đầu tiên tôi làm cẩn thận, cạo rỉ bằng con dao sắt, dùng bàn chải sắt cọ lần nữa, dùng giấy ráp đánh sạch rồi dùng chổi quét một lớp. Trong lúc chờ khô lại đi cạo rỉ, cọ rỉ nơi khác rồi quay lại sơn chỗ đã khô. Hai tuần đầu tiên tôi làm được không nhiều như người khác, nhưng chỗ sơn bóng đều đẹp. Của người khác do không đánh, cạo nên nhìn xa thấy đã sơn, nhìn gần thấy lồi lõm do rỉ hoen bên trong vẫn còn. Tôi bị chấm công ít hơn đồng nghiệp, hóa ra người chấm công chỉ đứng xa đảo mắt nhìn cứ thấy màu xanh của sơn mới là ông ta chấm công, chẳng bao giờ ông ta lại gần xem chất lượng sơn thế nào. Cứ thấy màu sơn mới trên từng cái cửa là ông ghi sổ tính công.

Tôi không cạo hay đánh rỉ nữa. Tôi đổ mấy hộp sơn vào một cái xô đổ thêm nửa lít xăng. Dùng chổi quét nhà dúng vào xô sơn phết lên cửa cần sơn. Chỉ vài nhát chổi là diện tích sơn đã phủ kín màu sơn, còn lại vài khe hẹp lấy chổi sơn tút tát vài đường. Lúc trước một ngày sơn được một cánh cửa, nay nhờ áp dụng phương pháp mới một ngày tôi sơn năm cái cửa. Được một hai hôm tôi bỗng chột dạ lo sợ việc năng suất vượt mấy trăm phần trăm thế người ta sẽ nghi ngờ, thế nên quyết định chỉ sơn một ngày 3 cái cửa. Thời gian thừa mênh mông tôi đi bắt cá trong hầm nước bệnh viện.

Bắt cá lúc đầu còn là thú vui tiêu khiển giết thời gian, sau trò ấy cũng chán vì nửa ngày mới lừa bắt được một con chỉ hai, ba lạng. Chả hiểu sao bệnh viện lại có cá, chắc có hồ cá gần quanh đấy, nước ngập hay theo đường cống chui vào. Bệnh viện xây từ thời Pháp có những căn hầm, lối đi ở dưới mà người ta không dùng đến để lâu nước ngập đầy. Tôi lội thử vào và phát hiện trong căn hầm có rất nhiều tấm kính dày 3 ly người ta để quên trong đó từ bao giờ, đủ các loại kích cỡ. Chắc trước đây phòng này người ta cắt kính để lắp các cửa sổ nên có nhiều kính như vậy. Vì nước ngập, vì sự quan liêu của quản lý, số kính bị bỏ quên. Tôi gặp người quản lý, chấm công. Nói rằng khi sơn của sổ thấy nhiều cánh cửa kính bị vỡ. Giờ ở nhà người quen có số kính tồn, nếu ký hợp đồng cho người quen thay kinh hỏng giá rất rẻ, ông có thể kê thêm phần ông vào. Người quản lý thấy ý kiến cũng hợp tình, bèn trình lên bộ phận sửa chữa bệnh viện. Nhận thông báo ông ấy đồng ý, tôi kiếm thằng bạn nhà làm cắt kính đứng ra nhận việc. Hàng ngày tôi đến sớm, mò kính dưới hầm bê ra lau khô cho thằng bạn đến làm. Vụ này tôi kiếm được kha khá, số kính trong hầm dùng được vài tháng mới hết. Không còn mầu mè để kiếm chác, tôi đâm ra chán, bèn bỏ quách cái công việc với đồng lương eo hẹp đấy.

Đợt đó cả ngõ Phất Lộc có phong trào đi buôn, mọi người đổ xô lên biên giới mua hàng Trung Quốc về bán. Mới mở cửa khẩu quan hệ qua lại, hàng hóa Việt Nam khan hiếm nên hàng Tàu đổ về cái gì bán cũng có lãi. Việc đi buôn chả có gì khó, cứ nhảy xe ô tô lên Lạng Sơn mua bừa cái gì đó về từ chai bia, bánh xà phòng, đài cát sét... mang về Hà Nội là có lời. Xe khách đậu trước cửa nhà tôi đón mọi người đi từ lúc nửa đêm, chiều về tới chỗ cũ. Nhờ nhanh nhẹn, nhà lại ngay điểm đỗ xe, người đi buôn để nhờ hàng nhà tôi, sau nhờ đứng ra bán hàng hộ để họ về nhà tranh thủ tắm rửa nghỉ ngơi. Tối họ đi, chỉ việc qua cửa nhà tôi đợi xe nhận luôn tiền hàng đã bán. Tôi bán cho mấy người như thế, chỉ ăn phần trăm, không hề lấy giá chênh lệch.

Không nghề nghiệp cố định, không có kiến thức học vấn, như bao thanh niên đường phố khác tôi sống ngày qua ngày một cách bất cần. Chẳng có kế hoạch gì cho tương lai. Rông dài chơi bời, túng quẫn thì xoay sở mánh mung, buôn lậu vặt, móc mối vặt những mặt hàng bị nhà nước cấm. Không có tiền thì nghĩ cách xoay sở kiếm tiền. Kiếm được tiền thì nghĩ cách ăn chơi tiêu tiền. Cuộc đời của tôi ở phía trước cũng là cuộc đời của Phú Mắm đã đi. Cuộc đời của một thanh niên loanh quanh trong con ngõ nhỏ, chỉ biết đến nhu cầu bản thân, mưu toan để phục vụ nhu cầu ấy với tiêu chí là làm sao đỡ mất công mất sức đạt được. Bằng mọi cách như mánh mối, cờ bạc, trộm cắp.

4.

Năm 30 tuổi . Nhìn lại quãng đời trôi qua là quân đội, nhà tù, phiêu bạt, đòi nợ thuê, chém người thuê. Thương mẹ, người phụ nữ nhẫn nhịn và hiền lành chỉ biết khóc thương con mỗi khi tôi sa vào cảnh khó khăn, tù tội vì những việc làm phạm tội hình sự. Tôi quyết định lấy vợ cho mẹ yên lòng.

Vợ tôi sinh ra trong một gia đình tử tế và có trí thức, cô là người khá hiền lành và chịu đựng. Lấy vợ là điều mà tôi làm mẹ vui lòng. Lần vui này xa với lần trước đã rất lâu rồi, phải đến gần 20 năm. Đó là hồi còn đi học thỉnh thoảng có năm tôi được danh hiệu học sinh giỏi, thậm chí còn được suất đi thi giỏi văn của thành phố. Mẹ cứ ngỡ tôi sẽ có một tương lai khác với anh chị, khác với trẻ con hàng xóm, mẹ còn nghĩ tôi sẽ vào tới tận đại học. Nhưng không ngờ tôi bị đuổi học ngay những năm đầu cấp 3 và trở thành một tay du thủ, du thực của đường phố. Đứa con mà bà hy vọng chính lại là đứa lấy đi nhiều nước mắt của bà nhất trong gần 20 năm trời đó.

Tôi bị đuổi học vì một lý do thật lạ lùng. Có ai hỏi tôi chỉ nói vì nghịch quá mà bị đuổi học cho qua chuyện. Sự thực tôi bị đuổi học vì tấm hình của ông Hồ Chí Minh, một vị lãnh tụ cộng sản được tôn thờ như thượng đế trong dân chúng. Hôm đó thầy giáo chủ nhiệm nói lớp cần ảnh Bác Hồ, nhà học trò nào có ảnh Bác (vì được tôn sùng nên từ Bác được viết hoa như từ Chúa và Phật) chưa dùng đến thì giơ tay.

Tôi giơ tay.

Thầy giáo hỏi.

- Thế ảnh Bác nhà để đâu?

Tôi trả lời.

- Dạ thưa thầy, để dưới gầm giường.

Thầy giáo nghe hắn nói. mắt quắc lên những tia sáng dữ dội. Tôi biết mình đã lỡ lời, thầy giáo quát.

- À mày định nắn gân tao à? Tao sẽ cho mày biết tay.

Tôi ú ớ muốn thanh minh nhưng ông giáo bắt ngồi xuống và im miệng, tôi biết ông giáo đã hiểu nhầm ý của mình. Tôi mới chỉ 15 tuổi biết thế nào là "nắn gân" thầy giáo theo kiểu ấy. Thực sự nhà tôi chật, gầm giường thì cao. Dưới gầm giường có một cái hòm gỗ, nhiều thứ không dùng đến để trong đó.

Cái đầu óc ngây thơ của tôi lúc ấy không hiểu thế

nào là "ý thức chính trị", không hiểu hình ảnh của ông Hồ Chí Minh ở trong đầu vị thầy giáo kia vĩ đại thế nào.

Thế là tôi bị kỷ luật và đuổi học.

Các bạn lớp 10 D trường PTTH Trần Phú thương mến, có lẽ các bạn chẳng bao giờ nhớ tới tôi, chẳng bao giờ nhớ đến một bạn học là Bùi Thanh Hiếu ở lớp 10 D trường PTTH Trần Phú năm 1987 bị đuổi học thế nào. Tôi cũng không nhớ hết tên các bạn trong lớp vì tôi mới học cùng các bạn chưa được 2 tháng. Tôi chỉ nhớ bạn Thu Thủy lớp trưởng nhà ở Ngô Quyền, nhớ bạn Vân Anh bí thư đoàn nhà ở Lý Thường Kiệt... và nhiều bạn nữa đã có lời xin thầy cho tôi được học tiếp.

Hôm nay tôi viết lại điều này, không phải để thanh minh với ông Hải dạy Lý chủ nhiệm lớp chúng ta 25 năm trước đây. Cũng không phải để tô vẽ cho câu chuyện cuộc đời tôi nhuốm màu sắc chính trị ly kỳ. Vì sự thực lúc đó tôi không hề có ý thức chính trị nào về chuyện ảnh vị lãnh tụ mà cả dân tộc thờ như thánh đó bị đặt dưới gầm giường. Trong đầu tôi lúc đó ngoài chuyện học chỉ là chuyện con gà chọi ngũ sắc chân vàng xương tôi phải vần võ, om bóp, chăm sóc. Tôi đâu biết gì đến lãnh tụ, thậm chí đến cái từ Đảng Cộng Sản tôi cũng không hiểu đó là gì. Ông Hồ tôi cũng coi trọng như một vị có công kêu gọi dân ta đánh Pháp, hình ảnh của ông trong tôi cũng tương tự như muôn vàn những người thủ lĩnh khởi nghĩa nhân dân chống giặc ngoại xâm trong lịch sử như Lê Lợi, Hoàng Hoa Thám, Phùng Hưng, Mai Hắc Đế...

Tôi viết để nói với các bạn rằng lúc đó tôi bị đuổi học vì một sự thực rất ất ơ, tôi không hề có ý đồ "nắn gân" ông Hải Lý vì tôi không có gan đó, càng không có gan xúc phạm lãnh tụ vì tôi biết gì mà xúc phạm. Nếu tôi nói khác đi rằng ảnh Bác Hồ nhà tôi để trong cái tủ đựng đồ quý giá mà chỉ có bố và mẹ tôi cầm chìa khóa thì có lẽ mọi việc sẽ khác đi rất nhiều. Chuyện tấm hình đó để dưới gầm giường chỉ vì đơn giản là ở dưới đó trong cái hòm, tấm ảnh đỡ bị bụi và luôn luôn mới.

Trong cuộc đời sau này, khi ở trong trại tù lao động khổ sai, vác đất chạy dưới cái nắng hè 38 độ giữa cánh đồng để làm gạch, đội đá từ dưới sà lan lên bờ dốc chênh vênh mang đến lò nung vôi trong cơn gió bấc, mưa phùn lạnh dưới 8 độ. Khi đôi môi nứt nẻ vì khát nước, tôi khoa bàn tay mình xuống vũng nước nông choèn đến mắt cá chân để xua đám nòng nọc đi, vục thật nhẹ lấy chút nước sợ bùn bị khuấy lên. Uống thứ nước tanh ngòm đó, nhìn bầu trời đổ lửa, chân tay run lẩy bẩy vì đói và kiệt sức. Tôi chưa bao giờ trách ông thầy giáo Hải Lý, chưa bao giờ trách ông Hồ Chí Minh hay bản thân mình.

Tôi kể cho bố tôi nghe chuyện bị đuổi học. Ông thở dài.

- Thôi! Nhà mình không có đất học con ạ.

Tôi ôm mặt khóc nức nở. Bố tôi đã không đánh,

uyện éo le khiến con người
: đời này là điều thường
hư bố tôi đã thấy. Bởi thế
Nhưng trước bố, tôi khóc
vọng của ông về một đứa
sẽ học hành đến nơi đến
oát khỏi cái định mệnh là
u nói của bố tôi như lời kết
ượt qua định mệnh không

5.

Tôi vào quân đội, đơn vị của tôi có bảy thằng lính người Hà Nội. Người ta gọi chúng tôi là trúng tuyển nghĩa vụ quân sự. Một cụm từ nghe rất tự hào thường dành cho con cái bọn dân đen. Con cái nhà các quan chức chẳng thấy được "trúng tuyển" bao giờ. Đi bộ đội hồi ấy tập tành loàng xoàng điều lệnh, điều lệ, dậm chân mốt hai mốt. Nằm lê la bắn súng, ném lựu đạn, chui hàng rào... dăm ba món võ và kế hoạch tác chiến không gì khác lũ trẻ con vẫn chơi. Cuộc đời quân ngũ là đi lao động. Người ta lấy lính nào có phải để tập tành bảo vệ tổ quốc gì đâu mà để lấy sức lao động của họ là chính. Một hình thức lấy lao động không phải trả công. Câu thành ngữ "nước sông công lính" là như vậy. Tôi đi lính năm 1990, thời thế lúc đó thay đổi nhiều. Biên giới Tây Nam người ta đã rút quân về, biên giới phía Bắc đã quan hệ bình thường. Thời của làm ăn kinh tế, các sĩ quan quân đội tận dụng chúng tôi để làm kinh tế cho họ. Đám lính chúng tôi đi đào mương, đào móng nhà, phụ hồ...

toàn công việc dùng đến sức lao động thô sơ. Bữa ăn chỉ có rau kho, rau nấu và may lắm có một hay hai miếng thịt bằng đốt ngón tay út.

Tôi nhớ thằng Hải gầy đen người Sóc Sơn, nó gầy nhưng rất háu ăn. Nó bán dần quân tư trang mới cấp để mua đồ ăn. Có lần, lúc tôi đứng gác bên ngoài, tôi thấy nó vượt rào ra khỏi đơn vị. Nó đứng cầm cái áo mưa mới được phát, cứ người nào đạp xe qua là nó giơ chiếc áo ra hỏi.

- Cô ơi mua cháu cái áo... chú ơi mua giúp cháu cái áo.

Hết người này đi qua lắc đầu, lại đến người khác. Thằng Hải mắt mờ đi, nó thất thểu chui qua dãy chuồng lợn để vào doanh trại. Đến chiều nó chui rào ra quán, đổi chiếc áo lấy một bao thuốc lá Du Lịch và một bát mì có ít thịt bò bạc nhạc nổi lềnh phềnh.

Ở lớp lính nghĩa vụ trước tôi được hai anh rất quý, anh Dũng Trắng nhà ở Lương Văn Can và anh Hải Bột nhà ở làng Nhân Chính. Anh Dũng nhà giàu, chả hiểu sao phải đi lính. Đời anh đi lính cũng sướng, anh hút thuốc lá Malboro dài bao mềm. Thỉnh thoảng anh cho tôi vài điếu hút, hoặc anh dặn có đói thì lấy gì ở căng tin ghi tên anh. Hình như anh đóng tiền cho đơn vị nên chẳng phải lao động gì cả. Lúc nào có tập huấn thì anh tập vật vờ cho qua quýt, chẳng chỉ huy nào nói gì anh vì họ nhận tiền của anh hết.

Anh Hải Bột thì khác hẳn anh Dũng, anh Hải Bột đi lính nghĩa vụ hai năm mà hàm trung sĩ, quyền trung đội trưởng. Nhà anh Hải Bột không giàu, nhưng anh có nhiều quân tư trang của các lớp lính hết hạn ra về hay của lính đào ngũ. Anh Hải Bột lại có phụ cấp, mỗi lần đưa quân đi làm nhiệm vụ (tức là đi lao động) anh còn được bồi dưỡng riêng thêm. Anh Hải hay gọi tôi sang trung đội anh ấy, lúc cho cái quần, lúc cho cái áo, kể cả chăn màn. Tôi bảo tôi có rồi mà, anh bảo mày ngu lắm, lấy mà bán hay đổi lấy cái gì mà ăn. Tôi nhớ ra thằng Hải Sóc Sơn bèn cầm về cho nó bán mua gì hai thằng ăn. Đôi khi anh Hải Bột còn cho tôi ít tiền.

Chẳng hiểu vì sao hai con người trái ngược nhau ấy lại quý tôi. Trong cuộc đời tôi sau này tôi gặp nhiều người tốt như thế, chẳng hiểu họ quý mến hay thương tôi vì điều gì. Anh Dũng Trắng khệnh khạng chả coi ai trong đơn vị ra gì, anh ngồi uống rượu với giò chả trong căng tin, hút thuốc lá xịn. Ai ra vào anh cũng mặc, không thèm đưa mắt nhìn. Nhưng lần đầu anh thấy tôi, gọi lại cho thuốc hút và gói mấy miếng chả bảo tôi cầm về ăn. Đầu tiên tôi nghĩ chắc anh thấy tôi gần nhà anh nhưng hoá ra không phải vì thằng Tiến Béo nhà ngay hàng Hòm, cách nhà anh chỉ bằng một phần tư đường nhà tôi nhưng chả bao giờ anh nói gì với nó. Còn anh Hải Bột đĩnh đạc và nghiêm nghị, anh còn được vào diện cảm tình Đảng, dự định đi học sĩ quan. Các anh ở đại đội khác, chẳng liên quan gì đến đại đội tôi. Nhưng cái thằng tôi láo nháo nhất trong số bọn lính mới vào lại được người như anh Hải quý thì tôi cũng chịu, chẳng hiểu nữa.

Tôi luôn đứng đầu trong số lính bị kỷ luật, không chỉ là lính cũ mà cả lính mới, nói tóm lại là gì chứ trong số lính bị kỷ luật bao giờ cũng có tôi. Kỷ luật tức là lao động, lúc giờ nghỉ trưa cả đơn vị chìm trong giấc ngủ quý báu thì tôi đi gánh phân để tưới rau, đi cuốc luống trồng rau. Lũ kỷ luật có một cán bộ đứng ngồi trong bóng râm trông chừng.

Tôi gánh phân đi qua sân đổ xuống ruộng rau cần. Lúc lấy phân tôi thấy mẩu báo quân đội nhân dân có ghi ngày 28-5. Hai hôm sau trong khay thức ăn ở nhà ăn đơn vị, khi tôi thò đũa gỡ đĩa rau cần cho tơi ra tôi lại thấy mẩu báo bằng hai ngón tay còn nguyên cái đoạn ngày 28-5.

Từ hôm đó tôi toàn gánh thùng không. Anh cán bộ sĩ quan ngồi trong bóng râm từ lúc nào đã ra nắng mà chúi đầu vào thùng phân kiểm tra. Tôi đi qua cứ còng cái lưng ra vẻ nặng nhọc. Được vài hôm như thế thì bị lộ. Thì ra cái thùng nặng nó trĩu đòn gánh, dù tôi đi qua chỗ anh ta đứng có cố tình cầm móc xích vít xuống ra vẻ đi nữa thì hai cái thùng và chiếc đòn gánh nó cũng không thể giống thật. Anh sĩ quan gọi tôi lại kiểm tra, khi nhìn thấy hai cái thùng không, anh e hèm.

- Thằng này được, mày qua mặt tao bao nhiêu, đã thế tao gia hạn cho mày thêm 15 ngày nữa.

Tôi nói.

- Anh cho em nói vài lời được không ạ.

Anh sĩ quan gật đầu. Tôi nói.

- Anh ạ, mấy thằng kia kỷ luật chỉ có hạn thằng 3 ngày, thằng 5 ngày là hết. Còn em anh thấy đó, không kể anh gia hạn 15 ngày thì hạn kỷ luật của em cũng cả tháng nữa chưa hết. Trong vòng hơn một tháng đó em vừa thi hành kỷ luật lại vừa phạm kỷ luật. Đơn giản là em bị kỷ luật liên miên, thì mệt, làm sao gấp chăn vuông, lau súng tốt. Mà cái tội gấp chăn, lau súng không tốt mỗi tội là 3 ngày. Lại còn trốn đơn vị ra đường nữa, làm sao trong cả một tháng lại không có lần nào trèo tường ra mua bán gì chứ? Cái đó là sự thật. Rồi tội cứ chồng chất tội, đến giờ em cũng chán chả gấp chăn, chả lau súng, thích thì em lại trèo tường ra ngoài. Toàn tội vặt, cứ cộng vào em chịu được tất. Giờ mà được nghỉ trưa em cũng chả ngủ được, khổ quen rồi.

Anh sĩ quan nheo mắt gật gù.

- Thế là mày có ý xin tao bớt cho 15 ngày?

Tôi lắc đầu.

- Nếu xin 15 ngày em không xin, đằng nào cũng thế, em nói rồi, trong vòng hạn cũ 1 tháng kia thì em lại tiếp tục vi phạm và tiếp tục kỷ luật thôi.

Anh sĩ quan gằn giọng.

- Mày muốn gánh thùng không thế này qua mặt tao?

Tôi từ tốn nói.

- Thùng có hay không chẳng quan trọng, vì ruộng rau đâu cần nhiều phân quá. Hình thức kỷ luật là cho thấy người vi phạm đang bị kỷ luật. Chứ đâu phải chuyện ruộng rau cần phân. Em gánh thùng không đi lại như thế này cũng là chịu kỷ luật rồi. Đổ nhiều phân quá chết rau chứ ích gì. Anh đã cho em nói thì em xin nói thế này. Anh bỏ tất tội cho em luôn, em hứa không vi phạm gì nữa. Chứ thời hạn kỷ luật của em giờ dài đến mức em quen với nó, em chịu đựng được, em vẫn vi phạm thêm chả sợ gì nữa. Vì em coi như đời em là đời kỷ luật, giờ có sửa cũng chả làm gì.

Anh cán bộ ngẫm nghĩ, tôi bồi thêm.

- Mà em thi hành kỷ luật dài, anh lại phải đứng trông em dài, cả hai anh em mình hành nhau. Giờ anh tuyên bố bỏ qua tất, em cũng chấp hành nghiêm chỉnh nội quy, điều lệ, điều lệnh... anh cũng được cấp trên nói là có phương pháp giáo dục. Kéo dài mãi như thế này chả đi vào đâu, em nói thật là em cũng quen kỷ luật rồi. Mình em đã đành, vì kéo thêm anh phải trông em nên chỗ anh em, em nói tình cảm xin anh thế.

Anh cán bộ chỉ huy ngẫm nghĩ một vài phút, anh ta tặc lưỡi.

- Thôi tao tin mày một lần xem sao.

Tôi không vi phạm gì mấy cái vụ lặt vặt nữa.

Ở đơn vị tôi có anh Giàn người Hải Dương là chính trị viên đại đội. Quê gốc tôi từ ba đời trước ở Hưng

Yên. Có thời Hưng Yên và Hải Dương gộp với nhau làm một tỉnh gọi là Hải Hưng. Thời ấy lâu lắm rồi từ khi các anh tôi mới sinh, bởi bố tôi đặt tên hai anh tôi như vậy để nhớ quê hương. Nhưng ở Việt Nam hay có tật nhận đồng hương, đồng hương chỉ cần có dính dáng tí cũng là đồng hương. Vậy là tôi và anh Giàn nhận nhau đồng hương một phần dây mơ rễ má là vậy, một phần tôi là thằng hay có trò nghịch oái ăm nhất đại đội, cãi lý cũng vào hàng đầu. Vì là chính trị viên đại đội anh Giàn cũng phải dây dưa với tôi vì nhiệm vụ của anh. Chính trị viên đại đội Giàn đẹp trai, cười tươi và hiền. Chưa thấy anh nặng lời với lính, thậm chí đến phiên anh trực chỉ huy đại đội, thằng lính nào vi phạm anh cũng xử lý nhẹ hơn đại đội trưởng hay đại đội phó quân sự.

Vậy là tôi có ô dù, nhưng tính tôi lạ lùng là không có ô dù có khi tôi còn phá phách. Có ô dù lại giữ gìn, vì không muốn phiền ô dù của mình, sợ mang tiếng là lợi dụng tình cảm rồi này nọ. Bỗng nhiên tôi ngoan, bọn trung đội tôi ai cũng lấy làm lạ.

Một tối đến phiên tôi gác ngoài bốt điện của trung đoàn, tít ngoài phố. Bốt điện thì ai trộm cắp hay phá hoại làm gì. Người ta cứ làm cao như là gác mục tiêu quan trọng vì cũng phải có mục tiêu để lính tập canh gác chứ. Tôi vác súng AK (súng làm quái gì có đạn) gác một mình, ngắm gái qua lại. Tiền không có, đói meo, thèm thuốc. Cứ vạ vật mong hết phiên người khác ra thay. Buồn ngủ díp cả mắt mà không dám chui vào thềm bốt điện ngủ sợ chỉ huy đi kiểm tra bắt

ai. Vì như thế là phản bội đồng đội. Tôi cũng không muốn kéo dài thêm nếu cứ để ông ấy độc thoại mà không ai trả lời. Tôi thưa.

- Thưa anh, chúng em đều đủ 18 tuổi, đủ tuổi đi lính, đủ tuổi chịu trách nhiệm. Bọn em không còn là học trò nữa mà phải mời bố mẹ chúng em đến đây. Chúng em làm sai, chúng em xin chịu.

Đại đội trưởng bảo tôi bước lên gần ông ta. Tôi tiến lên một cách anh dũng. Thật ra không anh dũng thì cũng phải tiến đến vì sợ. Tôi cố đi cho thật đúng tác phong nhà lính, ưỡn ngực, bẻ hai vai về đằng sau, đầu ngẩng cao, chân bước thẳng hàng.

Thật dại dột khi đi kiểu đó, tôi không ngờ đến gần, bị đại trưởng bất thình lình móc cho hai quả đấm vào mỏ ác. Đang ưỡn ngực, vươn vai thì lãnh đủ, tránh sao kịp. Tôi gập người vì đau, nhưng cố gắng đứng dậy lại tư thế thật nhanh trước mặt vị chỉ huy.

Đại trưởng cười. Ô lúc này ông ta lại cười được. Cả đám lính đang sợ hãi cũng phải bật cười rúc rích. Đại trưởng bảo.

- Tao hỏi thế thôi, chứ biết mày là thằng đầu têu. Tao thử, đoán thế nào mày cũng thò mặt ra, y rằng vậy. Giờ đi ngủ, mai riêng mày lên gặp tao sau giờ ăn sáng.

Hóa ra chuyện mấy chục thằng bỏ về, làm các cấp chỉ huy sợ xanh mặt. Lúc lùa chúng tôi về hết rồi họ mới thở phào, vì trung đoàn chúng tôi đóng độc lập.

Nên chỉ huy trung đoàn họp và quyết định coi như không có vụ này.

Sáng ở phòng chỉ huy đại đội, tôi được uống trà. Hút thuốc ngon. Nghe đại trưởng tâm tình đời lính một hồi. Rồi ông ta dẫn tôi lên trung đoàn mang theo nội vụ cá nhân. Tôi chào anh em vác đồ đi. Họ hỏi đi đâu tôi cũng không biết. Mọi người động viên an ủi tôi cố gắng, mạnh khỏe và bình yên.

Tới trung đoàn, tôi được đại trưởng giao cho cán bộ quân lực. Cán bộ quân lực là người điều động lính từ đơn vị này sang đơn vị khác. Lính chúng tôi cho rằng ông ta hơi nhiều mầu, vì ông có thể điều lính đến chỗ ngon lành như nhà bếp, căng tin, nhà xe, nhà kho, hậu cần, tiếp vụ... những chỗ ăn ngon mà lại nhàn hạ. Nhưng ông cũng điều đi những chỗ khổ nhất như đến đơn vị nào đó ở xa khuất nẻo nơi chó ăn đá gà ăn sỏi.

Cán bộ quân lực bảo tôi đi theo, đến phòng bên cạnh phòng ông. Ông bảo tôi bỏ đồ vào đấy rồi sang phòng ông bên cạnh nói chuyện. Tôi sang thấy ông đang cầm hồ sơ của tôi, ông bảo tôi ngồi xuống rồi nói.

- Tôi thấy chữ cậu đẹp, bảo cậu lên đây làm phụ giúp tôi. Sáng cậu đun nước, đi lên nhà ăn lấy 2 suất ăn, trưa và chiều cũng vậy. Giặt quần áo cho tôi và tôi cần ghi chép gì thì cậu ghi theo tôi dặn. Công việc có thế, không phải tập tành gì vất vả như dưới kia. Tối thì có đi đâu từ 7 giờ đến 9 giờ về thì về. Một thời gian nữa tôi sẽ xếp cậu việc khác.

Thời gian nữa là gì, là một thời gian ngắn sau khi phục vụ cán bộ quân lực, ông bảo tôi về nhà, bao giờ áng chừng đến hạn ra quân thì vào đây lấy giấy ra quân.

Tôi thoát khỏi quân đội trên hình thức sớm nhất, nhưng sau trên giấy tờ cũng sớm hơn các đồng đội cùng lứa. Lúc tôi vào lại đơn vị lấy giấy ra quân, thời hạn có 2 năm 8 tháng. Trong khi các bạn cùng lứa tôi phải vài tháng sau mới ra hết hạn phục vụ.

Lúc cầm giấy ra quân về nhà, bố tôi xem tờ giấy đục lỗ nói.

- Có tờ giấy mà 2 chỉ vàng.

Tôi ngạc nhiên hỏi bố vàng nào. Bố tôi mới kể là lúc tôi và các bạn trốn, đơn vị cũng đến nhà tìm. Bố tôi có nói nhỏ ông cán bộ quân lực liệu lo cho tôi. Ông ấy nhận lời. Hôm tôi lên làm phục vụ cho cán bộ quân lực được vài hôm. Ông quân lực đến nhà báo cho bố tôi biết là đã lo tôi như vậy, vài tháng nữa sẽ cho tôi về nhà. Khi nào có giấy ra quân vào lĩnh. Lúc tôi về nhà là bố tôi đưa ông một chỉ vàng, khi ông gọi tôi vào lấy giấy ra quân là đã cầm của bố tôi một chỉ vàng nữa.

Bố tôi kể có biết về chuyện lính về nhà hàng tháng đóng tiền, thỉnh thoảng đến đợt huấn luyện thì vào. Còn khi đi lao động thì hàng tháng đóng tiền được về nhà không phải đi lao động. Thấy cách đóng tiền hàng tháng nó cũng lằng nhằng. Bố tôi làm giá luôn cho gọn với ông quân lực. Tính ra thì cũng rẻ hơn đóng hàng tháng mà đỡ nhiêu khê đi lại.

6.

Tôi xin đi làm ở chỗ cán cao su. Lại làm ban đêm, cái máy cán là hai quả lô bằng sắt to được mô tơ kéo. Chỉ việc nhồi mủ cao su vào cho cán qua cán lại đến khi mủ cao su mềm ra thành từng miếng cao su chưa chín. Trong lúc cán thì đổ hóa chất vào, đủ loại hóa chất xanh, vàng, đỏ, đen. Cái loại đen là nhiều nhất, lúc đầu mủ cao su màu vàng. Cho cái hóa chất đen vào lát sau miếng cao su sống chuyển màu đen. Loại hóa chất đen đấy lại rất nhẹ, nó bay quẩn quanh lô cán. Người ta độn cả bột đá, bột gì nữa cho cao su dôi ra thêm.

Xưởng cán cao su nằm ngoài bãi sông Hồng, mỗi lần làm xong sáng sớm tôi thường xuống sông tắm cho hết bẩn mới về nhà. Ở xưởng cán ra người lúc nào cũng đen nhánh từ đầu đến chân. Tôi nghe kể những người làm việc này hay bị ho lao. Một hôm tôi thấy ngứa họng, khạc ra cục đờm đen xịt, nó trôi trên mặt nước sông. Tôi nhìn lạnh người, mấy hôm sau hôm nào tôi cũng ho khạc ra đờm đen kịt hóa chất như vậy. Kéo dài mấy tuần dù đeo khẩu trang kín vẫn bị, đến một sáng tôi làm về tắm táp xong đi ra ăn cháo lòng. Thấy ngoài quán họ kể chuyện ở xưởng cán nọ có người vì làm đêm buồn ngủ cho cả tay vào máy cán, nát đến tận khuỷu tay, may có người nghe tiếng hét vào giật cầu dao máy ngừng mới sống, không nát cả người.

Tôi bỏ làm cán cao su, chuyển sang hấp má phanh và dây cua roa. Công việc cũng dễ dàng, cắt cao su sống thành hình sợi dây áng vừa với khuôn rồi quết nhựa để đắp vải màn bọc quanh. Cho vào khuôn, dùng máy ép quay đè chặt khuôn xuống. Dưới khuôn là cái bếp điện. Đến thời gian đủ chín thì dỡ khuôn ra là thành sợi dây cua roa. Việc này đỡ độc hại và đỡ nguy hiểm hơn cán cao su, lại làm về ban ngày, nhưng tiền được ít hơn.

Tiền tôi kiếm được do đi làm, tôi thường hay mua sách đọc. Lúc này tôi xa mái trường đã lâu, đi làm, lang thang ngoài đường phố, những bạn bè của tôi chẳng đứa nào đọc sách. Đứa làm cửu vạn, đứa đạp xích lô, đứa trộm cắp, cờ bạc, làm thuê này nọ. Việc tôi mua sách về đọc là chuyện ngạc nhiên với cả đám bạn. Có những lần mấy thằng chúng tôi rủ nhau vào kho vải của một xí nghiệp ăn trộm, khuân được mấy súc vải. Bán được khá nhiều tiền, bọn bạn tôi đi đánh bạc và mua sắm quần áo, ăn nhậu. Còn tôi khi chia chác tiền xong, tôi từ chối đi cùng chúng, mang tiền đi mua sách đọc.

Tôi ham đọc sách ban đầu không phải vì tính tôi hiếu học hay mê văn chương. Ngày bé mẹ tôi cứ nhờ tôi đọc chuyện cho bà nghe, chuyện cổ tích là chuyện mẹ tôi thích nhất. Tối đến học bài xong, nằm cạnh mẹ tôi hay đọc vài truyện cổ tích cho bà nghe. Đọc mãi tự nhiên thành nghiện con chữ, cứ thế thành thói quen vớ cái gì cũng đọc. Chả hiểu cũng đọc, 12 tuổi tôi đọc chuyện của Đốt, Pautopxky, Gô Gôn... đọc mê mải cắm cúi bất cứ lúc nào rảnh. Cứ có tiền là tôi mua sách. Giờ nghĩ lại cầm những trang sách nội dung thơ mộng như Bông Hồng Vàng, Bình Minh Mưa đọc bằng tiền ăn cắp được cũng thấy khôi hài. Nhưng lúc đó thật sự tôi chả bao giờ phân vân, đồng tiền nào cũng là tiền. Khi nào hết tiền chúng tôi lại tính chuyện trộm, lúc thì vào xưởng làm khung xe đạp ăn cắp khung xe. Người ta thấy mất canh chừng kỹ hơn thì chúng tôi chuyển sang bê trộm hàng của bọn buôn cá khô từ Hải Phòng lên. Đám ấy cứ mờ sáng là đổ hàng ở chân cầu Chương Dương, chúng tôi rình lúc nhốn nháo xe ô tô đổ hàng xuống là ra tay. Một bao cá khô to bán cũng được ối tiền, đủ bốn thằng chia nhau. Rồi vài lần mất bọn buôn cá khô chuyển địa điểm xuống hàng đi nơi khác. Chúng tôi lại quay sang bê trộm những thùng bánh kẹo của nhóm buôn khác. Khu chúng tôi ở gần cầu Chương Dương, Long Biên, gần chợ Đồng Xuân, Bắc Qua, xe chở hàng hóa các tỉnh hay tập trung về khu đó đổ hàng. Không lấy được cái gì giá trị thì bọn tôi ăn trộm cả hoa quả như dứa, dừa, dưa hấu, xoài, mít đúng kiểu hết nạc thì vạc đến xương, méo mó có hơn không, cứ đủ tiền trà thuốc là làm.

Ngày đi làm dây cua roa, tối muộn đi xem có kho hàng, xí nghiệp nào lơ là để trộm. Sáng sớm còn nhập nhoạng đã dậy lượn chỗ chân cầu xem ô tô đổ hàng hóa xuống có cơ hội không để khiêng trộm. Cái trò ăn trộm cũng phải chăm chỉ, kiên trì. Không phải lúc nào cũng có cơ hội, rình rập quan sát bao hôm mới có lúc người ta hở ra. Chỉ tích tắc không ra tay nhanh là hết thời cơ.

Người ta khi mất cắp cứ thắc mắc "sao bọn trộm tài thế, chỉ loáng cái là mất". Thực sự bọn trộm không tài, bọn trộm bỏ cả nửa ngày quan sát liên tục để đợi khi nào có cơ hội là tiến hành. Không phải bọn trộm có mặt lúc người ta sơ hở mà đã có mặt từ lúc người ta còn cẩn thận. Bọn trộm kiên trì chờ đợi hàng tiếng đồng hồ, quan sát quy luật. Ví dụ như mỗi lần có tiếng còi xe bên trong xí nghiệp, người gác cổng sẽ bỏ trạm gác chạy ra nhấc cái barie lên. Tên trộm nghe tiếng còi xe thì đi lại gần vờ dừng châm điếu thuốc, người bảo vệ chạy ra nâng cái chắn cổng cho ô tô chở hàng ra chỉ mất có 30 giây đủ để tên trộm lẻn chân vào. Tìm một chỗ ẩn náu đợi đến đêm hành động.

Nhiều năm sau bị triệu tập đến cơ quan an ninh điều tra, nghe hỏi liên miên đủ thứ. Một lần châm điếu thuốc, thấy anh an ninh cúi xuống tìm tờ giấy trong đống hồ sơ, bỗng nhiên tôi nhớ đến cảnh người bảo vệ cúi xuống nâng cái barie. Tôi bật cười thầm, nghĩ chính những người an ninh họ cũng cần mẫn thăm dò, quan sát, rình rập những người mà họ gọi là đối tượng. Y như chúng tôi năm xưa ngồi kiên nhẫn từ xa quan sát "đối tượng" là người bảo vệ xí nghiệp. Tôi nghĩ đến những người an ninh theo dõi tôi trên đường đi, ngoài cửa nhà, và cả những người âm thầm ngồi trong phòng lạnh mở máy tính vào xem tôi viết những gì, chụp hình lại, in ra, đánh dâu, đọc đi đọc lại tìm chỗ để kết tội. Rồi họ lấy bút xanh đánh đầu, lấy bút bi viết bên lề ghi chú điều 88, điều 254. Thật hài hước là có ngày tôi lại giống người gác cổng xí nghiệp năm xưa còn cơ quan công an lại là những người rình rập. Phải nói kinh nghiệm trộm cắp hồi xưa giúp tôi rất nhiều trong việc đề phòng, cẩn thận hay cân nhắc kỹ khi làm gì với cơ quan công an.

7.

Chủ cơ sở làm dây cua roa có một cậu em rất ngoan, cậu em hơn tôi chút tuổi. Cậu ta sống lành mạnh và chăm chỉ. Đẹp trai, cao to, lúc nào cậu cũng sôi nổi, tràn trề sức sống, tham gia hoạt động địa phương, làm bí thư đoàn phường. Tôi đang làm ở đó yên ổn, bỗng nhiên một chiều thấy cả nhà họ khóc um lên. Thì ra cậu mượn được cái xe máy, đèo bạn gái đi chơi bị lao thẳng vào đằng sau xe tải. Bạn gái cậu ngồi sau bị ngã xuống đường gãy tay. Còn cậu bị đập đầu mạnh vào đít thùng xe tải, vỡ xương sọ qua đời luôn. Nhà họ ngừng sản xuất để lo ma chay cho cậu em.

Cuộc đời thật éo le. Người như cậu ấy, hy vọng của bao nhiêu người từ gia đình đến xã hội. Đi đâu cũng được quý mến thì chết một cách lãng xẹt. Trong khi tôi trộm cắp, đòi nợ thuê, chém thuê tội lỗi đầy người lại sống nhăn răng, chả biết sau này làm được gì cho cuộc đời. Tôi thấy tương lai tôi mịt mù thăm thẳm ở đáy xã hội, nhiều khi nhìn cậu ấy cầm giấy tờ công tác xã hội, đoàn thể thấy chạnh lòng cho cậu ta. Tôi sờ đầu mình gãi cái vết sẹo bị dao chém, xoa cổ họng sờ cái sẹo cũng bị dao chém sượt qua... con người chắc có số phận. Lúc ấy tôi láng máng tin rằng con người ta sinh ra có những số mệnh của họ.

Cậu em mất đi, gia đình ấy làm ăn chệch choạc chắc do đau buồn. Tôi nghỉ việc loanh quanh theo đám anh chị bến bãi, trộm cắp, cờ bạc bịp. Hàng ngày lang thang ngoài đường với bọn ăn cắp ngày, đêm lang thang với bọn ăn cắp đêm. Tôi không trộm vặt, tôi chỉ lấy kho hàng và bọn buôn chuyến đánh cả xe ô tô tải hàng. Bọn đấy giàu lấy của nó một ít chả ăn thua với nó. Có thằng mất của, sáng hôm sau nó đứng nhìn nhà kho nhếch mép cười khen bọn trộm giỏi. Trộm vặt của những người khó, họ mất của khóc nức nở tội lắm. Tôi không muốn ăn cắp của người khó. Tính tôi vẫn dở hơi bởi ảnh hưởng của những câu chuyện cổ tích hồi bé đọc cho mẹ nghe.

Một hôm tôi về nhà, cưỡi trên cái xe Cup 78 màu mắm tôm lượn phành phạch quanh ngõ. Nhà tôi hỏi xe của ai, tôi nói xe của tôi. Bố tôi để ý dò xét, tôi đi vài hôm đành phải bán, lấy tiền đi Sài Gòn chơi đã đời rồi về. Cái xe ấy là công của một vụ đánh thuê cho một ông nửa trí thức nửa lưu manh. Vợ ông ta trẻ hơn ông ta nhiều tuổi, cặp kè với một thằng cùng làm. Ông dọa thằng đó thì thằng đó chửi ông ta. Đấy là ông kể với tôi thế lúc ông nằm hút thuốc phiện trên cái gác xép nhà ông. Còn tôi nằm bên cạnh đọc truyện, tôi vẫn nhớ đó là cuốn Ông Già Và Biển Cả . Ông hút đủ cơn phê, xong nằm than thở là ông nhục quá, nó đi với vợ mình còn dọa đánh cả mình. Ông cứ ngậm ngùi làm tôi não ruột. Tôi gấp sách lại hỏi nhà thằng đó ở đâu. Ông nói tên và chỗ làm. Tôi bảo nhà ông có con dao nào lấy cho tôi. Ông ta vùng ngay dậy, tỉnh táo bảo.

- Không dùng dao, phải dùng cái này mới thấu.

Ông tìm một đoạn tuýp sắt ống nước của Nga dày 5 ly, đường kính gần 5cm, dài cỡ 60 cm. Ông lấy săm cao su quấn quanh ông tuýp rồi đưa tôi nói.

- Vụt cái này vào chân nó hay người nó, không chết mà nó đau nhớ đời.

Tôi hỏi tên tuổi, chỗ làm đầy đủ, ông còn cho tôi xem cả ảnh thằng đó với vợ ông đi tắm biển.

Tôi cầm cái ống tuýp về nhà, chọn cái áo sơ mi màu xanh da trời, cái quần âu mầu đen ống thẳng. Dép xăng đan da, tóc chải rẽ ngôi lệch. Áo bỏ trong quần nghiêm chỉnh, cuốn cái ông tuýp vào tờ báo gọn gàng như một cuộn giấy tìm đến cơ quan thằng kia. Vào tận cơ quan, hỏi phòng nó làm việc, người ta bảo nó nghỉ ở nhà.

Tôi quay lại nhà ông, bảo ông chở tôi đến nhà thằng đó. Ông ta chở đến nơi, đứng ngoài ngõ. Tôi đi vào, nhà thằng đó ở trong ngõ sâu, nhà lại chung trong một số nhà có nhiều hộ. Phải đi qua mấy nhà, qua cái sân mới đến nhà nó. Tôi đến nơi lúc trưa vắng vẻ, nhà nó mở cửa. Tôi vào thấy hai anh em nhà nó đang nằm. Tôi ngắm nhìn xem ai là thằng cần đánh, thấy đúng tôi vụt thẳng một nhát vào đầu nghe đến "cốp" cái to. Thằng đó giật nảy người ú ớ ôm đầu vật ra một bên. Thằng kia là anh nó thì phải, vùng dậy mở mắt định la toáng, tôi phang luôn cái vào lưng. Nó ngã dúi dụi nhưng vớ được cái ghế ném đúng người tôi. Tôi nhảy lại gần nện thẳng vào đầu nó một cái, nó ngã lăn quay. Thằng em nó ăn nhát vào đầu đã tỉnh, nó chửi tôi mày là thằng nào. Nó vừa gượng dậy vừa chửi, tôi cúi người lia cái ống tuýp vào ống chân nó nghe thành tiếng "kịch" khô khốc, khiến nó gào rống "ối trời ơi" rồi nằm vật ra.

Hai anh em nhà đấy nằm lăn lộn rên, tôi gằn giọng chửi nhỏ.

- Đm cho mày chết vì đi với vợ người ta còn dọa người ta nhé.

Hai thằng nằm đau đớn, nhìn thấy gương mặt tôi và cái ống tuýp. Chúng chỉ hộc lên trong miệng, không chửi lại câu nào. Tôi đi ra sân, mấy nhà chung quanh có người ngó ra xem. Tôi cười toe toét nói.

- Bán thì bán không bán thì thôi, đền dứ mất thì giờ, đấy xem ai trả cao được hơn.

Mấy người hàng xóm ngơ ngác chưa hiểu cái gì, tôi đã đi qua và ra đầu ngõ, leo lên xe ông bạn già chuồn êm. Về đến nhà ông ta mới biết cái ghế nó ném làm tay bị sưng bầm. Ông bạn già nửa trí thức, nửa lưu manh xoa thuốc cho tôi. Miệng ông lại lẩm nhẩm.

- Khổ, chả đánh được nó lại bị nó đánh cho, phải cẩn thận chứ. Thấy khó ăn thì thôi mình đợi dịp khác, vội làm gì. Cứ giả vờ hỏi nó bán nhà hay bán xe gì đó rồi lui ra. Thanh niên chúng mày là hay nóng vội lắm. Chẹp chẹp.

Ông bê bàn đèn ra, nằm hút, mùi thuốc phiện thơm lừng, cái mùi ngầy ngậy rất thích. Ông bảo tôi làm một điếu cho đỡ đau. Tôi lắc đầu từ chối, đợi ông hút dăm điếu đủ dừng cơn vật vã thuốc. Tôi nói.

- Cháu phang cho hai anh em vào đầu, khéo vỡ sọ. Chú chuồn đi.

Ông già giật nảy mình, ông hoảng hốt trách.

- Sao không vụt vào chân hay vào người?

Tôi trả lời.

- Tưởng nó có một thằng thì thế, hai thằng phải đánh gục thôi, đánh vào đầu nó còn cho mình như thế này, vụt vào người nó hay chân nó có khi nó cho mình nằm lại. Ông già hối hả đánh thuốc, rít lấy rít để thêm vài điếu, bảo tôi ở lại để ông đi nghe ngóng. Tiếng đồng hồ sau về mặt xám ngoét nói hai thằng nhà nó đi cấp cứu, nằm viện rồi. Nhưng không ai biết mày đâu, chúng nó điều tra cùng lắm nghi tao. Mày cầm cái xe tao mà đi, tao đi xa vào Nam kiếm cửa sống, lúc nào yên tao gọi mày. Vậy là tôi có con xe máy, ước mơ của bao nhiêu gia đình lúc đó. Vì gia đình để ý chuyện cái xe, tôi bán đi vào Nam ăn chơi hết tiền rồi về.

Bố tôi đang bệnh, ông yếu lắm. Ông gọi tôi vào bảo.

- Nếu con thương bố, con về quê ở, đừng ở đây, con sẽ không thành người được đâu. Bố đã nói chuyện với cô chú rồi. Mai con về đó, hàng tháng bố sẽ gửi tiền cơm và cho con tiêu vặt. Con cố học được nghề trạm trổ điêu khắc gường tủ ở quê. Sau này giỏi nghề, con về nhà mở cửa hàng làm đồ gỗ cũng làm ăn được. Con thương bố thì nghe bố, bố chẳng sống bao lâu nữa.

8.

Tôi khăn gói về quê, học nghề chạm trổ và khảm xà cừ. Ngồi gò lưng cầm cái kéo nhỏ tí cắt mẩu trai theo hình vẽ, ngón tay đau nhức nhối. Sáng ăn cơm nguội với ít lạc, trưa ăn cơm với đậu phụ, rau muống luộc, tối lại lạc rang, cà, dưa, rau luộc, nấu.

Tôi học đủ ngón nghề để làm cái tủ chè, sập. Từ lúc bắt đầu chọn gỗ, xẻ, bào, cưa, làm mộng... cái này gọi riêng là thợ "ngang". Rồi đến thợ đục, chạm, trổ, chuốt bóng. Kế đến là khảm trai, khảm trai trông thế mà chia thành 3 loại thợ. Loại thợ cắt mảnh trai thành hình người, hình cây... rồi một loại thợ đục cái hình ấy trên mặt gỗ, sao cho khi trám keo xong để miếng trai hình thù gì đó vào là vừa khít. Miếng trai ăn trên mặt gỗ chắc chắn rồi thay thợ tỉa. Thợ tỉa cần con dao nhọn lưỡi bén khắc những nét mắt mũi, lá cây, mái nhà lên trên miếng trai. Công đoạn cuối cùng xong cái tủ, sập, bàn ghế là người đánh bóng. Thường thì người làm ngành "ngang" là chủ một cơ sở sản xuất như vậy. Cả gia đình cùng làm, có gia đình con trai lớn lấy vợ sinh con, vẫn ở chung nhà bố mẹ và cùng làm. Mọi khoản thu chi ông bà nắm cả, người con trai lớn đã có vợ con ấy cần gì phải xin bố mẹ. Tại ở quê cứ lấy vợ chồng sớm, ông nội 45 tuổi còn cường tráng, khỏe mạnh đủ sức quán xuyến mọi việc, chuyện bà nội có bầu, con dâu có bầu cùng một năm là chuyện bình thường ở quê. Cậu con trai ngấp nghé 18 là tìm chỗ, 20 là lấy vợ rồi sinh con, cắm cúi cả hai vợ chồng cùng làm cho bố mẹ, ăn ở mua bán thế nào do bố mẹ quyết định từ cái quần, cái áo trên người.

Mấy lần tôi chán quê lắm, cuộc sống tẻ nhạt, mọi người suốt ngày chỉ làm và làm. Tối đi ngủ sớm, sáng dậy tiếng cưa bào, đục đẽo vang khắp nơi. Nhà ai cũng cắm đầu miệt mài làm, cả con gái lẫn con trai. Bé cũng làm việc bé, đi học về nhà là tự động lấy chạm lấy "đất" để khảm trai hoặc đánh bóng, chuốt gỗ. Tôi ở nhà người cô con chú con bác với bố tôi, chồng cô tôi hay say rượu. Lúc không rượu ông ấy bình thường, rượu vào mắt đỏ ngầu. Gặp ai cũng chửi, ông đánh con, chửi vợ. Cởi áo phanh ngực đòi đấu tay đôi với tôi. Những lúc ấy tôi phải tránh đi, lang thang hết xóm Trung, Thượng, xóm Đình, xóm Giếng khi nào ông ấy ngủ mới dám về.

Tôi bỏ về nhà, bố tôi nằm trên giường, ông bị lao phổi, bệnh đã nặng. Ông ho sù sụ, mắt nhìn tôi buồn rười rượi. Ông hỏi như trách "con lại về đấy à". Tôi vào nhà ngó nhà một tí rồi lại trở lại quê. Cô ruột tôi ở Hà Nội về thăm, dúi cho mấy chục nghìn và mắng xa xả vì không chịu học hành làm ăn tử tế, bố mẹ già rồi mà còn ăn bám. Cô cứ chửi thế từ lúc tôi bé đến giờ, nhưng cô tốt lắm. Hồi tôi 5 tuổi bố tôi cho tôi ở nhà cô. Được mấy hôm tôi bỏ về, đi bộ từ đầu Khâm Thiên về đến Phất Lộc. Về đến nhà thấy cả nhà đứng trước cửa, nghe cô vừa kể vừa khóc, tôi lách qua chân người lớn vào thấy cô đang nói về tôi. Ngẩng đầu lên tôi bảo "cháu đây mà". Lúc thằng Tí Hớn con tôi 5 tuổi, cô thỉnh thoảng lại nhắc lại chuyện đó.

Cô biết chuyện ông chú chồng cô họtôi say rượu, tôi kể cho cô nghe tôi phải nhiều đêm bỏ đi lang thang ra ngoài đình, ngoài bờ mương ngồi vạ vật qua đêm. Cô tôi bảo tôi lấy quần áo cô chở sang ở nhà ông em ruột của bà nội tôi.

Nhà ông làm nghề mổ lợn, ở cách đó chục cây số. Chú lớn nhất trong nhà chuyên đi mua lợn, chú thứ hai mổ. Dậy giết lợn lúc trời còn chưa sáng, đun nước bằng rơm, rồi vào chuồng kéo lợn ra, vật đổ, giữ chân cho chú chọc tiết, rồi cạo lông, mổ bụng, pha thịt. Mấy cái trò dao dựa này tôi học nhanh lại thuần thục. Pha thịt xong thì cô và bà mang chợ bán, tôi đi ngủ đến trưa dậy ăn cơm, ăn xong theo chú đi các làng xa gần mua lợn. Vừa đi vừa rao ai bán lợn không ông ổng khắp các làng.

Người bán lợn hay cho lợn ăn no, để cân được dôi ra. Chú tôi giao nhiệm vụ khi chú tôi khi bắt lợn phải làm sao để nó xổng đuổi càng nhiều vòng càng tốt, cho nó thở hồng hộc, phun cứt ra, hao cân mới bắt.

Tôi mở chuồng lôi lợn ra, tuột tay lợn chạy, tôi quýnh quáng đuổi theo tóm tai, tóm đuôi, lợn chạy mấy vòng cả tôi và lợn đều thở hồng hộc. Chú đứng nhìn cứ cười khành khạch phân bua với chủ nhà "đúng là trai Hà Nội chả làm được việc đéo gì, bắt con lợn không xong, kệ cho mày rèn luyện". Khi nào thấy chừng đủ rồi, chú tôi nháy mắt tôi mới giả bộ mừng rỡ tóm được con lợn và vật nó ra trói lại để cân. Đến khi cân lợn lại phải dùng thủ thuật ăn gian cân. Nhưng ăn gian cũng phải vừa phải, đầu tiên nhìn bằng mắt con lợn áng chừng bao nhiêu cân, sau đó tùy mặt chủ nhà để ăn gian. Con lợn người ta 100 cân mà ăn gian 20 thì sao qua được. Cứ ăn gian tầm 10 cân đổ lại là an toàn nhất. Chú tôi thường gian ở mức từ 5 đến 6 cân. Có lần chú tôi đứng cho tôi thử tay nghề, tôi làm một phát 15 cân. Chủ nhà không biết, hai chú cháu khiêng lợn ra cái xe Babeta buộc đằng yên sau, tôi ngồi xổm ở gióng trước, chú tôi cầm lái vừa đi vừa nghêu ngao ca hát hoặc trêu gái đi đường. Về đến nhà chú tôi khoe loạn lên "thằng này giỏi, thằng này sau khá lắm, mới thử tay nghề đã được những 15 cân, sau này có khi con lợn người ta 100 cân, mày cân chỉ còn 30 cân, lúc đó tha hồ mà giàu cháu ạ, tháng chỉ cần mua một con như thế là ấm, mua nhiều đi lại mệt chứ báu bở gì". Ông tôi biết chuyện chửi cho hai chú cháu một trận, ông chửi chú tôi để tôi đứng cân như thế có ngày người ta giết mất cháu, người ta nuôi con lợn cả năm mới được, như là tiết kiệm chứ lời lãi gì mà chúng mày ăn gian người ta như thế.

Chú tôi ăn gian như vậy để lấy tiền đánh bạc và chơi gái. Chú mê xóc đĩa và mê gái nạ dòng, quá lứa. Làng nào chú tôi cũng có một phụ nữ. Chú mồm năm miệng mười vào nhà người ta như nhà mình, miệng nói tay cứ sờ mông người ta, có người cáu gắt quát chú, nhưng chú vẫn nhăn nhở cười như không có gì. Tôi hỏi người ta đã đồng ý đâu chú đã sờ thế. Chú tôi bảo tôi ngu lắm, bọn nó thì mình nói không ăn thua gì, cứ phải sờ thế. Hôm nay nó chưa thích, nhưng đêm về nó mới nhớ lúc mình sờ, nó mới thèm. Kể ra thực tế thì chú nói cũng gần đúng, cứ ba người kiểu thế thì chú cũng ngủ được với hai. Chú cười hể hả bảo mình cưa gái như đi đặt lờ, đặt đó ý mà. Cứ thả vài chỗ được chỗ nào thì được. Tôi thành một tay lái lợn và đồ tể, cuộc sống ở quê đã quen. Tôi về thăm bố. Bố tôi ốm lắm, ông ho nhiều, có lúc ho cả ra máu. Lúc khoảng ngừng giữa cơn ho, bố nói.

- Bố muốn con về quê, lấy vợ và sống ở đó.

Tôi hỏi tại sao bố cứ muốn con phải ở quê, thành người ở quê. Bố tôi nhìn tôi từ đầu đến chân, nói khó khăn.

- Người như con không nên sống ở đây, bố sinh ra con bố biết tính con. Con về quê, lấy vợ, sống yên ở đó. Sau này quê mình phát triển thiếu gì việc làm con ạ.

Quê tôi cách trung tâm Hà Nội 15 cây số, đúng như bố tôi nói, chỉ mươi năm sau không kém gì Hà Nội về sự phát triển. Tôi ấm ức trở lại quê.

Mùa đông năm ấy lạnh, nửa đêm anh rể tôi về quê. Báo tin bố mất. Anh chở tôi về nhà, tôi vào buồng thấy bố đang nằm. Lúc chạm vào người bố thấy lạnh và cứng nhắc tôi mới bật khóc òa.

Lo tang bố xong, tôi không về quê nữa, tôi ở lại Hà Nội.

9.

Tôi tha hồ giao du với bọn anh chị bến bãi, bọn đòi nợ thuê, bọn buôn ma túy và bọn chuyên trộm cắp phụ tùng xe ô tô như đèn, xi nhan, gương, bọn trộm cắp xe máy, bọn cờ bạc bịp. Tôi biết được đủ mọi thứ, biết lá bài tú lơ khơ đánh dấu ra sao, chia bài thế nào để các quân bài có lợi cho mình. Biết cách làm vị quân bài xóc đĩa bịp bợm muốn lúc nào xóc ra sấp đôi, ngửa tư. Biết phân biệt đâu là thuốc phiện có hàm lượng cao bằng mắt thường mà không phải thử. Biết cả cách chém người sao cho họ chỉ bị thương phần mềm mà không di hại về sau, cách bẻ khóa xe máy trong vòng 30 giây đồng hồ, hoặc dò bi để đánh một chiếc chìa khóa.

Bố tôi có căn nhà ven sông, tôi dùng căn nhà đó làm chỗ tụ tập đồng bọn. Các nhóm đi "làm ăn" về đó trú ngụ, cất đồ trộm cắp, mua bán, trao đổi. Những kẻ trốn truy nã đến tôi cũng chứa tất. Tôi chỉ ngồi nhà đợi thực hiện các giao dịch môi giới đòi nợ, chém thuê, thuốc phiện, đồ ăn cắp cho đồng bọn. Bán hay mua thế nào nói đúng giá, đồng bọn gửi lại tiền lệ phí bao nhiêu tùy tâm. Chẳng bao giờ tôi kê giá mua, hạ giá bán. Đồng bọn của tôi rất tin tôi, họ còn gửi tiền để tôi cho đi vay lãi. Nhưng đồng bọn của tôi toàn bọn du thủ du thực sống không có ngày mai. Tiền gửi cho vay lãi được dăm bữa, nửa tháng là chúng lại đòi rút về nên tôi không làm nghề đó. Tôi nghiệm rằng với cái lối sống của đồng bọn này thì cứ xong quả nào biết quả đấy, chớ tính chuyện lâu dài dây dưa mệt.

Thằng Hổ ở Hòa Bình mò xuống chỗ tôi, nó được một người đàn anh có số má trong giới giang hồ giới thiệu, Hổ mang theo mấy kg thuốc phiện. Nó để lại nhà tôi 1 nửa. Còn một nửa mang đi. Lát sau thằng T. ở bãi Phúc Tân là đàn em của người giới thiệu Hổ đến, nó bảo tôi là Hổ dặn đưa tiền cho tôi để lấy số thuốc phiện còn lại. Tôi lấy gói thuốc phiện đưa cho T. và nhận tiền thì công an từ đằng sau ập vào bắt.

Tôi không khai gì về thằng Hổ, tôi nói tôi nhặt được gói đó ngoài đường, chả biết gì tưởng thuốc Bắc, thằng T. hỏi mua thì tôi bán. Công an hỏi tôi có muốn mở rộng vụ án không? Tôi hỏi mở rộng là thế nào? Công an bảo là khai ra thằng bán hoặc chỗ nào có vụ gì đó thì sẽ tính công, được giảm tội. Tôi nói em được giảm thì người khác lại tù thì giảm làm gì, thành ra đáng lẽ một thằng tù lại thành hai, thôi em làm em chịu, kết thúc ở đây đi anh. Công an gật đầu đóng hồ sơ chuyển viện, tôi ra tòa kết án 4 năm tù giam. Năm đó tôi vừa 22 tuổi.

Vào nhà giam một năm, bỗng một hôm tôi gặp thằng Hổ ở khu giam bên cạnh khu tôi. Tôi ngạc nhiên nói vụ đó tao có khai ra mày đâu. Nó bảo nó cũng biết thế, vụ đó nó thấy tôi bị bắt nên chuồn luôn. Mấy tháng sau nó lại mò về Hà Nội nhờ đàn anh thằng T. bán hộ thuốc phiện. Đàn anh thằng T. chỉ đến nhà nọ, trên đường đi đến đấy thì bị bắt. Tôi hỏi nó có gặp thằng T. không? Hổ nói có.

Tôi lặng người, thế đã rõ. Bọn đàn anh thằng T. bán chúng tôi cho công an. Hóa ra vai vế hay số má trong giang hồ không hẳn phải là do bản lĩnh, độ gan lỳ, khí khái. Giờ tôi đã hiểu nhiều tên đại ca, đàn anh tồn tại được ngênh ngang ngoài xã hội là do đã hối lộ, mua chuộc công an. Giang hồ thời cộng sản cai trị ít tên còn chất mã thượng như thời thực dân Pháp, đa phần biến thành tay sai, chỉ điểm cho công an để giữ vị trí của mình Chúng đảm trách nhiệm vụ săn tin báo cho công an về những tên tội phạm khác. Công an gọi chúng là cơ sở, đặc tình để bao biện che đậy cho chúng khi cấp trên hay viện kiểm sát hỏi tới.

Đêm đó trong buồng giam tôi không ngủ, tôi ngẫm nghĩ lý do vì sao bố cứ bắt tôi ở quê sống không muốn tôi về Hà Nội.

10.

Quá trình của một thằng tù chia ra làm nhiều giai đoạn. Lúc mới bị bắt thì vào trại tạm giam ở buồng chờ điều tra xét xử. Đưa ra xét xử xong thì vào buồng có án rồi chờ đi trại giam (hay còn gọi là trại cải tạo). Thời gian chờ xét xử có vụ đến vài năm, thời gian ở buồng có án đi trại là vài tháng. Cuộc đời của tù nhân phần lớn ở trại cải tạo là chính. Đó mới là chính thức công cuộc cải tạo thành con người tốt cho xã hội. Một điều trớ trêu là 90 phần trăm số tù nhân đi qua chương trình cải tạo hay còn gọi là chấp hành án phạt tù xong, khi trở về đều không thành người tốt.

Nhà tù của công an thành phố Hà Nội chia làm hai khu, khu chẵn và khu lẻ. Tôi ở khu chẵn, lúc này khu chẵn là khu tiền án tiền sự lần đầu. Nhưng phân chia thế thôi, chứ chốc lại có vụ tù đánh chết tù, lập tức Ban giám thị lại đổi loạn xạ các khu sang nhau. Chẳng biết đổi thế để đối phó với đoàn thanh tra, để phân chia tù tránh mâu thuẫn hay là họ sợ dớp. Thấy khu bên lẻ không có phòng 13, chỉ có phòng 11 nhảy tót sang 15 rồi 17... là biết cán bộ trại cũng biết kiêng. Phòng cán bộ nào cũng có bàn thờ, rằm, mùng một, tết nhất hương hoa, trái, quả đầy đủ. Nhưng mà đời hay thờ cúng thế nào thì chuyện đánh nhau chết người vẫn xảy ra năm một vài vụ.

Cái này chả có gì là ghê gớm, trách nhiệm cán bộ trại giam cũng chỉ một phần. Cái chính là nhà tù dù xây mới nhưng vẫn chật quá. Mấy chục con người một buồng, cứ bị giam cả ngày thế, bản chất tội phạm thằng nào cũng sẵn máu liều. Cuồng cẳng, quẫn bách, nghĩ đủ mọi trò hành hạ nhau thì chuyện đánh nhau dẫn đến chết người là điều trông thấy.

Khu chẵn có tám dãy, trên gác bốn dãy, dưới bốn dãy. Hai dãy dưới là khu K, tức khu xà lim chỉ hai người ở một phòng biệt lập. K2-4 giam trọng án mà tội danh thường chung thân đến tử hình. Khi K 6-8 dành cho những tù hay vi phạm kỷ luật, đánh nhau, trấn cướp nhiều lần ở buồng chung, phải giam riêng để hạn chế mức độ vi phạm.

Hai dãy còn lại đối diện nhau qua một bãi cỏ trống là khu buồng chung 6-8 chính nơi tôi bị nhốt. Còn đối diện bên kia là buồng phạm nhân nữ.

Buồng 6-8 có hai quản giáo chính và 4 quản giáo phụ. Mỗi buồng có 4 phòng được gọi theo thứ tự A, B, C, D. Tôi bị giam ở trong cùng, đó là phòng 8D. Mỗi phòng như thế thường có từ 40 đến 50 người ở. Tiêu chuẩn cũng đủ mỗi người hai mét vuông như quy định, bể nước bơm theo giờ cũng tạm cho mấy chục người dùng. Phòng thoáng và sạch. Nhưng thoáng về mùa hè thì tất lạnh cóng về mùa đông. Mặt trước của một phòng chắn toàn song sắt chứ không có tường, người ta thiết kế trống hoác như vậy để cán bộ đi tuần dễ quan sát bên trong tù có làm gì vi phạm không. Lúc mùa đông, phòng nào cán bộ thấy phòng nào ít vi phạm có thể chiếu cố cho tù giăng chăn hay chiếu che gió. Cán bộ tốt linh động giải quyết tình thế như vậy không có nhiều trong trại.

Bọn tù gọi cán bộ là ô tô, mỗi khi vi phạm bị cán bộ bắt là bị ô tô chẹt.

Tôi làm chân quét dọn hành lang, chia cơm cho các buồng, đánh ấm chén và giặt quần áo cho cán bộ. Hàng ngày sáng sớm cán bộ trực mở cửa cho tôi ra ngoài làm những việc đó, chiều lại mở cửa cho tôi vào. Tuy phải làm vất vả như vậy, nhưng để tôi làm được việc đó anh trai tôi bên ngoài phải lo lót tiền. Cả một dãy buồng 6-8 có 8 phòng, mỗi phòng 40 tù nhân. Như vậy có bình quân 240 tù nhân. Đến bữa tù bếp kéo xe thồ chở thùng cơm và rau vất ở hành lang. Tôi kéo lê cái thùng cơm cho 240 con người ăn đi qua các phòng chia cơm vào những cái chậu nhựa, rau vào xô nhựa. Được ra bên ngoài làm là một vị trí thèm muốn của mấy trăm tù nhân. Thường chỉ có hai hay ba tù nhân được ra ngoài. Một là trực chính, hai là vệ sinh, ba là cơm canh. Ba vị trí này chỉ dành cho con cháu cán bộ trong trại hoặc hối lộ rất nhiều tiền. Trực chính thường là một tay anh chị có số má trong tù lẫn xã hội. Việc của trực chính là hàng ngày đi đốc thúc các phòng trưởng nộp tiền cho cán bộ, xoay sở kiếm chác đủ mọi thứ như buôn bán, trấn lột của các tù nhân. Trực chính là chân rết để kiếm tiền từ tù nhân về cho cán bộ. Còn bọn hai vị trí cơm canh, vệ sinh thì phục vụ chung cho cả cán bộ lẫn trực chính và tù nhân.

Cán bộ nói với tôi, anh mày dặn chỉ cho mày chạy ngoài chia cơm cho thoáng đãng. Không cho mày tham gia gì hết việc trong này. Chấp hành cho tốt vào.

Không tham gia có nghĩa không liên quan gì đến những chuyện tiêu cực, ân oán giang hồ. Hàng ngày tôi chỉ chia cơm các buồng, làm một người tù chất phác.

Tôi không biết quãng thời gian tôi đi tù anh tôi tốn bao nhiêu tiền. Tôi có ba anh trai, nhưng chỉ có anh thứ ba là quan tâm đến tôi. Hai anh đầu chả bao giờ ngó ngàng xem tôi sống chết thế nào. Sau này tù về tôi ngỡ ngàng nhìn thấy anh thứ hai sống trong cảnh xa hoa, anh làm chủ nhà hàng lớn, mỗi ngày anh tiêu cả triệu bạc vào việc ăn chơi cờ bạc. Một triệu đồng bây giờ cũng to chứ chả nói đến những năm 96, 97. Còn anh cả tôi chả làm gì, ở nhà uống rượu mặc kệ vợ chạy chợ kiếm tiền nuôi gia đình. Đến vợ con anh ấy còn chả trông mong thì em trai ít được ngó ngàng cũng đương nhiên.

Anh thứ ba trong quãng thời gian tôi đi tù làm đủ mọi nghề từ xe ôm, mở trò chơi điện tử, đi giao hàng thuê... nhưng anh vẫn cố gắng chạy chọt lo lót cho tôi trong tù không phải khổ sở như người khác. Anh này hay đánh đập, chửi bới tôi nhất. Bé thì bị anh ấy đánh, lớn thì bị chửi. Mãi đến lúc tôi lấy vợ, có con rồi anh ấy mới ít chửi dần đi. Tại anh ấy cứ hy vọng vào tôi nhiều quá, lo cho tôi học nghề, xin cho tôi việc, dựng cho tôi cửa hàng... mỗi lần lo lắng như thế rồi kết quả không đâu vào đâu, tiền mất, công sức, thời gian tiêu tán, ông ấy lại chửi bới. Nếu những chuyện đổ vỡ đó do tôi ngu hay bất tài đi một nhẽ, đằng này lúc đầu tôi làm cái gì cũng trơn tru, giỏi nữa đẳng khác, nhưng sau dần tôi lại chán. Mà cứ chán là tôi bỏ bê không thiết tha ngó ngàng gì nữa. Ông anh tôi ức là vì thế. Anh tôi chăm chỉ, cần cù, sống căn cơ, tiết kiệm . Còn tôi thì ngược lại toàn làm theo cảm hứng của mình. Anh tôi ghét nhất cái chuyện tôi sống theo cảm hứng, hành động theo cảm hứng khiến bao lần công việc đáng ra yên lành lại thành đổ vỡ, hỏng hóc.

11.

Ở trong tù dù thế nào đi nữa cũng không thể tránh khỏi những chuyện của đời sống tù nhân. Anh tôi muốn thế, quản giáo tạo cho tôi công việc như thế. Nhưng giữ mình khoảng cách với các chuyện ngầm của tù nhân khác là điều không thể. Tên trực chính sai tôi chia ít cơm cho phòng này, nhiều cơm cho phòng kia. Tôi không nghe không được. Vì việc chia ít, chia nhiều như thế gắn liền với việc phòng đó nộp tiền nhiều hay tiền ít cho trực chính. Mà tiền nộp cho trực chính thì là về tay cán bộ. Có phòng thừa cơm đổ đi trắng xóa. Có phòng, tù thiếu cơm đói hốc hác gầy trơ xương vai, mắt sâu hoắm nhìn đống cơm phòng khác đổ đi mắt ánh lên sự thèm thuồng ngây dại.

Các phạm nhân đi gặp gia đình về phải mang tiền cho trực chính. Tùy theo từng phạm nhân trực chính ra giá tiền. Vì là buồng án, đã xử xong, phạm nhân đi gặp gia đình khá nhiều. Tôi phải đứng ở đầu dãy buồng giam để nhận tiền của tù đi gặp gia đình và đồ vi phạm nội quy trại. Tù gặp gia đình đưa những thứ vi phạm cho tôi cầm, họ đi đến phòng quản giáo để trực chính khám xét trước sự chứng kiến của quản giáo xem có đồ gì vi phạm không. Rõ ràng là cả quản giáo lẫn trực chính đều biết tôi đứng ở đầu kia để cầm hết những thứ ấy rồi. Nhưng họ vẫn khám xét ngặt nghèo, những tên tù nào mà dại dột hay cố trí trá mang theo đồ vi phạm như thuốc lá, thuốc lào, dao cạo, bật lửa mà bị trực chính khám được sẽ ăn những trận đòn khốc liệt, nằm đến cả tuần chưa dậy được.

Luật lệ không có văn bản trong tù được thực hiện rất sòng phẳng. Tù gặp gia đình, ví dụ suất của thằng A chỉ định là 200k. Mang vào cả 1 triệu đưa tôi cầm, tôi sẽ trừ đi 200k còn lại 800k giao cho nó với tỉ lệ lấy đi 10% công cầm hộ. Tức thằng Á còn lại 720k. Nhưng thằng A không mang theo đồ gì vi phạm nội quy thì nó được trọn vẹn 720k đó mang vào phòng, sau này mua bán gì tùy nhu cầu và giá cả. Nếu thằng A lại mang theo một cái bật lửa, một gói thuốc lào, rượu, thuốc lá, thuốc phiện... thì phải tùy giá trị mức độ vi phạm của vật đó nặng nhẹ thế nào tính tiền. Thu được bao nhiêu tôi nộp cả lại cho trực chính và báo lại những tên tù nào nộp bao nhiêu, ít hay nhiều, hay không nộp. Trực chính cầm tiền và sẽ có phán quyết ngay với những trường hợp không đủ hay không có tiền. Việc trừng phạt được thực hiện ngay nhất thời. Tên trực chính sẽ lấy chùm chìa khóa ở phòng quản giáo đi mở cửa phòng có tù mới gặp gia đình về. Mở khóa vào trong gọi trưởng phòng kêu tên tù mới gặp gia đình ra giữa phòng. Bắt tên đó quỳ xuống phơi lưng để trực chính cầm ổ khóa nện vào lưng khoảng 20 cái. Lúc tên trực chính đánh người thì tôi có nhiệm vụ đứng bên ngoài canh. Thấy cán bộ trong trại đi qua sẽ báo hiệu cho vụ trừng phạt ngưng lại.

Trong trường hợp mà cán bộ trại giam bắt được trực chính đánh người thì giải quyết sao. Đầu tiên cán bộ trại giam sẽ gặp cán bộ quản giáo trao đổi. Cái gọi trao đổi này là cuộc mặc cả giữa hai cán bộ với nhau, tùy từng nhu cầu của mỗi cán bộ trại giam hay quản giáo. Nếu cán bộ quản giáo thấy tên trực chính kia còn dùng được việc, còn cống nạp tiền thì quản giáo sẽ đưa cho cán bộ trại giam một số tiền tùy theo chức vụ cán bộ. Mọi việc coi như là nhắc nhở. Số tiền quản giáo đưa cho cán bộ sẽ được thông báo cho trực chính thanh toán, có kênh giá hay không cũng tùy theo từng hoàn cảnh. Còn quản giáo thấy cần thay tên trực chính khác nhiều tiềm năng hơn, tên trực chính kia sẽ bị đi kỷ luật. Tất nhiên quản giáo vẫn phải chi cho cán bộ trại giam tiền nhưng ít hơn. Khi đó quản giáo sẽ dẫn trực chính vào buồng xà lim và cùm lại. Quản giáo lắc đầu vẻ thông cảm, vẻ thương xót nói.

- Ông ấy khó tính quá, xin mãi không nghe.

Không phải cứ việc đánh người bị bắt, trực chính nguy cơ bị cán bộ trại bắt lỗi vì nhiều tội. Thường tay anh chị có số má hay phải thể hiện đi sang dãy khác quan hệ, nhất là chạy sang bên dãy phụ nữ để thò tay qua song sắt bóp vú, sờ chỗ kín một phạm nhân nữ nào đó mà giữa họ có cảm tình với nhau. Cán bộ trại giam hay nhằm trực chính bắt lỗi, bọn vệ sinh, cơm canh như tôi lại dễ được cho qua. Mỗi lần bắt lỗi được trực chính vi phạm nội quy giá bét nhất cũng một hai triệu.

Trực chính mỗi tuần thu của mỗi phòng 400 nghìn từ trưởng phòng. Tám phòng là 2, 4 triệu gọi là tiền phòng nộp cho quản giáo. Còn lại những tiền gặp gia đình, mua bán, mánh mung thì trực chính giữ làm vốn riêng để trả thuốc cho quản giáo hay phòng thân khi gặp chuyện gì bất trắc. Trực chính gặp may hay làm "khét" có khi còn có tiền gửi về cho gia đình hoặc mang theo khi đi trại cải tạo.

Làm "khét" có nghĩa là tàn bạo, thủ đoạn để lấy tiền từ các tù nhân.

Hai quản chính thay nhau trực từ 8 giờ sáng đến 6 giờ chiều. Ban đêm có 4 quản phụ thay nhau canh gác. Ban đêm chỉ trường hợp khẩn cấp quản phụ mới mở cửa, họ đi tuần hai lần trong một đêm. Quản phụ không có màu mè gì nhiều từ tù nhân. Chỉ có tầm 7 đến 8 giờ tối tù nhân muốn mua rượu hay thuốc lá nhờ quản phụ mua hộ. Quản phụ hưởng tiền chênh lệch từ các vụ mua bán mà giá cả gấp 4 lần bình thường với thuốc lá, 10 lần với rượu. Đến tầm 6 và 7 giờ sáng lúc cán bộ trại chưa đến làm việc, quản phụ mở cửa cho tù nhân nào có nhu cầu chạy sang buồng khác thăm hỏi, giao dịch mua bán với giá 50 nghìn một người nếu khách quen. 100 nghìn với một hai lần đầu.

Không phải quản phụ nào cũng làm thế, thường những quản phụ già đợi về hưu họ dễ dãi trong chuyện đi mua đồ cho tù, thả tù chạy rông mươi phút để kiếm thêm chút thu nhập.

Quản phụ tên Đ buồng chúng tôi trẻ, anh ta hơn tôi chỉ chừng một vài tuổi. Đ nghiêm khắc như một cán bộ mẫu mực, Đ còn là bí thư đoàn của lớp cán bộ trẻ trong trại giam. Tác phong đi lại, nói năng đều chuẩn mực. Trực chính nhìn thấy anh ta còn phải e dè, sợ hãi. Không tù nào dám nghĩ đến chuyện nhờ vả mua chuộc hối lộ anh ta. Đến ca anh ta trực, các phòng giam đều im thin thít. Chỉ phát hiện vi phạm như đun nấu, hút thuốc là anh ta lập biên bản cho đi cùm. Quản chính đến cũng chẳng xin được. Nhưng Đ lại được quản chính tin tưởng, gặp ngày quản chính có việc gia đình ma chay, cưới xin ủy quyền cho Đ trông cả ban ngày. Những lúc đó việc mua bán, này nọ của tù nhân đều bị ngưng trệ. Mọi thứ tuyệt đối theo nội quy.

Một hôm Đ trực thay quản chính cả ngày, anh ta ở lỳ trong buồng quản giáo làm gì đó. Đến giờ mở cửa cho tù lấy cơm, tôi đến báo cáo, thấy anh ta đang kẻ vẽ báo tường cho chương trình ngày thành lập Đoàn. Anh ta nhìn thấy ánh mắt tôi cuốn vào tờ bích báo. Khi mở cửa đưa cơm xong, anh ta gọi tôi ra hỏi có biết gì về làm bích báo, báo tường không, hồi đi học có làm bao giờ không. Tôi trả lời có biết chút về trang trí hoa văn.

Đ đưa tôi hộp bút chì màu, bảo tôi vẽ trang trí cho mấy bài thơ, bài báo của chi đoàn anh ta phụ trách. Tôi cầm bài thơ đọc rồi chép miệng. Đ hỏi sao, tôi bảo sửa thơ được không thầy. Đ bảo mày sửa được cơ à, sửa tao xem. Tôi sửa mấy câu nháp cho Đ xem. Đ cầm đọc nghĩ một lúc rồi bảo, thôi mày dựa vào đó mà sửa lại cho nó vần và hay hơn đi. Tôi trang trí và chỉnh sửa được 7 bài thơ, 2 bài luận. Đ hài lòng, cho tôi một bao thuốc lá. Tôi hỏi thầy không hút, lại không lấy của tù thì ở đâu ra vậy. Đ bảo, tao ban nãy ra ngoài cổng mua cho mày đấy. Từ giờ mày với tao gọi nhau là anh em thôi, mày gọi tao bằng thầy tao ngại lắm, tao hơn mày 2 tuổi mày cứ gọi tao là anh được rồi. Người như mày tao biết vào đây cũng do hoàn cảnh.

Mấy hôm sau Đ gặp tôi, anh ta nói

- Ngày mai là sinh hoạt chi đoàn anh là bí thư, nên cần bánh kẹo, nước nôi cho anh em. Mày xoay đâu cho anh được không?

Tôi gọi trực chính ra bảo vậy. Trực chính mừng rơn, đưa tôi 500k. Xoa đầu tôi khen.

- Đm mày giỏi thật đấy.

Duy nhất có tôi trong giờ quản Đ trực là được đi lại tung tăng, ngó nghiêng trao đổi đàm phán mua bán. Cuộc sống của tôi hàng ngày ở bên ngoài song sắt, tối chui vào ngồi uống trà, hút thuốc với mấy tù nhân rồi đi ngủ. Buồng tôi có 30 người, toàn quen biết dây mơ, rễ má, chạy chọt nên cuộc sống khá thoải mái. Tù nhân có thể đi lại, ngồi co chân, duỗi chân, đi vệ sinh lúc nào có nhu cầu. Đồ của ai gia đình gửi thì dùng, cho ai thì cho. Người không có quen biết muốn vào buồng này phải mất 2 triệu đồng (thời giá năm 1994). Có hai người không mất tiền là một ông công an xã can tội đánh chết người, một thằng con công an đâm chết người. Ông công an xã bị xử 17 năm, còn thằng bé bị xử 6 năm. Tôi hỏi chuyện nó sao đâm chết người, nó đang lúi húi vê điếu thuốc lào, miệng cười gằn.

- Thằng đấy chết phải thôi anh à, cái tội láo.

Tôi ngắm thằng bé chưa đến tuổi vị thành niên trả lời với thái độ bình thản. Nó cuốn xong điếu thuốc lào, rít một hơi nhả khói mơ màng rồi đưa cho tôi.

- Anh làm hơi đi, thuốc này phê lắm.

Tôi nhận điếu thuốc sâu kèn, rít hơi rồi chuyền cho người khác, tôi hỏi nó.

- Mày ra tù về liệu có đi học tiếp không?

Thằng bé nằm vắt vẻo chân, nhìn trần nói.

- Ôi xời, về hẳng hay, tù tội biết có toàn mạng mà về hay không mà nói trước chứ.

Thằng bé thấy tôi không hỏi nữa, nó nằm gân cổ hát.

Con ở đây, bạn bè con cũng ở đây.

Áo rách xác xơ vai gầy, cùng chung số kiếp tù đầy.

Bài hát dựa theo bài thơ của nhà văn Phan Nhật Nam nhưng lời bị thay đổi chút cho phù hợp với bọn tù thường như chúng tôi. Lúc màn đêm xuống, bọn tù thường ca hát, nhưng chỉ có phòng như chúng tôi mới có ca hát loạn xạ kiểu ấy, hoặc khu bên xà lim. Các phòng khác im lặng như không có ai sống trong đó.

Trừ phòng 8D tôi ở, các phòng còn lại khác với chúng tôi một trời vực. Thằng Hải ở Ô Quan Chưởng làm trưởng buồng 6D. Gọi là Hải Cốp, Cốp là danh từ chỉ ông to hay con một quan chức to. Nhưng Cốp của thằng Hải là cốp xe máy, nó chuyên ăn cắp cốp xe máy Hon Đa nên có tên gọi vậy. Buồng thằng Hải có gần 60 phạm nhân. Bảo nhiều thế tha hồ kiếm, thằng Hải bảo toàn "nhân dân" cả, kiếm được gì.

Giờ phải giải thích chút về cơ cấu và tên gọi trong phòng giam, mỗi phòng có một tù nhân được quản giáo giao cho trách nhiệm giúp cán bộ làm trưởng phòng để nhắc nhở tù nhân chấp hành nội quy, kỷ luật. Tên này được gọi là "trách nhiệm". Nhưng có phải ai cũng được là trách nhiệm đâu, phải có tiền và có máu mặt. Trách nhiệm lập ra một bộ vây cánh gồm những tên "trật tự" để làm tay chân trấn áp các tù nhân khác. Trật tự có từ hai đến ba tên, là những tên to khỏe và hung hãn. Một tên phục vụ chung gọi là "lái xe". Nếu trách nhiệm mưu kế nhiều thì thôi, còn không hẳn sẽ dùng thêm một tên quân sư gọi là quan văn. Số tù còn lại trong buồng được chia làm mấy tầng. Tầng 1 gọi là "bộ đội" . Tầng hai gọi là "ưu tiên" . Tầng 3 là nhân dân. Bao giờ thì bọn "nhân dân" cũng đông nhất. "nhân dân" là những tù không có máu mặt, không có tiền bạc, gia đình ít quan tâm. Hôm ngày nghỉ trại không nhận gửi quà, không nhận gặp gia đình. Ngày nghỉ là ngày buồn tẻ nhất trong trại giam bởi sự vắng lặng, không có cảnh đi lấy cung, đi nhận quà, gặp gia đình, đi xử... chỉ có hoạt động của đám bếp mang cơm lên buồng hai lần trong ngày.

Một hôm trại nghỉ, bọn bếp mang cơm lên buồng sớm, mới 9 giờ đã có cơm. Tôi chia cơm xong xin quản giáo cho vào buồng thằng Hải chơi đợi đến buổi chia cơm ban chiều. Thằng Hải gần nhà tôi, buồng nó đầu dãy hay bị cán bộ đi lại, ban ngày nó không nấu nướng gì được. Tôi thường bán nước sôi cho nó. Tôi có nguồn thu nhập nhỏ là dùng cái ấm điện của quản giáo đun nước và bán nước sôi cho các buồng. Thêm nữa là tôi ở bên ngoài có điều kiện thu nhặt chất đốt bán lại cho các phòng. Chất đốt là những thứ làm bằng nhựa. Phổ biến nhất là bao tải đựng quà, ca, cốc, cà mèn, chậu, xô bằng nhựa. Những bao tải đựng quà của phạm nhân khi giở ra cho trực chính khám xét, tôi thường giữ lại bao tải để dành bán lại cho tù.

Nước sôi thường bị cấm vì sợ tù nhân hắt vào mặt nhau. Không biết nội quy có cấm hay không, nhưng đặc trưng của nhà tù thì giai cấp thống trị vin đủ mọi lý do để đặt ra những luật lệ, cấm đoán này nọ dựa trên cái gọi là nội quy. Ví dụ nội quy bảo giữ trật tự, ngăn nắp thì bọn thống trị nhà tù dựa vào đó để bắt các tù nhân phải ngồi im bó chân suốt cả ngày, đi vệ sinh cũng phải có giờ chứ không phải có nhu cầu là nói đi được. Bọn thống trị không cho phép các tù nhân nói chuyện với nhau, tất cả tù phải ngồi im, mắt nhìn thẳng về phía trước, thỉnh thoảng mỏi cổ mới được cúi đầu hoặc ngẩng cổ... . chúng tự ban ra những luật lệ quái đản như vậy với lý do là giữ "trật tự" cho buồng giam đúng với nội quy. Và những luật lệ như thế nhiều vô kể từ luật ăn, uống, đi đái ị, tắm, nằm... cơ man nào là luật. Khi tù nhân nào lỡ không theo đúng luật, bọn đại bàng "tên gọi của bọn thống trị phòng tù" sẽ đợi màn đêm buông xuống. Một tên dùng khăn thít cổ tù nhân vi phạm luật chúng đặt ra, một tên sẽ đấm vào bụng, mạng sườn, mỏ ác của tù vi phạm đến lúc phải đổ gục mới thôi. Thít cổ chỉ dành cho những tù nhân có thể phản kháng bằng cách kêu la. Còn loại tù đã sợ rồi thì bọn "trật tự" kêu ra giữa buồng bắt ngồi quỳ. Trật tự lấy chiếc dép để dày vụt vào hai bên tai tù vi phạm gọi là "thông tai" để nghe cho rõ những nội quy hơn. Nếu tội nặng chúng bắt tù vi phạm nằm sấp, chúng lấy gót chân nện vào lưng. Những đòn tra tấn này được truyền dạy từ lứa tù này sang lứa tù khác, bọn sau kế thừa và chắt lọc, phát kiến ra những kiểu mới hơn.

Đòn đánh khiến người ta đau đớn âm ỉ mà không để lại dấu vết bên ngoài được chọn lựa hàng đầu cho cách tra tấn giữa các tù nhân với nhau.

Tôi vào phòng Hải Cốp ăn cơm trưa với nó.

Hải Cốp hất hàm bảo "lái xe".

- Dọn cơm.

"Lái xe" bưng cơm dọn lên, cơm có thịt kho, trứng luộc, giò và rau bắp cải luộc, rau muống xào. Những thức ăn đó được gọi là "đồ tươi". Ở trong tù được ăn đồ tươi là niềm hạnh phúc, đồ tươi chỉ có gặp gia đình, nhận quà thì có được một chút, còn lại là đồ khô như muối vừng, lạc rang, ruốc, cá khô. Đồ tươi của mỗi tù nhân để cùng lắm được hai hôm, bởi thế các gia đình gửi không nhiều đồ tươi mà gửi đồ khô. Bọn đại bàng luôn có đồ tươi ăn, vì chúng lấy của các tù nhân có quà, tù nhân đi gặp gia đình hoặc chúng thông qua bọn bên ngoài như tôi nhờ bọn bếp bán cho.

Mâm cơm của Hải Cốp có thêm hai thằng "trật tự". Hai thằng to lớn vạm vỡ, xăm trổ loang lổ khắp người. Nhiệm vụ của chúng chỉ có ăn và đánh người. Nhờ cái việc đánh đập, tra tấn tù nhân khác mà chúng được ăn ngon, ăn những đồ cướp được của tù nhân khác. Những "đồ tươi" bày ở đây là những thứ cướp được của các tù nhân khác trong căn phòng này. Có ai trong đám tù nhân đang ngồi bó chân, im lặng kia nhìn thấy miếng giò mà cha mẹ, vợ con họ gửi đang bày ở đây không?. Chạy cơm canh bên ngoài tôi biết, có người ra nhận quà cầm miếng giò hay quả trứng tống đầy ứ mồm cố nuốt cho nhanh, vì họ biết tí nữa mang vào phòng bọn "trật tự" sẽ khám đồ xem có gì vi phạm nội quy không. Túi đồ giờ ra khám cái

gì ngon thuộc về "các anh". Còn cái gì không ngon thì
để đó làm "của chung". Chẳng còn gì là của tù "nhân
dân" cả.

Cả bọn đại bàng ngồi sắp đũa, bát. Tên "lái xe"
quay ra quát đám tù còn lại.

Đến giờ "các anh" dùng bữa, chúng mày cúi đầu
xuống.

Lập tức cả đám tù còn lại khoanh hai tay đặt trên
đầu gối và úp mặt vào đó. Chúng tôi ăn trong sự bất
động của mấy chục tù nhân, tiếng họ thở cũng không
nghe thấy. Chỉ có tiếng thức ăn chúng tôi nhai, tiếng
bát đũa, thìa, muôi đụng chạm vào nhau.

Những người tù đang ngồi úp mặt, bó gối kia chắc
đang dỏng tai nghe tiếng chúng tôi nhai. Cái mũi cố
gắng hít mùi thơm của miếng thịt kho. Nước bọt nuốt
nghẹn trong cuống họng họ. Có người trong số họ
đang xót xa nghĩ đến những miếng thịt mà người
thân chắt chiu dành dụm mang gửi họ. Tôi nhìn tờ
giấy gửi quà đọc những phạm nhân ở tít tận miền quê
xa. Trên danh sách quà gửi có những gì. Có bà mẹ đi
cả trăm cây số mà chỉ đủ tiền gửi cho con mình một
túi muối vừng, một túi bánh mì khô, năm quả quýt.
Trên cái phiếu gửi quà có đầy đủ tên tuổi người gửi,
người nhận, số tù, các món đồ gửi. Tôi cầm xấp phiếu
gửi quà đứng trước các phòng đọc tên, nếu đúng tên
ai người đó sẽ đọc lại số báo danh. Thấy khớp thì tôi
đưa phiếu cho họ và mở cửa cho họ ra chỗ quản giáo
và trực chính đang ngồi cạnh đống quà. Việc khám

quà diễn ra tại khu giữa hai buồng 6- 8. Qua gói quà trực chính và quản giáo sẽ đánh giá được tù nhân nào gia cảnh ra sao, có tiềm năng không, xử lý thế nào với tù nhân đó. Tù nào mà gia đình gửi quà ngon có nghĩa nhà giàu, gia đình quan tâm sẽ được lưu vào "tầm quay", có nghĩa sẽ bị bắt lỗi liên tục, bị tra tấn đánh đập đến khi nào gia đình phải gửi tiền vào để chạy cho con mình thoát khỏi hàng ngũ "nhân dân" lên hàng ưu tiên mới thôi. Có phạm nhận nhận quà, mở ra nào thịt kho, gà luộc, nem rán bỗng nức nở ôm mặt khóc, nghẹn ngào than trong nước mắt và tiếc nấc.

- Mẹ ơi! Mẹ không cho con tiền, mẹ gửi thế này mẹ giết con rồi.

Việc kiểm quà hay việc nhìn hồ sơ, nhìn người đoán ngay được tên tù gia đình khả năng thế nào, trực chính sẽ cho tên tù có "vị" (vị tức nhà có tiền) vào phòng nào đó. Mỗi lần có đợt "lính mới" vào các trưởng phòng í ới gọi trực chính xin xỏ.

- Anh ơi phòng em toàn thằng dặt dẹo quá, anh cho em thằng ngon ngon nhé.

Những tù nào lần đầu, tù gia đình khá giả tên trực chính đưa về phòng hắn ở. Thừa hắn mới phân đi các phòng khác tùy theo sự biết điều của các trưởng phòng. Một lần lính mới vào, tôi nghe thấy trực chính nói với trưởng buồng 6B.

- Có hai thằng tù đầu, nhà Hà Nội, tội đua xe đấy.

Trưởng phòng 6B.

- Em nộp đại ca một tấn nhé (một tấn bằng một triệu đồng, xấp xỉ 2 chỉ vàng thời đó)

Trực chính.

- Đm gà đẻ trứng vàng, mỗi thằng gặp gia đình một lần là đủ, chú khôn thế anh lấy gì lo cho "thầy". Dạo này chi lắm "đạn"' lắm. Bắn toàn cả băng cho các "thầy" thôi.

Trưởng phòng 6D.

- Thì nhát đầu cắt tiết cứ thế đã, sau "quay" xem nạc mỡ thế nào . Anh em mình tính sau.

Hai thằng tù đầu đó được phân về phòng 6C. Sáng sau tôi đi chia cơm đến phòng 6C, thấy hai thằng không còn quần áo tươm tất như lúc vào nữa. Chúng mặc bộ đồ rách, quần thì ngắn, áo thì dài lem nhem, bẩn thỉu. Nét mặt chúng hoảng loạn đầy sợ hãi. Tôi không xem cũng biết trong người chúng đang đau ê ẩm vì trận đòn đêm qua, trận đòn học luật, học "nội quy".

Một tuần sau cả hai thằng đi gặp gia đình, trực chính gọi lại đưa bộ quần áo trại "thửa" rất đẹp, vừa in cho hai thằng, dặn dò chu đáo. Hai thằng đi gặp về, trực chính đón ngay ngoài lối vào, dẫn vào khu kiểm tra qua loa rồi cho về phòng 6D. Sáng hôm sau tôi đi bán nước sôi cho bọn đại bàng pha trà và ngâm mì tôm, thấy hai thằng đua xe tù đầu đó ngồi dãy trên, sát chỗ bọn "trách nhiệm" bộ đội phòng đó. Nhìn mặt hai thằng hoàn toàn không có vẻ sợ hãi như tuần trước, trái lại mặt chúng còn có vẻ ngang tàng, khinh bạc. Trên người chúng đã có bộ quần áo tươm tất, vừa vặn.

Sau này bọn bộ đội, trách nhiệm phòng 6D chuyển đi trại cải tạo. Một trong hai thằng đua xe tù đầu đấy được giao trách nhiệm "trật tự". Ngay ngày đầu tiên làm "trật tự" phòng 6D, nó gọi tôi lại giọng khệnh khạng.

- Anh Hiếu này, anh nghĩ thế đéo nào về em thế, em gọi anh mấy lần để lấy nước sôi anh lơ đi. Anh thích em chồng anh tiền trước luôn cả tháng.

Tôi ở vai kẻ bán hàng, phải chiều khách, đành phân trần.

- Anh phải bán bên dãy 8 trước rồi quay về dãy 6, đúng thứ tự. Có mỗi một cái ấm, nước cũng phải đun sôi kỹ, chả lẽ vì vội mà đun nước nóng thôi. Nước thế các chú dùng đi đái giặt anh mất uy tín.

Nó đưa tôi 4 tờ 50 nghìn xanh nói.

- Đây, anh làm thế đéo nào tùy anh, muốn ai trước ai sau, nóng hay sôi tùy.

Tôi cất nhanh tiền vào cạp quần, cái quần tôi mặc là quần tù rộng, eo dây thun. Tôi chỉ nhoắng cái là tiền dắt vào cạp quần. Nó nói thế thì phải ưu tiên nó trước rồi. Thứ nhất là nó sòng phẳng, thứ hai nó nhiều tiền như thế, lại quen mánh mối trong tù, khéo vài bữa nó chạy ra ngoài làm "trực chính" chứ chả chơi. Nhưng tôi để bụng, mẹ mày thích cậy tiền sẽ cho mày biết. Một tháng quản giáo đi khám buồng một lần. Khám buồng quản giáo chỉ đứng nhìn, trực chính chỉ, còn tôi và thằng vệ sinh lục soát đồ. Ở vai lục soát tuy bị theo bởi cặp mắt quản giáo và trực chính, nhưng tôi cũng tùy tình hình có thể cho qua vài thứ gì đó. Còn những thứ tôi bỏ ra thì dù không phải đồ vi phạm cũng thành đồ vi phạm ví dụ như tranh ảnh thiếu nữ khỏa thân, bộ bài, quân cờ. Có những thứ giấu trong chăn, bọc quần áo tôi sờ thấy nhưng giả bộ không có gì. Đến buồng 6D tôi vào mò bể nước ra bộ đồ đun nấu, đó là một cái đĩa sắt, ống bơ sắt, một con dao làm bằng tấm thép mỏng lấy ra từ vỏ ống bơ. Đồ vi phạm khám được mang về cái kho cạnh phòng quản giáo để.

Sau hôm khám, thằng tù đầu đua xe giờ là "trách nhiệm" phòng 6D gọi tôi lại.

- Ông anh, kiếm cho bộ đồ cái.

- Khó lắm, dạo này "thầy" khó tính, mày nhờ trực chính xem.

- Trực chính đéo ai lại đi nói chuyện bộ đồ lặt vặt, anh cố xoay cho em cái, hôm qua toàn ăn đồ nguội nuốt không trôi.

Tôi ra vẻ nghĩ ngợi tần ngần, nó nói.

- 5 lít nhé (năm trăm ngàn gần một chỉ vàng)

Tôi vẫn đắn đo, nó bảo.

- Mẹ, tại ông lôi ra, chứ ai mò vào bể nước mà lấy. Anh em với nhau ông chơi ác thế.

Tôi phân bua.

- Buồng nào cũng bị thế thôi, tao còn không gỡ cái tranh khỏa thân trên tường chỗ mày, trong đó có cả "tấn" ý.

Nghe tôi nói thế, nó dịu sắc mặt bảo.

- Thôi em bồi dưỡng đại ca 1 lít, hộ em cái.

Tôi đi vào kho, lấy bộ đồ cho nó, cầm 5 trăm đưa lại quản giáo. Quản giáo cầm đút tiền vào túi, mắt dán vào tờ báo chả thèm nhìn hay hỏi tôi câu nào. Ông ta cũng biết tôi vừa vào kho cầm gì đó đi. Trông thế nhưng chẳng cái gì qua mắt được ông ta cả. Quản giáo coi bao lứa tù từ năm này sang năm khác, đủ các loại người. Ông ta chỉ cần ngồi một chỗ cũng đoán được bọn tù đang làm gì. Qua mặt ông ta là một điều dại dột khó có cơ hội sửa chữa.

Nói về cái tranh khỏa thân trên tường chỗ trách nhiệm buồng 6D nằm, lúc khám tôi nhìn qua thấy nó dày hơn bình thường. Tôi biết đằng sau đó có tiền. Thêm nữa, bức tranh là của thằng trách nhiệm, gỡ đi nó mất danh dự với bọn trong buồng, vả lại cái tranh đó về mặt khác cũng giá trị, bọn tù thường có một cái tranh như thế để thủ dâm. Nếu tôi gỡ cái tranh đấy đi thì nó mất tiền, mất danh dự, mất cả đồ để "hãm" (tức dùng để thủ dâm). Bởi thế nó cần nhắn, tôi nói qua vậy nó hiểu ngay, không nói gì nữa.

Bữa cơm tôi ăn với thằng Hải Cốp đã xong. Tên "lái xe" dọn đồ ăn đi, bê ra một ca trà nóng bỏng và một cái chén sứ cũ mèm sứt mẻ. Cái chén sứ cũng là đồ vi phạm mà tôi đã tha không bỏ ra khi khám buồng Hải Cốp. Trà uống bằng chén sứ cảm giác ngon hơn nhiều uống cốc nhựa. Vì cốc nhựa nóng sẽ có mùi nhựa tỏa ra, mà nhựa làm cốc toàn nhựa kém chất lượng cả. Nên một cái chén sứ, bát sứ trong phòng giam rất có giá trị. Trà mạn trong tù pha đặc quánh, cảm tưởng như nước trà sền sệt. Không biết xuất phát từ đâu, có phải vì nước sôi hiếm hay không, hoặc do uống trà đặc là bản lĩnh. Ca trà trong tù thấy trà còn nhiều hơn nước, trà nở ra đầy ngập cả miệng ca. Chỉ nhấp môi khoảng nửa một thìa cafe nước trà là thấy ruột xít lại, cuống họng thít lại. Tên "lái xe" hai tay cung kính dâng cho Hải Cốp điếu thuốc lào vấn sâu kèn mà hắn mới vấn và châm lửa.

- Mời anh ạ.

Hải Cốp ngậm điếu sâu kèn chuyển cho tôi . Thuốc sâu kèn hơi đầu châm lửa có mùi diêm, tên lái xe hút hơi châm. Hơi thứ ba là hơi ngon nhất, tôi hút hơi thứ hai và trả lại cho Hải Côp làm hơi thứ ba. Hút thuốc lào trong tù, uống trà trong tù quy cách chặt chẽ, ngôi thứ. Từ cách cầm điếu thuốc đưa lên cũng phải long trọng, khói thả ra cũng phải là đà.

Làm bộ điệu như vậy để trân trọng điếu thuốc ngon, quý, hiếm mua bằng bao nhiêu tiền? Nhưng làm thế để còn cho bọn "nhân dân" nhìn thấy mà thèm. Muốn được hút như thế thì tự liệu mà bảo gia đình gửi tiền vào để được đến "tuổi" hút thuốc lào.

"Đến tuổi" kiểu như là đến cấp bậc, vì dụ trong quân đội tùy cấp cao thấp của hàm sĩ quan mà chia ra ăn chế độ đại táo, trung táo, tiểu táo thì tù cũng chia như vậy. Hàng ngũ "nhân dân" gặp được bọn "trách nhiệm" ác ôn thì còn bị chia ra làm mấy loại. "nhân dân loại 1, nhân dân loại 2, nhân dân loại 3". Loại 3 tức loại không gia đình, không người thân tiếp tế, không có quen biết, số má… thường là những tên tỉnh lẻ đi lang thang lên Hà Nội kiếm việc làm, túng quẫn quá liều trộm cắp gì đó để giải quyết nhu cầu cấp thiết như đồ ăn, thuốc uống hoặc tiền mua quà cho người yêu ngày sinh nhật. Nhân dân loại 2 là bọn mới vào đang trong vòng "quay" của bọn "trách nhiệm". Nhân dân loại 1 là bọn gia đình chưa gửi tiền nhưng đã có gửi đồ tiếp tế hoặc đã có tiền án, tiền sự nhưng không có người thân tiếp tế, thăm nom.

Còn trên "nhân dân" là nhóm "ưu tiên". Nhóm này là những vị trí có khả năng được xem xét cất nhắc vào hàng ngũ "bộ đội". Hàng ngũ "bộ đội" phân ra làm hai loại, "bộ đội chiến đấu" và "bộ đội cảnh". Bọn "bộ đội chiến đấu" là bọn không phải nộp tiền cho trách nhiệm hay quản giáo, nhưng khi cần phải đánh đập ai bọn này sẽ thi hành tàn bạo những đòn tra tấn để tù nhân phải khiếp sợ gửi thư về nhà dặn gửi tiền vào. Nếu lộ ra chuyện đánh đập mà không lo lót được, bộ đội chiến đấu phải vào cùm kỷ luật, sau đó được đi sang buồng khác. Bộ đội chiến đấu đi đến buồng nào cũng được dùng, bởi chúng là những kẻ đánh thuê chuyên nghiệp trong tù. Cái mà chúng được trả công từ việc đánh đập, tra tấn người khác là bữa cơm có thêm bát canh rau, một vài miếng thịt, được ngày hút thuốc lào vài lần.

Tù hay nói, mạng người chỉ đáng hai miếng thịt ba chỉ cỡ đốt tay.

Nói vậy không đúng hẳn, nhưng chứng kiến rồi thì cũng không dám bác bỏ. Chỉ vì một bữa cơm có thêm chút canh, chút thịt mỡ bằng ngón tay cái, những tên "bộ đội chiến đấu" đánh tù nhân khác gãy xương sườn, dập gan phổi, có lúc nặng quá gãy cổ cấp cứu không kịp thành chết người.

Ngoài bộ đội chiến đấu là bộ đội cảnh. "Bộ đội cảnh" là nhóm tù nhân hiền lành, án kinh tế hoặc không may phạm luật, gia đình có tiền của. "Bộ đội cảnh" là tù bỏ tiền ra mua lấy sự yên thân trong tù theo tháng. Nếu quá nửa tháng gia đình không kịp gửi tiền, lập tức "bộ đội cảnh" xuống làm nhân dân loại 2. Lúc này quyền xâm phạm thân thể bị bãi miễn, có thể bị ăn đòn bất cứ lúc nào vì tội nhỏ nhặt.

Trên bọn bộ đội là hai hay ba tên "trật tự" và tên "trách nhiệm" tức nhóm "đại bàng" hay gọi là nhóm "các anh".

Nhóm "các anh" đặt ra mọi luật lệ và tiêu chuẩn cho các nhóm bộ đội, ưu tiên, nhân dân... tùy theo từng cấp bậc được phát tiêu chuẩn. Tiêu chuẩn là miếng ăn, hơi thuốc, ngụm nước đã đành. Tiêu chuẩn còn là được tắm bao nhiêu lâu, đi vệ sinh lúc nào, ngồi được duỗi chân, được nói chuyện vào giờ nào.

Bọn nhân dân loại 3 là khổ nhất, chúng luôn bị bắt ngồi co chân vào người, hai tay ôm lấy chân. Gọi là ngồi bó gối, đầu úp xuống không được nhìn ngang dọc. Không bao giờ được tắm. Ăn cơm không có vài hạt muối. Quần áo rách, chăn chiếu không có. Chốc lại bị lôi ra đánh đập tàn bạo để làm gương cho bọn tù khác. Nhiều tù loại "nhân dân" ngồi bó gối lâu quá thành bị liệt, có tù nhân dân loại 3 bị liệt, đi gặp gia đình nghe tin từ quê lên thăm, khóc kể chuyện . Gia đình báo cáo Ban giam thị, dạo đó tù "nhân dân" được yên vài tháng không bị ngồi bó gối. Nhưng vài tháng sau đâu lại vào đấy. Bọn "trách nhiệm" cho rằng không khép chặt thì bọn nó nhờn, lấn tới. Dễ dãi thì không "quay được tiền". Thời kỳ đổi mới nới lỏng chỉ được vài tháng. Sau thì nếp hành xử của nhà tù lại phải quay lại quy luật của nó đang vận hành hiệu quả từ trước . Trong các phòng giam, tầng lớp nhân dân lại cúi đầu, khoanh tay ôm chân ngồi bất động...

Khi gặp gia đình hay gặp đoàn kiểm tra, tầng lớp "nhân dân" được hỏi đến đều răm rắp ca ngợi "các anh" ca ngợi quản giáo. Nào là được đối xử tốt "các anh" sống tình người lắm, thỉnh thoảng các anh có nặng lời đó là các anh dạy bảo cách sống trong tù sao cho đoàn kết, tình cảm mà thôi. Có "nhân dân" da bọc xương, người đi liêu xiêu vì đói và đòn vọt nhưng miệng vẫn một điều các anh tốt thế này, quan tâm thế kia, ở phòng này cảm thấy rất yên tâm chấp hành nội quy, nhận thấy sai trái về hành vi phạm tội của mình. Quyết tâm tu dưỡng tốt để mong hưởng khoan hồng sớm trở về với gia đình, xã hội làm người công dân lương thiện.

"nhân dân" nói trơn tru như thế với đoàn kiểm tra, lúc đoàn về. "Các anh" gọi lên thưởng cho điếu thuốc lào, ban thêm một thìa gia vị Hải Châu. "nhân dân" cảm ơn các anh rối rít như đấng cha mẹ sinh thành. Nhưng ban khen "nhân dân" thế thôi, trong bụng "các anh" không ưa gì loại bẻm mép đó. Các anh nghĩ trong đầu đó là loại "văn vở" càng phải đề phòng chặt chẽ hơn.

Còn "nhân dân" nào mà dại dột, nghĩ rằng đoàn kiểm tra của trại hay của cục đáng tin cậy có thể tố cáo những chuyện man rợ trong nhà tù thì thật không có gì ngu hơn. Đoàn kiểm tra sẽ nghiêm mặt hỏi han, những câu hỏi gay gắt như quan tâm lắm. Thực ra đoàn làm bộ căng thế, là nhắm quay tiền của quản giáo thôi. Lúc sau mọi sự giữa quản giáo và đoàn kiểm tra sẽ được giải quyết êm đẹp bằng những cái phong bì mà quản giáo đưa cho đoàn với lời lẽ khiêm nhường. Có chút quà gửi các anh uống nước, vất vả quá xuống chỗ chúng em. Còn "nhân dân" tố cáo sẽ được chuyển sang buồng khác. Khi mở cửa cho vào buồng, quản giáo nói vọng to cho cả buồng nghe thấy.

- Đấy bên kia ở không được, kêu với đoàn thanh tra là bị đối xử xấu thì giờ chuyển cho sang đây nhé. Chấp hành cho tốt vào, không lại kêu ca.

Trưởng buồng mới tất hiểu ý "thầy" và đối tượng "nhân dân" mới nhập buồng. "Nhân dân" mới sẽ được chăm sóc chu đáo tận tình. Này nhé nội quy là thế này, không được nói chuyện, không được đi lại, tác phong ngay ngắn trong giờ hành chính. . đúng không? Nội quy thế mà, mày hãy ngồi im, muốn đi vệ sinh hay uống nước phải xin phép trách nhiệm, trật tự buồng.

"Nhân dân" ngồi im, muốn đi vệ sinh đại tiểu tiện phải xin phép. Trách nhiệm bảo chưa tới giờ bơm nước, nước phải dùng cho cả phòng ăn uống bởi đó là ưu tiên hàng đầu. Tuy rằng bể nước còn đầy tù nhân có gấp 10 lần cũng không ăn uống hết. Nhưng trách nhiệm bảo đó là để dự phòng, bao giờ bơm nước hẳng đi. "nhân dân" nghiến răng, bấm bụng chờ đến giờ bơm nước. Lúc đó trách nhiệm bảo mày phải từ từ, đợi vệ sinh buồng hứng nước đầu vòi cho buồng uống đã. Tên vệ sinh buồng nhẩn nha hứng từng chai nước rồi châm ra cất đi, lề mề quay lại hứng tiếp. Nếu hắn khéo có khi hứng được 5 lít nước thì hết giờ bơm, mặc dù trong quãng thời gian chờ hắn hứng chai tiếp nước vẫn chảy thêm vào bể hàng chục lít. Lúc đó "nhân dân" đợi đến giờ bơm nước· buổi chiều hay phọt ra quần be bét. Mùi hôi thối bốc lên, trách nhiệm cho đi tắm rửa, giặt quần áo. Khổ nỗi "nhân dân" làm gì có nhiều quần áo mà thay. Có khi có đúng một bộ trên người, gặp trời rét tắm thay xong, mặc quần đùi ướt ngồi co ro răng đánh cầm cập.

Đã là "nhân dân" thì gia đình bên ngoài cũng hoàn

cảnh khó khăn. Đồ tiếp tế năm thì mười họa mới có. Sau lần "tố cáo" với đoàn kiểm tra, đồ ăn của "nhân dân" không bị lấy, "các anh" rất đứng đắn, của mày cho mày ăn. Nhưng mà ăn thì phải có giờ, lần lượt ăn để giữ trật tự. Giờ ăn của "nhân dân tố cáo" chỉ có ba phút. Trong vòng ba phút ấy nhận tô cơm, mở túi đồ ăn gia đình gửi để lấy thức ăn, nhai nuốt khan vì không có canh, ngấu nghiến trợn mắt nuốt. Hết đúng 3 phút trật tự đứng bên thu lại đồ ăn cất đi hộ vào ngăn riêng. Trật tự nói "đây, đồ ăn của mày anh cất ở đây nhé, không ai động đến, lúc nào đến giờ lại ra lấy ăn". Có những đồ ăn phải mở túi ra cho thoáng mới để được thêm vài ngày, thì các anh trật tự lại tử tế gói thêm hai ba lớp nilon, bảo rằng thế để giữ cho đồ của mày cẩn thận không bị sứt mẻ.

Đến hết giờ hành chính, tầm mới 6 giờ chiều, "nhân dân" được phép nằm ngủ. Nhưng cả ngày ngồi bó gối 8 tiếng. Hết giờ hành chính ăn uống vài phút, bị bắt phải nằm. Không được đứng dậy đi lại vì như thế là mất trật tự. "Nhân dân" cứ nằm triền miên từ 6 giờ tối đến 7 giờ sáng hôm sau. Muốn đứng dậy vươn vai, hay đi lại vài bước không được phép. Nằm triền miên, ngồi triền miên, các khớp xương, dây gân nhức nhối, tê dại, máu huyết không lưu thông trước sau rồi cũng đổ bệnh vì đề kháng cơ thể kém do không được rèn luyện. Lại thiếu chất, thành ra "nhân dân" đa phần mắc bệnh phù thũng, người như túi nước lùng bùng. Quản giáo đi qua khen.

- Đấy sang buồng này béo hẳn ra nhé, còn kêu ca gì

không?

Sau giờ hành chính, điểm tù. Là thời điểm nhộn nhạo nhất, lúc này quản giáo chính và quản giáo phụ đang bàn giao công việc. Đây là giờ đáng sợ nhất của các "nhân dân" đã làm trách nhiệm, trật tự phật ý. Hai tên trật tự lớn vì được ăn đầy đủ, tập thể dục hàng ngày sẽ đến gần tên "nhân dân" gầy gò, ốm yếu vì đói ăn, thiếu vận động. Những tên trật tự đi xung quanh như những con hổ vờn mồi, không khí trong phòng ngưng đọng lại. Bất ngờ một tên trách nhiệm tung cái khăn vắt trên vai vào cổ "nhân dân" thít chặt lấy và đè xuống. Tên còn lại giơ gót chân thật cao và dận xuống sườn, hông, ngực "nhân dân". Tên đánh rất tài tình, nó nhằm chính xác nện cú nào ra cú đó vào chỗ hiểm. Đánh thế cốt còn cho người khác nhìn thấy mà sợ lại không để lại vết tích. Tên thít cổ còn tài tình hơn, cái khăn thít cổ người "nhân dân" lúc được nới ra cho thở được vài hơi rồi lại thít lại, nhả ra rất nhịp nhàng. Người bị đánh chỉ kịp hít lấy hơi thở chứ không kịp kêu, vì chớm định kêu cứu chiếc khăn đã thít lại rồi. Hôm sau đến giờ mở cửa mang cơm vào, tên "nhân dân" bị đánh xô ra báo cáo cán bộ việc mình bị đánh. Cán bộ sẽ hỏi đánh chỗ nào, có dấu tích không. Tên "nhân dân" vén áo lên chỉ vào sườn, ngực nhưng không có vết bầm nào cả. Quản giáo hỏi ai đánh, tên "nhân dân" chỉ vào bọn "trật tự". Quản giáo hỏi "trật tự" đúng mày đánh nó không. Bọn "trật tự" lắc đầu. Quản giáo hỏi các phạm nhân khác có đúng là xảy ra đánh người không. Các phạm nhân khác người cúi đầu không nói, người thì đồng thanh bảo không có. Quản giáo phán.

- Không có vết tích gì, không ai nhận đánh mày, không ai làm chứng. Chỉ có mỗi mày là kêu, lúc kêu ở phòng này, cho sang phòng khác cũng kêu. Mày có chấp hành được nội quy không hay muốn tao cho đi cùm. Vào đây phải biết điều, đừng có mà vớ vẩn.

Trong nhà tù được một tháng hai lần ăn thịt, mỗi miếng thịt to gần bằng bao thuốc lá, nhưng toàn là mỡ với bì. Từ nhà bếp đưa lên thịt chỉ may lắm có miếng dính tí nạc. Miếng thịt mỡ đó đưa vào phòng, "các anh" đun qua một lần, miệng thịt ra mỡ nước tóp đi phân nửa. Sau đó "các anh" chia cho đầu người trong buồng "nhân dân" còn được mỗi mẩu bì. Mỡ nước đun ra từ thịt các anh để dành dùng xào rau, tráng trứng ở bữa ăn của các anh. Nhưng phải nói thịt mỡ hay bì tốt cho "nhân dân" hơn thịt nạc. Vì "nhân dân" toàn ăn cơm không với muối, chất rau, hoa quả không có nên hay bị bệnh táo bón. Nửa tháng một lần đến ngày trại phát thịt, ăn được miếng thịt mỡ hay miếng bì giúp bộ phận tiêu hóa trơn tru hơn.

Đến ngày Tết thì "nhân dân" được ăn thịt khá gần với tiêu chuẩn. Vì bọn bếp, trách nhiệm gia đình gửi quà vào nhiều món ngon ăn không hết. Lấy thêm thịt trại phần tù cũng không để làm gì, nên chúng đại xá cho "nhân dân" được hưởng xấp xỉ 7 phần 10 tiêu chuẩn trại cấp. Cá biệt có bọn "trách nhiệm" quá tàn bạo, chúng đổ thịt đi với lý do, ở đây cho ăn, cho uống và cho sống là quyền các anh. Chúng nói.

- Không phải trại cho mày là mày được hưởng. Chúng mày phải ăn miếng thịt trại phải biết ơn các anh đã cho chúng mày ăn, mà biết ơn thì phải tỏ bằng hành động với các anh. Còn không thì để đảm bảo an toàn vệ sinh phòng. Thịt này chúng mày chưa đến "tuổi" ăn. Phải để dành ăn dần, không ăn nhiều một lần là bội thực. Đây các anh cất đi hộ chúng mày, các anh không lấy, cả năm có một lần Tết trại cho chúng mày thế nào thì hưởng thế.

Thịt cất hai ngày là thiu bốc mùi, "các anh" đưa ra cho ăn, hoặc "các anh"đổ đi để đảm bảo sức khỏe cho "nhân dân".

12.

Cuộc sống trong trại tạm giam đối với tù nhân thường chỉ vài tháng đến một hai năm, trại tạm giam là nơi chờ xử án. Khi có án tù xong, phạm nhân được chuyển đi các trại cải tạo. Xuống trại cải tạo phải lao động, đó mới là nơi sống dài nhất của phạm nhân trong thời ở tù. Ở trại tạm giam phạm nhân chỉ ngồi trong buồng giam. Nhưng xuống trại cải tạo họ phải vác than, gạch, đá... lao động thô sơ bằng sức người. Có những phạm nhân án không dài thì lo lót ở lại trại tạm giam làm vệ sinh, bếp hoặc ở trong buồng làm trách nhiệm, trật tự.

Khi có lệnh chuyển đến trại cải tạo, phạm nhân tâm trạng khác nhau. Kẻ khổ quá thì an ủi thôi thì xuống trại cải tạo có khi đỡ hơn ở đây. Ra ngoài lao động còn nhặt nhạnh được cọng rau, con nhái, cá liu riu cải thiện. Kẻ đang bon chen, lo lót mới được cuộc sống tươm tất khi chuyển đi lại buồn bã nghĩ cảnh phải tạo dựng lại từ đầu. Muốn ở lại trại tạm giam làm bếp, vệ sinh mất khá nhiều tiền đặt một cục to đầu tiên, hàng tháng lại phải thêm khoản nhỏ nữa.

Tôi làm vệ sinh, cơm canh cho cả buồng 6 – 8, một chiều quản giáo bảo tôi đi lên phòng ông đội trưởng quản giáo gọi tắt là Ban Đội. Tôi lên đến nơi đứng ở cửa phòng cất tiếng chào. Ông Ban Đội gọi vào bảo ngồi ghế, cho hút thuốc lá Malboro đỏ, uống trà. Ông hỏi han gia cảnh, phạm tội rồi bảo từ giờ chia cơm canh xong ở buồng, lên đây giặt quần áo, lau dọn, đánh ấm chén ở buồng ông ấy. Phục vụ Ban Đội thường là tù có rất nhiều tiền, hay gia đình quen biết thế lực. Nhưng tôi được lựa chọn không phải do những điều thông thường ấy. Ông Ban Đội dường như đã quan sát tôi làm việc bên ngoài phòng 6-8 vài lần, hỏi lý lịch quản giáo và chỉ đích danh tôi lên. Ông Ban Đội đang phấn đấu lên Ban Giám Thị cho nên ông không ăn tiền lặt vặt. Lúc phục vụ nhiều ông, thỉnh thoảng ông có nhiều trà thuốc lại bảo tôi cầm lấy về mà dùng. Ông oai nghiêm đến quản giáo cũng khiếp, các loại tù trách nhiệm, trật tự thuộc hàng đại ca, anh chị cũng khiếp ông, nếu để ông thấy vi phạm gì đừng có nói chuyện lo lót, chỉ có nước đi cùm. Trừ vài trường hợp đặc biệt vì quá nhiều tiền hay gia đình quá thế lực thì được tha, tha thì tha nhưng cũng sợ vỡ mật.

Ông Ban Đội làm việc rất nghiêm túc và chăm chú. Tôi luôn ở một chỗ nào đó ông không nhìn thấy, ông chỉ gọi nhỏ một tiếng là tôi có mặt. Ông rất hài lòng về tôi. Ông thường gọi tên tôi và xưng tôi. Tôi thì xưng cháu, gọi chú, một cách gọi rất xa lạ với trong nhà giam. Phục vụ ông một thời gian, cùng với những lần giáo tiếp với quản phụ Đ. Tôi rút ra một kết luận các quản giáo, cai tù luôn thích tiền, rất thích nhận tiền và tù thường chọn cách đưa tiền để kiếm vị trí ngon lành trong trại giam. Nhưng có thể vẫn có một cách nào đó không cần mất tiền, không cần nịnh nọt, không bép xép, không phải đánh đập ai... vẫn được cai tù chọn lựa. Cái giá tiền để phục vụ Ban Đội, phải gia đình phạm nhân nào giàu lắm mới lo được, mà không khéo lúc phục vụ không vừa ý lại bị mất chỗ. Ở chân phục vụ Ban Đội tôi được tù nhân và quản giáo nể, họ nghĩ rằng gia đình tôi không giàu nhưng chắc có họ hàng thân quen hay thế lực gì lắm mới thế.

Tôi nghĩ nhiều cai tù, quản giáo cũng là con người. Vì tính chất công việc phải đối phó thường xuyên với đủ loại lưu manh, và cơ chế chạy chọt lo lót chốn quan trường cho nên họ phải sống vậy. Họ lạnh lùng quay tiền của phạm nhân để sống, vì họ cũng không trông chờ sống được vào đồng lương còm và họ còn cần tiền nộp cho cấp trên để được bao che. Tuy vậy một số người trong họ vẫn còn một chút gì đó lương tri để trắc ẩn trước một vài trường hợp tù nhân và họ xử sự không phải lúc nào cũng vì đồng tiền.

Ngày tôi có tên chuyển xuống trại cải tạo, ông Ban Đội gọi tôi vào hỏi.

- Có muốn ở lại đây với tôi không?

- Án cháu dài lắm, cháu ở đây lâu cũng khó, thôi cháu đi chú ạ.

- Tôi còn ở đây lâu hơn cậu, tôi có thể giữ cậu ở đây, nhưng tôi để cậu nghĩ.

- Cháu đi chú ạ.

Ông nhìn tôi, rồi gật đầu. Ông giở ví lấy ra đưa tôi 300 nghìn bảo.

- Cầm lấy, bước đầu xuống đó gia đình chưa, còn có cái dùng.

Tôi hai tay đỡ tiền, chả bao giờ tôi hình dung có chuyện này. Tôi chứng kiến thường xuyên việc quản giáo, cai tù đút tiền của tù nhân vào túi bình thản, miệng cười nói như không. Ở lại phục vụ ông tôi sẽ có một đời sống sung sướng, về vật chất còn sướng hơn cả bên ngoài nữa, Tù nhân khác nhìn thấy tôi đều nể trọng, nếu tôi đi cuộc sống phía trước chắc chắn là gian nan, khổ ải. Nhưng tôi không muốn nhận ơn huệ nữa, bởi nếu quy ra tiền thời điểm đó ở mức án tôi mà làm phục vụ ban đội thì phải đến vài cây vàng.

Tôi vào buồng lấy đồ, chào quản giáo. Quản giáo hỏi sao không ở lại, Ban Đội nói là xin bảo lãnh cho mày đó. Tôi bảo tôi muốn đi xuống trại cải tạo vì ở đó được ra ngoài thiên nhiên thoáng đãng hơn. Tôi hỏi quản giáo sao Ban Đội tốt vậy, quản giáo nói.

- Mày không hiểu được đâu, chúng mày tù có năm tháng, chúng tao là tù cả đời. Mày về lần này chịu khó làm ăn, người như mày không nên làm gì để vào chốn này.

Tôi chào quản giáo, khoác túi ra sân chờ xe đưa đi

chuyển trại cải tạo. Chẳng biết là trại nào, người ta không thông báo. May thì ở trại gần, không may ở trại xa xăm, rừng rú. Câu nói của quản giáo vẳng bên tai, sau này quãng đời tù còn lại, vài lần tôi được nghe lại từ cai tù, quản giáo khác. Họ cũng có nỗi niềm như những con người khác.

Những người bạn tù cũng đi chuyến đó lao xao hỏi nhau đi đâu, họ trao đổi chớp nhoáng những vật dụng, đồ đạc. Trên nét mặt ai cũng lo âu, có cả nét sợ hãi. Đi đến một nơi mới sẽ có cảnh ma cũ bắt nạt ma mới. Lại màn man rợ trấn lột dưới mác kiểm tra nội vụ, rồi đánh đập phủ đầu dưới cái tên học nội quy. Tránh làm sao được, tù thì nơi đâu cũng vậy. Tôi không sợ, chỉ thấy buồn.

Chúng tôi trèo lên xe tải, một người công an đứng sẵn cầm còng khóa tay hai người chúng tôi với nhau. Xe chạy từ sáng đến chiều tới trại cải tạo. Chúng tôi xuống xe, được mở khóa và tập trung ở sân bên ngoài. Cán bộ trại đọc tên và chúng tôi được phân vào hai buồng mới. Những tên tù ở trại cải tạo nhìn chúng tôi soi mói. Khi chúng tôi vào đến buồng, một đám tù cũ đi vào, một tên tù cầm chùm chía khóa mở cửa như cán bộ gọi chúng tôi mang hết đồ đạc ra sân sắp hàng. Tên tù cầm chìa khóa nói.

- Chúng mày có đồ gì vi phạm tự giác bỏ ra, nếu để chúng tao kiểm tra thấy thì hết đường về quê mẹ. Ở ngoài chúng mày là người, nhưng vào đây mạng người không bằng con chó. Thằng nào chỉ cần "lệch" cái lông mày là biết tay các bố luôn, đừng nói là "bật" lại.

Cuộc kiểm tra có đồ vi phạm là một cuộc ăn cướp công khai, trừ quần áo cũ, chăn màn cũ ra. Những quần áo còn tốt hay giá trị bị chúng lấy sạch. Sau tôi mới biết những quần áo chúng lấy đó sẽ chuyển về thành phố bán cho các cửa hàng bán quần áo cũ. Trong lúc khám đồ, có một hai phạm nhân giằng lại cái áo gì đó chắc là kỷ vật người thân hay giá trị. Bị bọn tù cũ xúm lại quật ra, dùng ổ khóa cửa to bằng nắm tay giã mươi nhát vào lưng. Người bị đánh đổ vật xuống đất, bọn tù cũ kéo lê như kéo lợn ném vào trong buồng và quay ra tiếp tục khám xét tiếp.

Đến lượt tôi bị khám, tôi đưa ra 300 nghìn nói.

- Em có ít tiền, anh lấy hết, cho em xin lại một ít mua gia vị vì em không có đồ ăn.

Mấy tên xúm lại nhìn tôi, chúng hỏi tiền đâu ra. Tôi bảo tiền của cán bộ áp giải trên đường xuống cho vì là người gần nhà. Một tên hung hãn nhất chửi.

- Đm không cho mày đi cùm vì tội mang tiền vào trại, còn định xin lại ít tiêu à.

Hắn tát tôi một cái rất đau. Định xông vào đánh tiếp, nhưng tên cầm khóa nói.

- Nó tự giác đưa thế là tốt, khám xem nó còn gì không?

Chúng khám tôi rất kỹ, không còn gì cả, tên cầm khóa nói.

- Tiền thì các anh phải thu, mày chưa đến tuổi dùng, gia vị tí nữa sẽ có cho mày.

Cuộc khám xét và đánh đập tiếp tục, có thêm hai tù mới bị đánh nữa vì tội giấu tiền và giấu đồ, cả hai đều bị đánh đến mức không gượng dậy. Bọn tù cũ xốc nách quẳng vào buồng giam.

Bọn tù mới chúng tôi thành trắng tay hoàn toàn, sau cuộc khám xét vào buồng kiểm điểm lại đồ đạc thì mất hết. Đồ ăn, trà, thuốc, diêm, gia vị... quần áo đều mất sạch, chỉ còn những bộ quần áo cũ mềm và bát, thìa nhựa. Việc còn bát thìa bằng nhựa không bị thu là do ở trại cải tạo việc đun nấu thoải mái không như trên buồng tạm giam, nên không cần dùng đến đồ nhựa làm chất đốt.

Đến giờ cơm mang tới, tên trùm mở khóa cho hai tên đàn em mang cơm vào. Một tên mang cơm chửi.

- Đm cái thằng xin gia vị đâu.

Tôi bước ra dạ.

Nó đưa gói gia vị cho tôi nói.

- Tù ở đây các anh cho thằng nào thằng đấy ăn, cấm được cho thằng khác không no đòn biết chưa?

Tôi dạ rồi mang gia vị vào chỗ mình ngồi. Hai tên chia cơm cho chúng tôi xong đi ra. Cơm trại cải tạo tơi hơn cơm trại tạm giam. Tôi rắc gia vị lên bát cơm ăn, khi ấy tôi thấy những đôi mắt bạn tù mới đang trệu trạo nhai cơm không, họ thèm khát nhìn gói gia vị tôi có. Tôi cắm mặt ăn, ngượng ngùng không dám ngẩng đầu lên. Đám tù mới nhìn thèm, nhưng họ hiểu tôi không thể san cho họ được.

Đêm xuống, mấy người bị đánh rên đau đớn, bạn tù xúm quanh xem chỗ họ bị đánh. May tôi còn hộp dầu cao. Lúc tôi đưa tiền cho bọn tù cũ, chúng chăm chăm khám xét tôi xem có tiền nữa không. Những thứ đồ khác chúng bỏ qua vì đầu óc chúng chi phối vào chuyện tìm tiền. Gia vị tôi không chia sẻ được vì chúng đã nói vậy. Còn hộp dầu cao tôi lấy ra đưa cho mấy người bị đánh, tôi xoa cho họ, vết ổ khóa nện vào lưng sưng nổi u tím bầm bằng từng quả trứng vịt ở hai thăn sống lưng.

Sáng hôm sau, ngày đầu tiên chúng tôi xuống trại cải tạo. Tên trùm cầm chìa khóa và ba tên đàn em đi vào tuyên bố.

- Thằng nào gặp gia đình phải nộp 2 bao 555 và 150 nghìn nghe chưa? 150 nghìn bằng 1/3 mức lương bình thường của một người làm ngoài xã hội bấy giờ.

Chiều đến có hai người đi gặp gia đình. Một người trong số họ không có tiền nộp vì gia đình không mang theo. Gia đình nó đến trại tạm giam gửi quà nghe thông báo nó chuyển đi cải tạo liền đi xuống luôn không mang tiền đủ. Đến xẩm chiều bọn tù cũ gọi nó ra, bắt quỳ xuống, tên to con nhất dùng hai chân kẹp đầu tên tù mới, rồi chậm rãi dùng ổ khóa nện từng nhát mạnh vào lưng tù mới. Hắn đánh khoan thai, thong thả, nhát nào rõ nhất đó cực mạnh nghe thành tiếng huỵch, huỵch. Khi hắn buông hai chân ra, tên tù mới đổ vật xuống đất nằm bất động. Bọn tù cũ khiêng vào buồng vất giữa buồng và nói.

- Đm các con chó nhìn gương này nhé.

Các tù mới học nội quy trại cải tạo trong vòng 15 ngày. Thời gian đó gia đình lác đác đến thăm, người có tiền không sao. Người không có tiền lại bị nọc ra đánh tàn bạo trước mặt các tù mới.

Hết 15 hôm, chúng tôi được phân đi các đội.

Tôi leo lên xe ô tô tải, tay bị khóa cùng với một bạn tù nữa. Xe chở chúng tôi qua làng mạc rồi đến một bãi sông vắng vẻ, quang đãng, thấp thoáng những cái lò gạch. Một người trong chúng tôi nói.

- Chúng mình ra đội gạch rồi.

Đó là mùa hè năm 1995. Chúng tôi đến đội mới vào giữa trưa, trời nắng như đổ lửa. Những tù cũ ở đây ai cũng gầy sắt người và đen cháy. Tôi nhìn thấy sự gian khổ trên thân hình, nét mặt của họ.

Quản giáo đội gạch khá đẹp trai, ông ta ngoài 40. Môi mỏng, quai hàm vuông. Ông ta gọi từng tù ra hỏi nhà cửa, tội danh, án phạt để đối chiếu danh sách. Đến lượt tôi ông ta nói.

- Cố gắng ở đây cải tạo tốt, rồi "thầy" nhìn nhận cho.

Tôi biết ông ta nhầm, ông ta nhìn bộ dạng tôi khỏe hơn các tù khác, lý lịch nhà tôi ở khu Hoàn Kiếm.

Ông đang nghĩ gia đình tôi khá giả. Thực sự gia đình tôi lúc đó rất khó khăn. Bộ dạng tôi khá hơn tù khác là vì tôi ở trại tạm giam phục vụ Ban Đội nên có điều kiện hơn. Cái ánh mắt của ông ta nhìn tôi như đánh giá con mồi, đánh giá xem gia cảnh nhà thằng tù này thế nào, kiếm chác được hay không. Tôi bỗng nhiên chán nản vô cùng, số phận không phải lúc nào cũng suôn sẻ.

Tên đội trưởng dẫn chúng tôi vào buồng giam, đó là căn nhà cấp 4 thấp lè tè. 60 con người tù trong căn nhà chật hẹp, chúng tôi nằm xoay lưng người này áp người kia giữa tiết hè. Không cục cựa nổi. Mờ sáng chúng tôi ra bãi đất trống bắt đầu cuộc cải tạo để thành người lương thiện, phải lao động để nhận ra giá trị của cuộc sống, phải làm ra của cải bằng bàn tay mình để nhận thức được cái quý báu cuộc đời, như thế mới hiểu rõ tội lỗi mình gây ra, mới ý thức sâu sắc việc ăn năn hối cải mong muốn thành người lương thiện. Đó là những lời của cán bộ giáo dục dạy chúng tôi 15 ngày đầu trong trại, kèm với những trận đòn của bọn tù trong trại. Nói thêm là đội tù gạch của chúng tôi là đội lẻ ở cách trại vài chục cây. Có nhiều đội lẻ như vậy trong bán kính quanh trại vài chục cây. Các quản giáo tự đi nhận việc với các chủ lò gạch để cai lao động. Có quản giáo đầu tư tiền làm lò gạch luôn. Chỉ có quản giáo mới vào nghề thì dẫn tù đi nhận lao động công. Các quản giáo quen nghề đều tự bỏ tiền đầu tư làm lò gạch tự kinh doanh như một ông chủ. Họ nộp tiền cho trại khoản nhất định, còn đâu họ hưởng. Có những quản giáo làm ăn được thì muốn thêm tù làm, thì nộp tiền cho trại theo đầu người để lấy thêm tù.

Chúng tôi vừa là tù, vừa là những người lao động không công.

Công việc của chúng tôi là vác gạch ướt từ cái máy đùn gạch mang đến chỗ sân phơi gạch cách cái máy khoảng 100 mét. Mỗi ngày một người phải vác 1200 viên, sáng 600 viên, chiều 600 viên. Mỗi lần vác là 5 viên gạch ướt. Tính ra một ngày một tù nhân đi quãng đường là 1200 viên chia cho 5 nhân với 100 mét đi có mang gạch, 100 mét quay lại không mang gạch. Mỗi viên gạch ướt xấp xỉ 2 kg, 5 viên là 10 kg.

Chúng tôi vác dưới cái nắng cháy da, cháy thịt. Môi khô nứt nẻ vì khát, mồ hôi chẳng còn vì cơ thể cứ ra giọt nào nắng đã đốt khô. Đói, khát, kiệt sức, chúng tôi đi như những cái máy. Mới đầu còn thấy đói, khát và nhức nhối các khớp xương theo bước chân và đôi vai. Sau mọi thứ tê dại, chúng tôi không nghe, không thấy, không cảm thấy gì hết. Cứ thế cơ thể đi như những cái máy, trong đầu cũng không có cả đến ý nghĩ nào nữa. Vài tên tù được quản giáo cắt đặt đốc thúc chúng tôi làm. Những tên tù cầm roi, nếu ai đi chậm hoặc làm rơi gạch, lập tức những chiếc roi quật bỏng rát trên lưng. Trước sự chứng kiến của quản tù phụ cầm súng AK47 ngồi trong bóng râm với chai bia hay nước ngọt.

Quản giáo chính ít xuất hiện chỗ tù làm, ông ta đi

giao dịch với các nơi xây dựng hay cơ sở mua bán vật liệu xây dựng lo chuyện bán gạch. Ông ta còn phải lo mua than, ký hợp đồng khai thác đất với chính quyền địa phương. Như một chủ doanh nghiệp, hàng ngày ông ta đến chút buổi sáng xem công việc và chiều tối đến điểm danh nghe báo cáo tình hình lao động và tư tưởng của tù. Ông đi cái xe Honda Dream II, loại xe đắt tiền thời đó. Mặt mũi trơn tru và đỏ au, bóng nhẫy vì nhậu nhẹt giao dịch khách hàng. Giúp ông ta có hai cảnh sát nghĩa vụ cầm súng AK47 đầy ắp đạn để trông tù và những tên tù trách nhiệm duy trì công việc trôi chảy bằng những chiếc roi, gậy, và dây thừng trói.

Ông ta tên là Sáu, vợ ông ta khá đẹp, bà ta đôi khi cũng đến chỗ tù thay ông ta nhận than từ xà lan dưới sông hoặc giao gạch cho khách hàng. Hôm nào bốc gạch giao hàng bà ta mua cho chúng tôi thịt ba chỉ ăn thêm.

Có hai người tù không chịu đựng được, một người quá gầy gò, một người dạng công tử bột. Họ bị trói giật tay về đằng sau. Quản phụ dùng báng AK thúc vào ngực họ, trách nhiệm dùng roi vụt lưng họ trên đường dẫn từ chỗ làm gạch về khu buồng giam. Họ bí trói treo ngược lên cái xà ngang mà cán bộ dùng để tập thể dục chờ quản giáo về giải quyết.

Quản giáo về lập biên bản họ vì tội chống đối lao động, đưa về trại tống vào xà lim cùm chân 15 ngày. Sau đó sẽ chuyển lại về đội. Người tù bị lập biên bản đi cùm sẽ mất đi việc được xét duyệt giảm án vài tháng một năm. Chuyện chống đối lao động vì thế phải bất đắc dĩ lắm tù mới dám làm.

Đôi chân tôi đau nhức, vì đi nhiều quá, chất nhờn ở các khớp xương tiết ra không đủ. Chỗ các khớp xương sưng tấy. Mỗi bước đi cơn đau nhói đến tận đỉnh óc. Tôi thấy căm hận tên quản giáo, tôi nghĩ lũ tù thật hèn. Ngoài xã hội vì câu nói, va chạm nhỏ chúng sẵn sàng rình nhau cả tháng để trả thù nhau bằng dao, gậy, gạch. Vào nhà tù bị quản giáo hành hạ như nô lệ, súc vật thì chúng lại coi chuyện đó là đương nhiên. Và khi được chút trọng dụng của quản giáo, chúng lại đầy oai phong để hành hạ, đánh đập những tù nhân khác. Suy nghĩ làm sự căm hờn của tôi dâng cao dần. Mà việc gì tôi phải sợ, nếu chúng không đánh chết được tôi lúc này. Tôi sẽ báo thù kể cả tên quản giáo lẫn những tên nào nếu đánh tôi, thậm chí ngay tại đây cứ vớ được cái gì đập vào đầu tên tù hay tên quản giáo rồi đến đâu thì đến nếu không nhịn được đến ngày sau.

Đêm đến các khớp xương càng đau hơn. Tên tù nằm cạnh thì mồm xoen xoét một điều hãy nghe các anh, nghe thầy, nào là mày được thầy nói câu "nhìn nhận" là quý hơn vàng. Trước sau thử thách thời gian là mày sẽ làm được trách nhiệm. Tên tù đã đi mấy lần, hắn kể lần tù trước vợ hắn kiếm được nhiều tiền nên hắn được làm đội trưởng, cũng khét tiếng ở đội 16 trại này. Giờ vợ hắn kém tiền nên hắn phải chấp nhận lao động thế này thôi. Tôi mê man trong cơn đau, đói, mệt. Tôi trào nước mắt nhớ mẹ. Tôi không ngờ rằng cha mẹ tôi sinh tôi ra, để rồi tôi đi những bước đời sai lầm đến nỗi tấm thân cha mẹ sinh thành, nuôi nấng giờ thành con vật trong tay người ta. Đáng ra giờ này tôi sắp ra trường đại học, sắp có chỗ làm để mẹ tôi mát mặt thì tôi đem thân mình vào chốn lưu đầy ê chề này. Nếu mẹ tôi biết tôi đang khổ thế này ruột gan mẹ tôi sẽ đứt từng khúc. Dòng suy nghĩ trong cơn đau nhức nhối và cơn đói quặn ở dạ dày khiến trong tôi chỉ còn sự căm thù, tôi thấy tối tăm không còn gì để hy vọng và tha thiết ở cõi đời này nữa.

Sáng ấy, trong đầu tôi chỉ có hình ảnh tên quản giáo và những tên tù trách nhiệm.

Trời gần trưa, ở quãng đi về chỗ lấy gạch, tôi gặp vũng nước nông choèn đầy nòng nọc và rêu. Cơn khát trỗi dậy, tôi quỳ xuống đập nhẹ tay trên mặt nước để lũ nòng nọc chạy ra xa, cố gắng vục tay thật nhẹ để bùn không khuấy theo. Tôi bụm tay uống được vài ngụm nước nóng rẫy vì nắng và tanh lòm mùi bùn và sinh vật. Tên tù trách nhiệm gọi tôi lại hỏi.

- Ai cho mày uống nước giữa chừng?

Tôi nhìn thẳng vào mặt hắn mỉm cười nói.

- Vì tao sẽ về trại chịu cùm, tao không làm nữa.

Hắn sững sờ nhìn tôi, chiếc roi đung đưa theo suy nghĩ của hắn. Tôi đã nói đến cái giá cuối cùng tôi chấp nhận, có nghĩa kể cả việc hắn đánh tôi thì khả năng tôi đánh lại là có. Vì đằng nào cũng đi cùm, thì tội đánh nhau hay tội chống đối lao động cũng thế. Mà tội đánh nhau tất hắn có liên quan, còn tội tôi chống đối lao động thì hắn chả liên quan gì.

Hắn gọi quản phụ.

- Thầy ơi! Thằng này bảo không làm này.

Quản phụ xách AK47 lại gần, hất hàm hỏi sao mày không làm.

Tôi nhìn anh ta, nói rõ.

- Tôi muốn về trại chịu kỷ luật, tôi đủ sức bị cùm chứ không còn sức làm. Việc không lao động đã có quy chế của trại. Ông đánh tôi là cá nhân ông có thù với tôi, chứ luật trại có quy định để ông xử lý trong trường hợp chống đối lao động thế nào.

Quản phụ nhìn tôi lát rồi nói.

- Tao không có thù cá nhân với mày, mày không lao động, phải trói mày lại không mày trốn. Đợi quản giáo về xử lý, việc tao làm có vậy.

Tôi quay giơ hai tay ra đằng sau người nói.

- Vâng, ông trói đi.

Quản phụ cầm dây thừng tên trách nhiệm đưa, trói tay tôi lại, thừa ra một đoạn hắn cầm dẫn tôi về khu buồng giam. Quản giáo hôm nay có mặt ở đó, ông ta ngạc nhiên thấy tôi là người bị cùm, ông ta hỏi.

- Sao đánh nhau hay chuyện gì?

Quản phụ báo cáo.

- Thưa anh, chống đối lao động ạ.

Quản giáo Sáu nhìn tôi ngỡ ngàng chắc ông ta không nghĩ tôi là loại chống đối như vậy, ông ta bảo quản phụ tháo dây cho tôi, gọi tôi vào buồng, cho uống nước trà và hút thuốc. Ông ta hỏi tôi sao không làm, tôi giơ bàn chân ở chỗ quanh xương mắt cá sưng tấy nói không thể đi được nữa. Giờ xin về trại chịu cùm vì tội không lao động. Ông ta cười, bảo đau quá thì xin thầy cho nghỉ, sao lại chống đối ngoài hiện trường lao động làm gì. Thôi vào buồng mà nghỉ mấy hôm.

Tôi vào buồng, nghỉ hai hôm, đội tù lao xao vì việc tôi chống đối mà không bị sao lại được nghỉ. Hôm thứ ba hết đau, tôi đi làm, trong lòng cũng không còn những cơn giận dữ nữa.

Mươi hôm sau một người công an đi xe máy vào khu chúng tôi. Bọn tù bảo nhau.

- Cán bộ ở trại ra.

Tôi tự nhiên linh cảm rằng điều đó liên quan đến tôi. Y rằng quản giáo gọi tôi về. Ông ta bảo.

- Sao không ở đây với thầy, về trại làm gì cho bí bách, gò bó. Rồi thầy thu xếp cho chỗ đứng cải tạo. Mày án dài tao cũng muốn ở đây với tao lâu, giúp tao.

Tôi lắc đầu, giờ tôi về trại thoát khỏi nơi này đã, sao mà về thì tính sau. Họ bàn giao giấy tờ, người cán bộ trại buộc tay tôi hờ hững và bảo tôi ngồi sau xe máy ông ta. Chúng tôi đi một đoạn xa trại thì anh thứ ba của tôi và bạn anh đứng ở góc đường đợi. Thì ra anh tôi biết đội gạch khổ thế nào, anh tôi lẳng lặng nhờ người quen là anh bạn đi cùng lo cho tôi về trại nơi có đội vệ sinh hay rau nhàn hơn rất nhiều lần.

Anh bạn anh trai tôi bảo người cán bộ khi vào quán ăn ở thị trấn

- Thầy cởi trói cho nó chứ.

Cán bộ nói.

- Trói gì đâu, tự nó cởi được mà.

Tôi bỏ sợi dây nilon vòng quanh tay ra.

Tôi ăn bát phở nóng sau nhiều ngày không thấy, ở giữa quán ăn đông đúc, như một người dân bình thường. Anh tôi mua cho tôi một số thứ đồ dùng, tôi theo người cán bộ về trại.

Bọn tù đại ca ở trại gọi là bọn "thi đua", tôi trở về trại không thấy chúng khám đồ, tên trùm "thi đua" hỏi tôi ở đội gạch về phải không, hắn bảo ngồi đây đợi hắn đi lấy chìa khóa buồng. Lát sau hắn quay lại cùng với cán bộ trực trại tên H. Cán bộ trực trại tên H nổi tiếng về sự ngang tàng, coi thường cả Ban Giám Thị, tù nào thấy cán bộ H cũng sợ. Cán bộ H bảo.

- Mày em thằng T chợ Giời à?

Tôi gật đầu.

- Vâng ạ.

Anh T chợ Giời Trần Cao Vân là bạn của anh thứ ba tôi, có đi cùng anh tôi đón tôi về ở đội gạch. Anh buôn bán ở chợ nên quan hệ nhiều, anh cũng khá giả và rất quý anh trai tôi. Có lẽ anh tôi đã nhờ anh lo lót cho.

Quản giáo bảo trùm thi đua.

- Xem có đồ gì lấy cho nó, nhìn như thằng ăn mày.

Thi đua dẫn tôi về buồng đội rau xanh cuả trại. Vài tên đàn em thi đua mang quần áo, chăn màn cho tôi và hỏi cần gì không. Tôi không cần gì cả, giờ chỉ cần ngủ. Đội rau xanh đi làm bên ngoài trại chưa về, tôi nhìn thấy đồ đạc của đội khá nhiều, quần áo cũng tốt, có cả xoong nồi, ti vi. Nơi đây cuộc sống khác nhiều với đội gạch trước.

13.

Cuộc sống đội mới dễ chịu hơn. Hàng ngày chúng tôi đi ra ngoài trại trồng rau, cuốc đất. Tôi được giao một khoảnh ruộng trồng rau muống cạn. Hàng ngày gánh nước tưới rau, nhổ cỏ, vun xới tự giác làm. Không bị ai đốc thúc, miễn rau tốt thì thôi. Đội trưởng đội mới là em vợ của trùm giang hồ Khánh Trắng, nên hắn cũng không thèm đánh đập quay quắt tù nhân khác. Tầm hắn chỉ đụng độ với các anh chị có tên tuổi, tiền nhà hắn cũng nhiều, nhà hắn lên thăm tuần mấy lần. Bọn tù trong đội chỉ cần tự giác, việc thằng nào thằng đấy làm cho tốt là yên ổn.

Sau tôi mới biết đây là đội điển hình của trại, đội mà tù gọi là "con ông cháu cha. Con bà hàng phở" Trong đội rau toàn con của cán bộ công an, quân đội, con của các nhà lắm tiền, con cả của giáo sư, tiến sĩ... thân phận tôi là thấp kém nhất, ngang bằng con em của mấy thằng nhà không giàu nhưng có họ hàng với các cán bộ khác trong trại giam. Đội rau toàn tù gia đình khá giả nên chuyện vật chất của nhiều tù nhân như bên ngoài, thậm chí còn xa hoa hơn.

Nhà tôi mỗi tháng cho 200 nghìn, gửi ở nhà dân. Hàng ngày họ nấu thức ăn cho bọn tù đội tôi, có mấy gia đình dân sống nhờ đội chúng tôi để cung cấp mọi thứ. Có những tù nhân ở đội tôi một ngày tiêu đến cả một hai trăm nghìn. Ở mức nhà tôi gửi chỉ đủ cho tôi tằn tiện mua thức ăn có chút thịt, cá và xà phòng, kem đánh răng, thuốc lá và trà loại rẻ tiền. Thế là ước mơ so với hoàn cảnh nhà mình, tôi biết nhà tôi cũng cố gắng lắm.

Với những gì trải qua ở đội gạch thì việc trồng rau có nặng hơn nhưng tôi lại thích thú với việc này. Các tù nhân khác họ còn lười hơn, họ lo tiền để đi nuôi cá, cắt cỏ, chăn trâu, làm trách nhiệm. Đám còn lại chỉ mươi thằng làm việc nặng là gánh nước tưới rau. Nhẹ hơn thì làm đám cuốc hay đám xới sáo. Tôi ở đám làm nặng nhất trong đội, nhưng thế cũng vẫn hơn đội gạch. Tôi vui vẻ làm, chả cần lo lót hay nịnh bợ quản giáo hay trách nhiệm vì tôi bằng lòng an phận với công việc nặng nhất trong đội rồi.

Đội rau có con của một vị tướng công an, con một vị đại tá quân đội và vài thằng con của giáo sư như đã nói. Bởi thế cuộc sống thanh bình gần một năm nhờ hơi của đám ấy. Tất nhiên con của những vị đó khi có đợt đặc xá thường được tha ngay. Một năm có 3 đợt như vậy, gần một năm thì chẳng còn ai. Tính chất đội rau bắt đầu mang mùi vị của anh chị, tiền bạc, hối lộ như các đội khác. Chỉ có công việc thì có nặng cũng chả nặng hơn vì trồng rau không thể bới ra vác gạch được.

Đội có vài người mới vào, trong đám đó có một tên tù khoảng 45 tuổi. Anh ta gầy gò, thái độ nhút nhát, mắt la mày lém như sợ hãi tất cả. Đội rau của tôi buổi sáng đều ăn sáng, đứa nào nhà giàu ăn cháo lòng, phở ở nhà dân. Nhà nghèo thì ăn mì tôm không. Tôi thấy anh bạn tù mới không có gì ăn, tôi bảo mời anh bát mì nhé. Anh nói thèm ăn trứng luộc, nếu tôi mua hộ hai quả thì anh khi nào gia đình anh lên thăm sẽ trả. Tôi mua hai quả trứng luộc, anh ngồi ở luống rau tay nhổ cỏ, tay cầm trứng ăn mắt dáo dác nhìn quanh như đang ăn vụng.

Đến bữa ăn, anh ta lại nhờ tôi mua hộ thức ăn. Tôi mua cho anh ta suất ăn như của tôi, anh ta ăn ngon lành, thỉnh thoảng đưa mắt nhìn tôi cười rúc rích. Chả hiểu anh ta thuộc loại gì, tôi cũng không hỏi.

Ba ngày sau nhà anh ta thăm, đội rau chúng tôi gia đình đến gặp luôn ngoài đội, không cần vào trại. không hẳn gia đình anh mà là đồng bọn của anh đến thăm. Đi hai xe ô tô xịn đời mới nhất, lúc đó đến xe máy Hon Đa đã oai rồi, huống chi là ô tô Camry đen bóng.

Các bạn anh gọi anh lên phòng quản giáo gặp, họ bê từng thùng bia và đồ nhậu vào đó suốt từ sáng đến chiều. Lúc hết giờ anh ta đi ra cùng với quản giáo chào các bạn đến thăm về. Anh ta ngang tàng ngoắc tay gọi tôi đến.

- Bê giúp anh mấy đồ này về buồng.

Đống đồ của anh ta thật giá trị, cả đời tù tôi chưa nhìn thấy những thứ xa xỉ như thế. Ngay cả ngoài đời tôi cũng chưa bao giờ dùng những đồ đắt tiền như vậy xà phòng Camay, đầu gội, thuốc lá 555, thịt gà luộc, thịt hộp, cá hộp, pate hộp... bia Heneken, rượu John.

Cả đội tôi xầm xì, có người nhận ra anh ta là một tay anh chị có tên tuổi ngoài giang hồ đã lâu không thấy tăm hơi. Thì ra vậy, tôi hỏi sao lúc đầu anh vào khác thế, anh cười nói.

- Đm tao tù 4 lần, lần thứ 5 này tao vào đéo thấy thằng nào biết tao là ai, tao vờ thế xem sao, đóng giả tù lần đầu chơi ý mà. Thế nào có đúng ông em lại mua hộ anh trứng, lúc tay bốc cỏ, tay cầm trứng nhai đéo nhịn được cười, tí nữa nghẹn. Mày đúng là thằng khờ.

Anh ta cho tôi nhiều đồ trong đống ấy, lần đầu tiên tôi biết mùi thịt hộp. Ở nhà tôi có ăn bao giờ đâu, tôi loay hoay còn không mở nổi làm gẫy cái khóa nắp, phải lấy dao chọc vào mở ra.

Hôm sau anh ta được chỉ định làm đội trưởng. Anh bảo tôi ăn cùng, tôi bảo em sống kiểu em quen rồi. Nếu anh quý em thì cứ để cho em sống vậy. Chứ anh thế nào cũng được đặc xá về, em lại bơ vơ.

Anh ta nói.

- Tù có câu "mưa lúc nào, mát mặt lúc ấy". Mày không nghe à.

Tôi không nghe, nhất định ở góc riêng. Anh ở trên cùng hội trách nhiệm. Tôi làm việc trồng rau của mình chăm chút, anh làm đội trưởng tôi cũng không nhờ, không cậy gì. Không phải tôi làm cao, mà đơn giản tôi không có nhu cầu xin làm nhẹ hơn, mọi thứ gia đình tôi cho tuy không nhiều nhưng đủ cho tôi có sức khỏe lao động. Ở cùng anh ta sướng về miếng ăn, công việc nhưng chả bền bằng mình cứ chấp nhận làm và sống như mình đang ở.

Vài tháng sau, anh xích mích với đội trưởng đội khác. Tên kia ưỡn ngực thách anh dùng dao đâm. Anh đâm nhát xuyên vai. Trại chuyển anh về trại tạm giam để khởi tố thêm tội "cố ý gây thương tích". Thật đáng tiếc, chỉ cần thêm hai tháng nữa là anh được đặc xá. Bọn tù nham hiểm, chúng thường biết đối thủ sắp được đặc xá để khiêu khích lấy số má. Nhiều tay anh chị đã phải nín nhịn trước vài tên mới nổi. Nhưng anh ta thì không chấp nhận.

Tôi vui buồn với ruộng rau của tôi. Ruộng rau tôi được phân trông ở liền mấy nhà dân, lúc rảnh tôi vào nhà họ chơi, xem ti vi và nói chuyện. Tôi làm chăm lắm, luống rau của tôi lúc nào cũng tươi tốt. Vụ thu hoạch su hào đầu mùa, quản giáo bán được giá. Ông gọi tôi đến khen và hỏi tâm tư của tôi. Tôi nói.

- Nhà cháu không có điều kiện có quà cho thầy,

nên cháu làm bù. Cháu nghĩ trồng rau tốt thầy bán được giá cũng là tiền.

Ông quản giáo nói.

- Đm mày nói đúng, mày cứ làm tốt thế này, nhà không cho tiền tao cho. Đéo gì mấy cái thằng tù kia cứ thích sống bằng tiền, tao cho sống bằng tiền. Chứ tao có đòi ai bao giờ đâu. Tự chúng nó đéo muốn làm, muốn chơi thì đưa tiền tao đấy chứ.

Tôi bảo ông.

- Cháu muốn mua ít sách nông nghiệp trồng rau, trồng lúa đọc để làm tốt.

Ông quản giáo cười phá lên.

- Lần đầu tao thấy thằng tù như mày, tao để ý mày từ hồi thằng V nó làm đội trưởng. Nó nói tao nó rất quý và nể mày. Tao thấy nó quý mày thế mà mày không nhờ vả gì, tao đánh giá mày khác. Mai tao bảo cô mua sách cho. Giờ có chuyện này – ông hạ giọng- mày theo dõi trong đội có chuyện gì thì báo tao, nếu mà cần gặp báo mày chỉ cần để thùng nước giữa lối đi làm ám hiệu.

Tôi ngẩn người, giờ tôi nghĩ trước khi gọi tôi lên ông gọi thằng T người TH, khi nó bước ra khỏi phòng ông nét mặt nó rất khác, vừa đắc ý vừa gian. Tôi nghĩ cách nói cho ông ta hiểu, một lát tôi nói.

- Thầy thương cháu, cháu rất biết ơn, có thể lúc này cháu ở đây không có gì cho thầy, nhưng cháu hứa sau này cháu sẽ đền đáp. Cháu nếu có đi tù thì sẽ nhất quyết không đi vì tội lưu manh nữa đâu. Thầy cho cháu được sống như cháu đang sống, cháu sống cố gắng né tránh những gì của nhà tù, cháu không làm được những việc mà người khác làm, cháu không muốn giống họ.

Ông quản giáo thấy tôi từ chối, vẻ không hài lòng hiện rõ trên mặt, ông hầm mặt nói.

- Thôi tùy mày, tao tạo mày cơ hội để có điểm cải tạo. Mày muốn làm kiểu mày cũng tốt, thôi mày cứ làm tốt như đang làm cũng được.

Tôi ra khỏi phòng ông, cảm thấy cuộc sống tới sẽ giông tố. Có khi tôi sẽ bị chuyển đội khác. Ở đội tôi 6 tháng lại có người bị chuyển ra đội gạch vì quản giáo không ưa. Một là nhà không lo lót, hai là có vấn đề gì quản giáo ghét. Tôi ngồi nhặt cỏ trên mảnh ruộng mà cả hơn năm trời qua tôi đã gắn bó. Tôi băn khoăn không biết anh tôi có tiền để lo cho tôi ở lại đây không bị chuyển đi đội khác không. Tôi nhờ người gọi điện về, anh tôi quát là nhà không có tiền gì hết.

Mấy hôm sau tôi được báo gặp gia đình. Tôi ra chỗ gặp chỉ thấy người hàng xóm, anh ta đưa tôi 200 nghìn sinh hoạt hàng tháng và cho biết gia đình tôi khánh kiệt, đổ vỡ rất bi đát. Giờ chỉ lo tiền ăn cho tôi một tháng là quá sức với hoàn cảnh nhà.

Tháng nữa là đến giai đoạn thanh lọc chuyển đội khác. Tôi gánh nước đi giữa hàng rau mới đang nhu nhú lên xanh. Tôi nghe như thấy chúng rủ rỉ an ủi tôi. Tôi cúi xuống vuốt ve và thầm thì nói với chúng, tao sẽ phải đi ra đội gạch, nhưng tao không sợ vác gạch nữa. Thời gian chăm chúng mày vừa qua đã làm tao khỏe rất nhiều. Lúc trước tao chưa làm nặng tao mới không chịu được. Giờ thì nhờ có chúng mày tao đã khỏe nhiều rồi, nhìn bắp chân và tay tao đây này.

Tôi vẫn làm việc bình thường, có lúc đang nhổ cỏ tôi thấy ông quản giáo đi qua đứng lại nhìn tôi làm vài giây rồi ông đi.

Danh sách chuyển đội được đọc, không có tên tôi. Tôi nghĩ có lẽ vì danh sách đã được lên từ lâu, tên tôi sẽ ở đợt sau. Người cũ đi người mới lại về, tù nhân nào về đội rau cũng phải chạy tiền, dài ngắn tùy theo mức án, tùy theo quan hệ. Một thời gian sự thanh lọc lại diễn ra, những tù nhân nào "hết mầu" lại bị chuyển đi đội khác.

Đội rau có hai quản phụ trông hai đầu, các quản phụ bồng súng thờ ơ. Với đội rau thường thả rông cũng chẳng tù nào dại gì trốn, mất bao tiền mới được về đây, nên quản phụ cũng nhàn. Quản giáo chính suốt ngày chỉ đánh bài trong phòng với các quản giáo bạn. Có một tù nhân được canh cử canh gác cho quản giáo đánh bài, nếu có cấp trên đến phải thông báo ngay để quản giáo chạy kịp.

Hai quản phụ đều hiền, lạ cái các quản phụ thay nhau về đội này ai cũng hiền cả. Bọn tù bảo đó là do đội có nhiều con ông cháu cha nên quản phụ hiền. Bọn tù muốn vào nhà dân mua gì, chỉ qua xin quản phụ một câu là được đi. Cả hai quản phụ đều quý tôi.

Có tù nhân gặp gia đình biếu họ bao thuốc, dù không hút họ vẫn nhận và cho lại tôi. Cả đội tù 60 người nhưng họ chỉ cho tôi, thỉnh thoảng họ dừng lại ruộng rau của tôi và hỏi thăm tôi về gia đình, đời sống trong trại. Chẳng bao giờ tôi dám bắt chuyện với họ, vì thân phận tôi thuộc hàng thấp kém nhất đội.

Quản phụ Dũng đến ruộng rau nói.

- Tưới đạm chưa?

Tôi gật đầu, tôi nói sắp chia tay thầy rồi, em bị chuyển đội. Quản phụ Dũng hỏi sao chuyển, tôi nói nhà tôi không gặp thầy H (quản chính) bao giờ từ khi tôi về đội đến nay đã hơn một năm. Nên phải đi thôi.

Quản phụ Dũng bảo.

- Mày không đi đâu, có phải ai cũng nộp tiền là được ở lại, không có tiền là phải đi đâu. Yên tâm mà cải tạo đừng nghĩ chuyện ấy.

Tôi nghĩ quản phụ Dũng nói thế để tôi yên lòng. Có thêm gần chục tù nhân mới vào đội, phân nửa họ nhìn đều khá giả và sang trọng. Một người trong số họ có tên giống tôi. Vì có tù mới nên quản giáo đứng ra phân công việc, tù mới đến thường có gia đình sắp đặt vị trí trước, quản giáo phải phân công để chỉ định các vị trí như đã sắp xếp. Ông hướng về phía tôi nói.

- Từ giờ anh Hiếu lên làm trách nhiệm, đội phó của đội.

Tôi quay người lại, nhìn người mới trùng tên đứng

sau tôi. Anh ta mặc quần bò, đi giầy thể thao, áo khoác đẹp. Tôi chân đất, mặc bộ quần áo tù có thêm cái áo thun mỏng dài tay bên trong.

Bỗng ông quản giáo nhìn tôi chửi.

- Đm tao bảo Hiếu mày đấy, mày còn nhìn đi đâu. Để cái ruộng rau cho thằng khác làm.

Cả đội sững lại vì bất ngờ, tôi cũng ngơ ngác. Mọi người lấy cuốc, lấy thùng gánh, liềm... xuống đồng làm. Tôi cứ đứng lơ ngơ. Thằng Lợi đội trưởng bảo.

- Mày dẫn đội cuốc đi phân việc đi.

Tôi thấy đội cuốc đứng chờ, trên tay họ mỗi người một cái cuốc nhìn tôi. Tôi vào kho cầm một cái cuốc bảo họ đi theo để cuốc luống trồng rau. Phân cho mỗi người một luống rồi tôi cũng tự cuốc một luống chính giữa vừa làm mẫu, vừa kiểm tra chất lượng đất có tơi không, sạch cỏ và đá trong luống không.

Tôi đã trải qua đã gần hai năm trong tù, từng chứng kiến tù nhân ở trại cải tạo chỉ cần có chút vị trí như trưởng nhóm đã hách dịch và khệnh khạng thế nào. Phân biệt giữa tù nhân chỉ một cấp bậc nhỏ cũng đã rất rạch ròi. Nhưng tôi chán ghét cái kiểu anh chị như vậy, chẳng làm cái gì cho cuộc đời. Cùng cảnh tù với nhau chẳng qua gia đình có tiền của lo lót mà thành đại ca. Thời bây giờ là thời của tù tiền, chẳng phải là anh hùng xương máu gì nữa. Cái thói hống hách, bắt chẹt tù nhân khác để thể hiện mình là giá trị chỉ là suy nghĩ của bọn côn đồ.

Tôi là một tên tù "trách nhiệm" không có gì khác với tù khác, thậm chí quần áo tôi còn sờn hơn, thức ăn của tôi còn kém hơn họ. Tuy không phải làm nhưng tôi vẫn làm cùng mọi người, trong số đám tù cuốc có ai yếu sức không làm đủ mức khoán tôi làm cùng họ. Một số tù nhân gặp gia đình bắt đầu dấm dúi đưa tôi tiền. Nhưng tôi không nhận, họ thấy vậy chuyển sang đưa bao thuốc, gói trà nói là chia vui với gia đình họ đến thăm, bất đắc dĩ tôi mới nhận.

Đội trưởng đội rau vốn là con của một đại tá quân đội còn đương chức, hắn xăm một con đại bàng to ở ngực. Nhiều lần hắn phạm tội, bố hắn không lo được cho hắn, cũng muốn cho hắn đi tù để tỉnh ngộ. Nhưng đi tù mà vẫn chu cấp cho hắn tháng đến một triệu đồng bằng hai lần lương người lao động ngoài xã hội. Tiền như thế chắc chắn chỉ giúp hắn thành kẻ hư hỏng hơn, bởi trong tù cái gì cũng có từ thuốc phiện, rượu, gái mại dâm. Cả ngày hắn lim dim trong cơn phê thuốc phiện. Thuốc phiện mua của nhà dân, bọn nghiện mua viên thuốc nhỏ cho vào cái thìa có nước đun tan ra rồi cắm kim tiêm vào mẩu đầu lọc thuốc lá hút cái chất ấy. Cái mẩu thuốc lá là vật lọc cặn thuốc, thuốc ấy chúng tiêm thẳng vào tĩnh mạch. Ma túy chích vào người phải là loại được chưng cất ở phòng hóa được có những dụng cụ hiện đại do những kỹ sư, bác sĩ hóa dược làm. Ở đây tù tự sáng tạo lấy, chúng dùng biện pháp thô sơ nhất để đưa ma túy vào máu. Gan nào lọc cho lại, nên bọn tù nghiện chết vì bệnh xơ gan, vỡ gan rất nhiều. Vài năm sau ra tù tên đội trưởng cũng chết vì bệnh gan.

Dần dần tên đội trưởng mải chích, hắn cũng bỏ mặc không chỉ đạo, phân công đội làm việc. Đội tôi là đội rau, công việc không máy móc như đội gạch hay đập đá. Rau và lúa có mùa, lại còn thời tiết, thấy tôi đọc sách kỹ thuật nông nghiệp. Thằng đội trưởng bảo tôi với giọng lè nhè líu lưỡi từng chữ vì phê thuốc.

- Đm ông nhiều chữ, giờ ông coi đội phân việc nó làm. Tôi chỉ lo về mặt kỷ luật, nội quy thôi nhé. Ông phân việc thằng nào không làm bảo tôi, tôi cho nó chết con mẹ nó luôn, đm cái bọn tù này cứ phải rắn, oánh chết mẹ chúng nó đi không nó lấn.

Tên đội trưởng chỉ trông xem tù nào gặp gia đình để hắn đòi tiền, ngoài ra hắn còn vận chuyển thuốc phiện về trại bán cho bọn "thi đua" trong trại. Bọn "thi đua" bán lại cho những đội tù làm trong trại không được ra ngoài như đội mộc, đội vệ sinh, đội làm thủ công mỹ nghệ.

Đội rau mỗi sáng phải thu hoạch rau về cho bếp trại, trong mỗi gánh rau là rượu, thuốc phiện. Tên đội trưởng vì làm ăn với bọn "thi đua" nên thế lực hắn rất mạnh. Đội chúng tôi ngày làm bên ngoài, nhưng chiều hết giờ về trại ở đến sáng mai. Ở bên trong trại bọn "thi đua" hoành hành một cõi, không có pháp luật và bóng dáng của chính quyền hiện diện ở đây. Bọn "thi đua" hầu như nhận khoán trắng mọi thứ trong trại từ cán bộ với điều kiện miễn sao không chết người, chấn thương để di chứng nặng. Cán bộ trại giam đóng cổng sau khi điểm số tù và cho lính vũ trang canh gác trên các chòi, số phận bọn tù trong trại để bọn tù tự giải quyết với nhau.

14.

Bọn tù đội tôi có nhiều thằng nghiện, nếu chúng chích ngoài đồng mà không có tiền nộp cho đội trưởng bị phát hiện sẽ chỉ còn nước vào cùm kỷ luật hay chuyển đi đội khác. Nhưng vào trong trại nếu mua thuốc của "thi đua" cứ công khai mà chích giữa sân trại. Lâm thần đèn ở đội rau nghiện nặng. Nó ngồi chích giữa sân, thuốc ngấm cởi cả quần ra gãi chim sồn sột miệng lè nhè.

- Đm tù sướng, chích có công an canh gác cho. Ra xã hội chích thế nó bắt vào tù, vào tù chích nó lại canh cho mà chích.

Lâm thần đèn cao to lừng lững, đen thui vì có dòng máu lai Tây đen. Bà nó ngủ với Tây đen đẻ ra mẹ nó. Lâm thần đèn lần thứ nhất tù 8 tháng, lần sau 12 tháng, lần sau nữa 18 tháng. Nó vào tù rồi ra tù đến chóng cả mặt. Hai lần trước nó về, chạy khắp trại chào mọi người rất to.

- Anh em ở lại cải tạo cho tốt nhé.

Bọn tù hò reo đáp lại.

- Về chơi xong lại vào nhé.

Vài tháng sau Lâm Thần đèn lại lò dò cắp túi quần áo nhập trại.

Cờ bạc mở ra ngay giữa sân trại, có cả trò cho vay lấy lãi, cầm đồ. Những kẻ nào vay lãi của "thi đua" đến hẹn không trả kịp. Bọn "thi đua" gọi ra sân đánh đập tàn nhẫn cho các tù khác nhìn thấy khiếp sợ. Bọn cờ bạc vay thì ít, nhưng bọn nghiện vay thường xuyên, bọn nghiện vay bằng cách mua chịu thuốc.

Hoàng cùng đội rau nhà ở LTK, bố mẹ nó là giáo sư, Hoàng là cậu ấm được chiều, chơi bời lêu lổng thành nghiện. Tù vì tội ăn cắp xe máy. Vào tù nhờ tiền bố mẹ, Hoàng chỉ làm chân nhàn nhã là đi cắt cỏ vất xuống ao cho cá ăn. Cỏ cắt vất xuống ao nhiều ít thế nào ai mà biết được. Cái chân cắt cỏ lại có được tiện lợi là đi xa, đi khuất, liên hệ với nhà dân, Hoàng tha hồ chích. Thỉnh thoảng Hoàng chung tiền chích cùng Lâm, vì thằng này chích cho thằng kia dễ hơn tự chích. Nhưng đôi khi chia nhau ít nhiều bọn chúng lại lục đục chửi nhau. Hoặc chúng chửi nhau vì khoản vay lãi của bọn "thi đua" thằng này chưa đóng để trả. Thằng Hoàng có tiền nhiều hơn, thằng Lâm chích và đun lọc thuốc khéo hơn, chúng kết hợp với nhau thành một cặp đôi hàng ngày thậm thụt với nhau.

Cãi nhau với Lâm, Hoàng bỏ đi chích riêng. Thằng

Lâm bĩu môi chửi.

- Đm không có tao chích hộ, thích thể hiện chích lấy, sốc chết mẹ mày luôn.

Hoàng bỏ đi không nói, chui vào bụi chuối đầu ao. Mãi đến chiều đội gần về trại không thấy nó mò ra, cứ tưởng nó ngủ quên. Vì giữa bụi chuối có một khoảng trống, tù trải một tấm chiếu ở đó để tranh thủ ngủ và chích thuốc, uống rượu. Mọi người gọi mãi không thấy Hoàng ra, vào định lôi nó dậy thì thấy nằm dang chân, dang tay, mắt mở trắng dã bất động, cái kim tiêm còn nằm trên tay. Nó sốc thuốc chết thật.

Bệnh xá cho người mang xác nó đi. Chết vì sốc thuốc đơn giản, chả cần điều tra hay ầm ĩ gì. Nhà nó đến nhận xác con về cũng không oán thán gì ai. Có tù trong đội thỉnh thoảng chọc thằng Lâm nói nó giết thằng Hoàng. Thằng Lâm tiền nhà cho chích hết, muốn có đồ ăn nó phải đi kiếm thằng nào nhà khá giả như thằng Hoàng để bám vào. Phục vụ, cơm canh, thuốc sai hầu hạ thằng kia. Hoàng chết được hơn tháng thì có Dũng Cao về đội. Dũng Cao nhà giàu, đánh bạc bị bắt. Vài lần đã bị bắt vì tội đánh bạc rồi chỉ bị cảnh cáo, xử án treo cho về. Nhiều quá tòa cũng không dám xử treo nữa mà phải xử tù 6 tháng.

6 tháng tù đối vợi bọn tù cải tạo được gọi là giấc ngủ trưa. Thời gian nằm chờ xét ở trại tam giam đã gấp mấy lần số đó, đừng nói thời gian ở cải tạo. Lẽ ra 6 tháng tù thì Dũng Cao ở lại trại tạm giam, làm chân chạy ngoài cơm canh hay trực buồng mấy chốc là đến

ngày về. Nhưng do nhà giàu thừa tiền, Dũng Cao muốn đến trại cải tạo rồi chạy về đội rau, chạy chân cắt cỏ cám để được đi lại thoáng đãng, được rong chơi sướng hơn nằm lì trong buồng trại tạm giam.

Mấy chốc đến ngày Dũng Cao hết án về, trước một ngày nó hết án Dũng Cao nằm trong buồng, đợi Lâm đi làm mang thuốc phiện về. Hai thằng chích quá đà, phê nói năng ầm ĩ. Bọn "thi đua" phát hiện dấu hiệu phê thuốc, hai thằng ranh con tay chân của thi đua mở khóa vào hỏi Dũng Cao.

- Thằng này chích thuốc phải không?

Dũng Cao sắp về, vả lại nhà Dũng Cao nhiều tiền lo lót trực tiếp với trưởng ban giám thị. Án lại ngắn nên không ngán gì, Dũng Cao chửi.

- Đm chích thì sao, có tiền thì chích chứ xin bố con thằng đéo nào.

Dũng Cao đã trung tuổi, lẽ ra tù có kinh nghiệm không chửi hai thằng tù ranh con mới lớn, nhất là mình đang phê thuốc chân tay lờ đờ. Trong khi hai thằng ranh cầm ổ khóa và suốt khóa cửa. Nhưng Dũng Cao phê thuốc, ỷ mình quan hệ lớn, lại sắp về, nên mới thể hiện chửi bới. Bọn tù cũng rất hèn, nhiều đứa cả quãng đời tù lúc nào cũng rón rén như con sâu. Bỗng nhiên sắp về lại đi cà khịa, gây sự loạn khắp nơi. Cho nên bọn ở lâu cũng tránh gây sự bọn sắp về, vì có đánh nhau thì mình đi cùm hay kỷ luật vào kiên giam, chứ thằng sắp về thì cùm gì nó nữa.

Nhưng cái bọn ở lại hôm nay của Dũng Cao là hai thằng trẻ ranh mới 18 tuổi, chúng chưa đủ độ nhẫn nại để hiểu được phải tránh đi, nhịn đi. Sẵn ổ khóa và suốt khóa cửa chúng nện cho Dũng Cao mấy nhát. Dũng Cao la ầm ĩ.

- Ới ban giam thị ơi cứu tôi, đánh người.

Hai thằng kia lao vào định đánh tiếp. Tôi vội ngăn lại, giật được cái suốt cửa của một thằng, đẩy chúng ra ngoài. Thò tay qua song cài suốt cửa lại bảo thằng cầm ổ khóa và chìa khóa hãy khóa cửa lại. Song tôi đi vào buồng bên trong, chỗ tôi nằm cởi quần áo. Lúc đang cởi vẫn nghe tiếng Dũng Cao chửi thách đố bọn "thi đua" định ra can thì bỗng nghe tiếng mở cửa loảng xoảng, rồi tiếng huỳnh huỵch do đánh lộn. Tôi nhìn ra ngoài thấy ba thằng thi đua thằng ổ khóa, thằng suốt sắt quật Dũng Cao túi bụi. Chạy vội đến giằng ra, khi giằng được thấy Dũng Cao nằm ngất lịm. Gọi mấy tù cùng đội đưa Dũng Cao xuống trạm xá. Bọn tôi về buồng giở cơm ra ăn. Cơm ăn xong đang uống nước thì thấy Ban Giám thị vào gọi tôi ra gặp. Tôi biết có chuyện chẳng lành, ra đến phòng Giám thị họ đưa tôi tờ đơn bảo ghi lại những gì đã thấy về vụ đánh người.

Dũng Cao chết trước ngày về một hôm. Giá như nhà hắn nghèo, hắn không tinh tướng thì đã không chết. Ba thằng đánh người bị vào xà lim cùm chân, chờ bổ sung hồ sơ chuyển về trại giam để truy tố thêm về tội giết người. Tôi cũng bị cùm vì lý do ở lần thứ nhất can đẩy hai thằng kia ra ngoài, không báo giám thị ngay sự việc. Đáng ra trách nhiệm thuộc thằng Lợi đội trưởng, nhưng nó bảo tôi nó sắp được giảm, tôi được giảm án rồi còn mấy tháng nữa về, nó lạy lục tôi nhận trách nhiệm thay cho nó. Tôi vào cùm nằm cùng với một trong ba thằng đánh chết người ở xà lim. Cái cùm là thanh sắt bản rộng 6cm, dày 0,5 cm. Tôi bị cùm 7 ngày, còn bọn kia bị cùm 15 ngày.

Xà lim là căn buồng nhỏ chưa đầy 4m2. Người ta chỉ cùm một chân, nhưng chân kia duỗi ra lại vướng cùm. Thà họ cùm cả hai chân còn dễ chịu hơn. Cái cùm bằng sắt dẹt nên có cạnh, mỗi lần cục cựa mép sắt ở cùm khứa vào chân đau buốt. Trời nóng, ngột ngạt và oi bức. Xà lim cùm hai người, tôi và thằng bé đánh chết Dũng Cao. Tôi hỏi nó thế nào. Nó thở dài.

- Thằng chó đấy số phải chết thôi.

Tôi cũng công nhận, giá như Dũng Cao không chửi bới lại đâu đến nỗi, còn ngày nữa là về, đáng phải nhịn đi thì lại tranh thủ mình sắp về để làm việc to tát ra lấy tiếng tăm.

Chúng tôi mỗi bữa được một nắm to bằng quả trứng vịt và ít muối, một chai nước. Đi vệ sinh đại tiểu tiện vào cái bô nhựa nhỏ. Chiều bọn lấy cơm thay cho bô khác.

Thằng bé giết người nằm bên cạnh khóc, nó bảo thương bố mẹ. Đêm đến là nó rấm rứt khóc.

Hết 7 cùm, tôi đưa vào buồng giam chung cho

những kẻ sau cùm. Thời gian này dành để phân loại để đưa đi đội mới hay đưa về đội cũ. Muốn thế nào thì gia đình bên ngoài sẽ lo lót. Thằng Lợi tiếp tế đồ ăn uống cho tôi đầy đủ. Nó hỏi đang xin nhà nó tiền chạy tôi về đội cũ bảo tôi gắng chờ.

15.

Buồng sau cùm còn gọi là kiên giam, đủ các loại tội như chống đối lao động, đánh nhau, trốn trại... cùm xong nằm ở đây. Thằng Triều nhà bên Gia Lâm đang ở đội chăn nuôi cá, nhà lo một đống tiền để về đội nuôi cá. Được một thời gian nhà nó không quà cáp gì quản giáo. Quản giáo đội cá rình bắt tội nó. Một hôm Triều ra nhà dân mua đồ bị quản giáo bắt gặp, liền quy vào tội đi quá phạm vi lao động, đưa vào kỷ luật. Cái tội đi vào nhà dân ở đội rau và đội cá như cơm bữa, thường quản giáo bỏ qua, nhìn thấy cũng lờ đi. Nhưng khi gia đình quà cáp, biếu xén không đầy đủ thì bỗng thành tội. Triều uất lắm, nó bảo muốn làm đơn để khiếu nại việc quản giáo ăn tiền của nhà nó. Đằng nào nó cũng bị chuyển trại xa hơn, chẳng phải là chuyển đội nào trong trại nữa. Cả ngày nó hì hục viết đơn, sai chính tả be bét, câu văn lủng củng. Cứ viết xong nó hỏi tôi, tôi lại góp ý, nhiều lần quá tôi giật lấy bút và viết hộ nó.

Triều đưa đơn cho cán bộ trực trại hôm trước, hôm

sau chuyến đi trại rừng.

Trực trại vào mở cửa gọi tôi ra nói.

- Hiếu ra gặp ban?

Tôi hỏi.

- Ban nào hả thầy?

Đó là câu hỏi chưa tù nào dám hỏi, trực trại nói gì tù thường phải nghe răm rắp. Huống chi là ra gặp Ban. Trong tù từ Ban là một từ khủng khiếp, Ban là cấp trên của hàng ngũ quản giáo.

Trực trại.

- Ban Hưng.

Ông Hưng quản lý nhân lực, tôi lắc đầu.

- Thầy bảo em đang cải tạo yên ổn, không có tâm tư nguyện vọng gì gặp ban hết. Em không đi.

Cả đám tù cùng buồng toàn loại chày bửa, đầu trâu, mặt ngựa sững người thấy tôi trả lời cán bộ trực trại thản nhiên như nói với bạn tù. Căn phòng đang nhộn nhạo lặng im. Trực trại Phú là người khét tiếng dữ dằn đã trải qua bao nhiêu trại tù ghê gớm. Nhiều tù nhân ở trại này đã qua trại tù mà quản Phú ở trước kia còn đồn lại về sự dữ dằn của ông ta.

Trực trại Phú đứng im ngoài cửa một phút, ông ta quay đi.

Chiều ông ta quay lại, mở cửa bảo.

- Hiếu ra ngoài.

Tôi hỏi.

- Ra làm gì thầy?

Trực trại nói.

- Ra gặp ban Bình.

Ông Bình phó ban giám thị thứ nhất, quyền to nhì trại. Ông Bình chưa bao giờ quát tù, vả lại vị trí ông cao quá nên cũng chẳng tiếp xúc với tù bao giờ mà quát. Một năm may ra ông có buổi nói chuyện với tù nhân ngày lễ lớn nào đó. Ông nói chân tình, không có kiểu sách vở. Nếu ông Bình đòi gặp thì khó mà tránh được. Tôi đi ra theo trực trại.

Đến phòng ông Bình, trực trại lễ phép gõ cửa và báo cáo tôi đã đến. Than ôi, ông trực trại dữ dằn, tù nhìn thấy ông ý đều khép nép, run rẩy. Hôm nay tôi chứng kiến thấy ông ấy gặp chỉ huy cũng y như thái độ bọn tù tôi gặp ông ấy. Ông Bình bảo trực trại cứ về làm việc, khi nào xong ông ấy gọi.

Ông Bình rót tôi chén nước trà ngon, chỉ bao thuốc trên bàn bảo tôi hút. Tôi uống nước và hút thuốc chờ ông soạn một số giấy tờ gì đó. Ông soạn xong, rót nước uống rất chậm rãi. Rồi ông hỏi tôi.

- Thế này anh Hiếu à, có cái đơn của anh Triều gửi lên Ban Giám Thị, anh đọc xem.

Tôi cầm tờ đơn, nét chữ của mình. Tôi làm bộ đọc tờ đơn dài 3 trang giấy, viết sạch sẽ, nắn nót. Rồi đưa trả lại cho ông Bình, cũng không nói gì. Ông Bình hỏi.

- Anh ý kiến gì về tờ đơn này?

Tôi lắc đầu.

- dạ thưa ban, không ý kiến gì ạ.

Ông Bình lắc đầu, chép miệng nói.

- Vấn đề là không phải cậu Triều viết cái đơn này, mà có người viết hộ.

Tôi giả vờ tò mò cầm xem lại tờ đơn, rồi nói.

- Chữ ký của Triều đây mà.

Ông Bình có vẻ đã hết nhẫn nại, ông nói gắt.

- Thằng Triều viết được cái đơn này thì đã không phải đi tù.

Tôi mỉm cười, hóa ra ông ấy cũng không thể đóng bộ vờn mãi được. Tôi bồi thêm cú nữa.

- Vậy thì thằng nào viết đơn này chắc không phải ở trong tù rồi, có lẽ người nhà nó viết hộ.

Nở nụ cười nhăn nhó, ông Bình chắc thấy cử chỉ chậm rãi để uy hiếp tinh thần, và cách nói vòn để tôi khiếp nhược không có hiệu quả, ông đi thẳng vào vấn đề.

- Nội dung đơn này nếu ra ngoài, ảnh hưởng đến uy tín của cán bộ trại. Chúng tôi biết anh là người viết lá đơn này, mới gọi anh lên đây để nói chuyện.

Tôi nghe thấy hàm ý đe dọa, tôi hỏi.

- Thưa ban, về nội dung lá đơn Triều đã ký, về

pháp lý Triều chịu trách nhiệm vì nó cũng biết đọc và đồng ý. Còn người viết hộ chỉ viết hộ vì chữ dễ đọc hơn, pháp luật không bắt được tội viết hộ chữ.

Ông Bình nói.

- Vậy anh viết cho tôi cam kết là anh chỉ viết hộ anh Triều vì chữ anh đẹp, còn về nội dung anh hoàn toàn không liên can.

Tôi nghĩ nhanh trong đầu, nếu tờ đơn tôi nói là viết hộ, chắc chắn đơn của thằng Triều sẽ vô giá trị. Người ta chỉ cần đưa thanh tra, nói với cấp trên là cái đơn này linh tinh, thằng Triều nó viết đâu, thằng khác viết hộ, thì sẽ mất giá trị đơn của Triều. Tôi lắc đầu.

- Thưa ban, chuyện viết hộ không cần phải viết cam đoan. Nội dung đơn Triều đã đứng đơn rồi.

Ông Bình nhấc điện thoại gọi trực trại lên để dẫn tôi vào buồng.

Tôi về buồng giam, chiều hôm sau bọn tù trong buồng gọi tôi đến bảo.

- Mày có vẻ thích khác người nhỉ? Đm mày vắt đầu mà suy nghĩ nhé, đừng khác người là chết luôn đấy.

Tôi về chỗ nghĩ, bỗng nhiên bọn này trở mặt, chắc trực trại hay ban giám thị đã tác động gì chúng nó, họ tức chuyện cái đơn đây. Nếu chúng được cán bộ trại nhờ vả để trấn áp tôi thì trước sau chúng cũng làm, đầu tiên chúng buông lời hăm dọa vây. Bọn chúng từ các đội trở về đây, nói nôm na là tứ xứ, chỗ này chỉ là chỗ trung chuyển. Chúng không đoàn kết và có tình gắn bó gì. Trong đám đó có một thằng to con ở đội gạch về, nhà không có ai tiếp tế, ăn bám vào bọn kia, thằng đó tỏ vẻ hung hăng nhất vì miếng ăn. Bọn còn lại đều có vẻ cố tỏ ra ghê gớm, nhưng trong bụng cũng không dám làm gì. Nếu để cảnh chúng nó vài hôm nữa đoàn kết lại, cộng thêm cán bộ trại ngầm đứng sau. Chắc chắn chúng sẽ tìm lý do nào đó để đánh cho tôi một trận.

Tôi lặng lẽ quan sát kín tên tù to con, vì không có gia đình tiếp tế đồ ăn, nó xun xoe phục vụ bọn kia, có lúc nó đi chẻ sàn gỗ nằm để đun nước pha trà cho cả hội uống. Nó có một con dao nhỏ để tách ván ra lấy gỗ đun. Đôi lúc nó cầm còn dao lườm người này, người kia ra vẻ muốn đâm một ai đó. Đi qua chỗ tôi nó nhổ nước bọt.

Thằng Lợi mang đồ tiếp tế vào cho tôi, tôi nhét vào tay nó mẩu giấy. Hôm sau nó mang vào cho tôi chiếc đồng hồ nhựa, loại rẻ tiền nhưng đang chạy tốt. Tôi chỉ cần cái đồng hồ chạy tốt trong vòng một ngày là đủ.

Việc tách sàn lấy gỗ, đun nước mất cả tiếng đồng hồ. Trong tù thì thời gian vô tận, chẳng đi đâu mà vội. Tên to con tách gỗ sàn như mọi khi, hắn hì hục cậy ra miếng gỗ to, lấy hòn gạch làm vật nện vào sống dao chẻ củi. Tôi nhìn đồng hồ, giờ hẹn với thằng Lợi đã đến.

Tôi ra vẻ lơ đãng đến gần tên to con chẻ củi, hắn vẫn cúi đầu hì hục tay cầm hòn gạch, con dao đã mắc trong thanh gỗ. Giá là lúc hắn đun nước thì dễ hơn. Nhưng không thể nào căn được chính xác giờ đó. Tôi nhảy bổ vào hắn chụp cánh tay cầm gạch vặn ngược về đằng sau, chân đá cái tấm gỗ mắc con dao ra xa. Miệng tôi gào toáng.

- Giết người này.

Bên ngoài thằng Lợi và vài thằng nữa đã vô tình mang rau vào trại, đang nấn ná bận gì đó ở giữa sân. Nghe thấy tiếng tôi hét ở buồng kiên giam vọng ra, lập tức cả lũ gào toáng khắp trại.

- Báo cáo cán bộ, có người chết.

Tiếng hô náo loạn. Bên trong tôi dùng hết sức cố vặn cánh tay thằng to con, đè nó vào thế cục cựa, dẫy dụa khó. Tôi và nó giằng co, bọn trong buồng thì bất ngờ chưa hiểu chuyện gì. Cán bộ vũ trang vác súng, cầm khóa mở cửa lôi tôi và thằng to con ra.

Cán bộ trại gọi riêng tôi ra hỏi cung sự việc. Tôi kể tên to con có dao, lại chẻ sàn gỗ đun, làm những điều vi phạm nội quy. Tôi chỉ phát hiện chuyện đó và muốn khống chế hắn để cán bộ bắt quả tang việc vi phạm của hắn.

Lời khai là thế, cán bộ giáo dục biết cũng không thể bắt bẻ gì được tôi. Ông ta nói.

- Vì ngăn ngừa không để xô xát, chúng tôi chuyển anh đi buồng khác.

Tôi ra vẻ buồn bã, thực ra đó là ý của tôi. Buồng kiền giam chỉ có hai loại, loại nhốt chung và loại đặc biệt nguy hiểm nhốt riêng một mình. Trại chuyển tôi đi đâu ngoài buồng nguy hiểm, vì còn chỗ nào nữa. Thời gian của tôi ở đây không còn dài, tôi cũng muốn ở một mình cho đỡ va chạm.

Kiên giam 2, buồng cho những tù nhân hung hãn, nguy hiểm, manh động, trốn trại... biệt lập ngay trong trại giam. Trại giam là nơi đã biệt lập thì kiên giam 2 còn biệt lập hơn, xung quanh là những bức tường cao vút. Qua một lối ngoặt giữa các bức tường cao mới tới cái sân nhỏ, qua cái sân nhỏ lại thì cửa buồng nằm khuất. Từ trong buồng kiên giam 2 nhìn ra thì thấy cái sân nhỏ và những bức tường cao vút. Ở đây yên tĩnh lạ lùng, khó có âm thanh nào lọt đến.

Thằng Lợi không mang đồ được vào kiên gian 2. Hàng ngày chỉ có tên tù bếp hai buổi mang cho tôi nắm cơm và ít muối. Trực trại chiều đến vào ngó buồng xem tôi sống chết ra sao rồi đi ra, ông ta chẳng buồn mở cửa buồng theo nguyên tắc kiểm tra hàng ngày. Chỉ đứng ngoài sân ngó rồi cười nhếch mép khinh khỉnh đi ra. Cứ đến giờ ông ta kiểm tra trong ngày, tôi tắm rửa sạch sẽ, bộ dạng tươi tỉnh cười đáp lại.

Không có ai nói chuyện, tôi lấy giấy bút ra ngồi tập viết cho có cái mà nghĩ. Câu truyện tôi viết có nhan đề.

16.

Những con chuột
trong buồng kiên giam.

Phòng kiên giam ở dãy cuối trong trại tù, biệt
lập. Những tù nhân thường chả có cơ hội
nhìn thấy khu kiên giam, họ đi làm qua
cánh cổng khu kiên giam nhìn vào bên trong gặp bức
tường cao ngất, phải đi vòng qua bức tường đó mới
vào được khu kiên giam. Qua bức tường đó khu kiên
giam chia làm hai, phần kiên giam bên ngoài giam
những tên tù vi phạm kỷ luật cần phải cách ly với các
tù nhân khác. Còn khu bên trong lại đi qua cánh cổng
nhỏ của một bức tương cao ngất nữa mới đến nơi, đó
là nơi tận cùng của nhà tù sát với bốt gác, dưới chân
bốt gác là một cái ao to. Như thế có nghĩa khu kiên
giam trong cùng ấy hoàn toàn yên tĩnh. Sự yên tĩnh
trong nhà tù không phải là ân huệ, trái lại đó là hình
phạt, một sự cô lập hoàn toàn. Đến bữa người quản

giao khu kiên giam mở cửa cho tù bếp mang vào cho phạm nhân một nắm cơm có trộn ít muối. Tù trong không được nhận quà, không có gì khác ngoài chăn màn, quần áo được phép mang theo vào buồng kiên giam. Mọi nguồn tiếp tế của gia đình đều bị cấm ngặt, thậm chí giao tiếp với các tù nhân khác cũng hoàn toàn bị chặn triệt để.

Tù trong kiên giam khu hai là kẻ thù của tù nhân khác, không thể ở chung, nhưng cũng có lúc tù trong kiên giam là kẻ thù của chính ban lãnh đạo trại giam. Bởi thế tù trong kiên giam hai khi ra ngoài thể lực đều kiệt quệ, gầy gò, phù thũng, suy nhược... có kẻ hoảng loạn ngớ ngẩn, có kẻ lại trở thành hung hãn. Hàng tháng trời mỗi ngày hai nắm cơm to hơn quả trứng vịt, ít muối. Không có cả cọng rau, ít gia vị hay bất kỳ cái gì có thể bỏ vào miệng. Chỉ hai lần nghe tiếng mở cửa lúc mang cơm, một tên tù bếp lẻn nhanh vào đặt cái túi nilong có nắm cơm rồi nhanh chóng lẩn mất. Tù bếp là bán tự giác, chân đó phải lo lót mới có được, nên tù bếp tránh giao tiếp với tù giam khu trong vì nếu bị phát hiện đưa một điếu thuốc, một cái kẹo, cọng rau sẽ bị kỷ luật.

Hắn ở trong khu kiên giam hai, một mình một căn buồng giam rộng mênh mông. Đêm nằm nhìn dãy sàn trống trơn cảm giác lạnh người. Ngày hắn trèo lên cửa sổ bám đu người ngồi trên đó để cố gắng nhìn qua bờ tường thấy các tù nhân khác đi lại, nhưng tầm nhìn đã được người xây tường tính toán cho nên chỉ thấy lớt phớt chỏm tóc của tù nhân hay cái mũ kepi xanh của cán bộ. Ban ngày trại đi làm bên ngoài hết, nên người đi lại lâu lắm mới có một cái chỏm tóc, cái mũ thấp thoáng, còn âm thanh hầu như là không có ngoại trừ tiếng kẻng.

Những ngày đầu trong trại kiên giam, hắn nằm, ngồi nghĩ nhiều thứ, nghĩ cách thoát ra khu này về với bạn tù trong đội, nghĩ cách kiếm được mẩu thuốc, một ít gia vị, một cọng rau… đêm nằm thao thức vì đói và thèm một mẩu mì tôm ngâm nước lã lạnh đến lúc nở bung ra để cho hai ngón tay vào gắp, hắn sẽ đưa sợi mì lên cao và cho nó chạy vào cuống họng từ từ.

Khoảng một tháng sau thì hắn không thèm khát những thứ thuộc về ăn uống đấy nữa, hắn đã trở thành một người thoát khỏi những ham muốn ăn uống, kể cả giấc mơ cũng không có những thứ đó. Hắn chỉ ước nhìn thấy ai đó, nói với họ dăm câu để biết mình còn là người, ước nhặt được mẩu báo, hay giấy ghi bất kỳ nội dung gì đó để đọc tiết kiệm từng chữ một. Giờ ước mơ là những thứ thuộc về tinh thần. Nhưng cũng không có nốt, ngoại trừ ngày hai lần cánh cổng khu kiên giam hai mở toang để tên tù bếp đi như chạy đến cửa buồng giam hắn vất vào túi nilong đựng nắm cơm rồi nhanh chân biết mất.

Ngày cũng dài và đêm cũng dài hơn. Ngày thì mong đêm đến để ngủ, nhưng khi đêm đến lại chẳng ngủ được thì trằn trọc mong ngày. Cứ mong loanh quanh như vậy. Một hôm hắn chợt thấy có hai con chim sẻ bay xuống khu sân trước mặt kiếm mồi, mắt hắn bừng sáng nhìn lũ chim. Rồi hắn tưởng tượng rằng con chim nhỏ bé kia đã có lần bay qua mái ngói nhà hắn, cái bàn chân nhỏ xíu của con chim kìa, cái móng nhỏ tí tí ấy đã đậu lại trên sân thượng nhà hắn và có khi mổ đỗ xanh mà mẹ hắn phơi để dành ngày Tết gói bánh chưng. Đến bữa hôm ấy hắn dành lại một ngón tay cái cơm để ném ra sân, mong lũ chim có cái mà còn tìm đến để hắn ngắm nhìn. Mấy con chim sẻ quê ăn thóc quen, mới đầu lạ chúng rỉa hạt cơm được hai ngày thì chúng chán chẳng quay lại nữa.

Buồn lại hoàn buồn.

Một đêm bỗng hắn nghe thấy tiếng động cuối phòng giam, hắn hé mắt từ từ, nghiêng đầu rất chậm để nhìn về hướng đó. Ồ thì ra chuột. Không phải một con mà là hai con, chúng đã rúc rích chạy. Kỳ lạ ở nơi này có gì ăn mà chúng ở đây. Nhưng dù phán đoán thế nào thì bọn chuột là có thật, có khi là một đôi anh ả mới bén duyên định về đây xây tổ ấm chăng?

Hôm ấy hắn dành một nửa nắm cơm cho chuột, có bớt đi như thế cũng chả ăn thua gì vì dạ dày hắn chắc đã teo lắm rồi, còn cơ thể thì cần nhiều chứ thêm nửa nắm cơm cũng không có thêm chất là bao. Hắn quyết để nửa nắm cơm cho bọn chuột ăn. Khi rắc cơm ra và trùm chăn quan sát, hắn nhận ra là có đến bốn con chuột chứ không phải hai. À thì ra chắc mùa gặt đã đến, chúng chạy nạn ngoài đồng kéo vào đây tá túc theo ngóc ngách nào đó.

Ban ngày bọn chuột đi đâu không biết, nhưng cứ đến quãng 11 giờ đêm đến 1 giờ sáng là chúng nháo nhác chạy đi, chạy lại, rúc rích đầy vẻ khẩn trương. Lúc đầu chúng còn sợ nên chạy ra ăn cơm rất rón rén, cảnh giác. Sau thì chúng bạo dạn ăn không biết e ngại nữa, chúng ăn nhoáng cái hết mấy hạt cơm rồi lại dáo dác chạy đi chạy lại rất khẩn trương. Hắn quan sát mãi mà không hiểu bọn chuột làm gì vào tầm thời gian ấy, nhìn bộ dạng chả phải là đi kiếm ăn. À chắc là giờ chúng hẹn hò cưa cẩm nhau như con người vậy. Nếu lúc tối đến những thanh niên nam nữ hẹn hò nhau ríu rít, tâm sự thì bọn chuột cũng vậy, có chăng là khác giờ thôi.

Thế rồi một hôm gần sáng, lúc hắn ngủ thiếp đi bỗng giật mình đau nhói ở ngón tay cái, mở mắt thấy máu và vết răng chuột cắn, nhìn lại thấy một con chuột đang chạy hối hả về góc nhà vệ sinh. Vết cắn sưng tấy, đau nhói khiến hắn phát sốt. May là hai hôm thì hết sốt và vết thương không nhiễm trùng, nhưng vẫn tấy nhức. Điên tiết đêm đến hắn cậy hòn gạch ở bậc nhà vệ sinh đập làm hai, cầm nửa viên treo lên sàn trên sau khi rắc cơm như mọi lần.

Bọn chuột chạy ra ăn cơm, hắn nhằm cái con chuột mà hắn ngứa mắt nhất, vì thái độ nhâng nháo, và vì mọi nghi ngờ của hắn đều đổ cho con chuột ấy là thủ phạm cắn hắn. Hòn gạch ném chính xác làm con chuột lăn quay dãy vài cái rồi xuôi lơ, máu mồm ộc ra sàn. Bọn chuột còn lại chạy biến mất, máu con chuột lan ra thấm vào những hạt cơm cạnh nó.

Hắn ngồi trên sàn và nhìn con chuột chết còng queo phía dưới, lúc trước nó còn là một sinh vật nhanh nhẹn, đầy sức sống, linh hoạt và tinh ranh. Thế mà chỉ khoảnh khắc tất cả mọi thứ ấy đã vĩnh viễn biến mất chỉ còn lại một đống xấu xí, ghê tởm. Hắn cứ nhìn còn chuột dù đến lúc chả nghĩ gì nữa hắn vẫn nhìn, đơn giản vì lâu hắn không nhìn được cái gì đáng chú ý, cho nên xác một con chuột chết là thứ rất đáng nhìn sau bao nhiêu ngày đơn điệu với âm thanh và cảnh vật ở đây.

Bất ngờ hai con chuột mò ra, hắn nghĩ chúng mò ra ăn nốt những hạt cơm vương vãi. Nhưng không, hắn mở to mắt nhìn kinh ngạc. Một con chuột cắn cổ con chuột chết lôi đi, một con ủn đằng sau con chuột chết đẩy đi. Chúng tha xác con chết đi đâu? Hắn căng óc ra phán đoán mà không hiểu. Ngày bé hắn đọc truyện thấy chuột ăn cắp trứng, một con ôm một con cắn đuôi kéo, thấy không tin. Giờ nhìn cảnh đưa xác đồng loại đi thế này hắn mới tin là chuyện ăn cắp trứng của chuột là có thật. Loay hoay một hồi hai con chuột sống cũng đưa được con chuột đã chết qua cái lỗ ở góc nhà vệ sinh ra ngoài.

Hắn thẫn thờ, không tin những gì mình nhìn thấy là có thật, hắn không thể nào hình dung bọn chuột bất chấp nguy hiểm để đến mang xác đồng đội đi. Chúng mang đi như thế để làm gì, chắc không phải là làm món ăn. Thế nhưng chúng mang đi làm gì? Chả lẽ chúng chấp nhận nguy hiểm quay lại để mang xác đồng bọn đi về ổ chăng? Chúng không nỡ bỏ xác đồng đội của chúng chơ vơ lại giữa sàn nhà trống trải ấy chăng. Nếu quả thật chúng mang xác con chuột đã chết đi vì chúng không nỡ để xác đồng loại phơi thây như vậy... thì... hắn rùng mình sợ hãi.

Hắn múc nước dội sàn và lấy cái áo cũ làm giẻ lau sạch chỗ máu chuột, đến đêm hắn để cho lũ chuột nguyên một nắm cơm, hắn ước có que hương để thắp tạ lỗi cho con chuột bị hắn ném chết. Đêm hôm đó lũ chuột không ra ăn cơm, mấy ngày sau cũng thế. Lũ chuột bỏ đi và hắn lại nằm một mình nhìn tường, nhìn trần nhà giam.

Những tháng ngày ở trong khu kiên giam hai ở trại giam đó khiến hắn cười nhạt với cái xà lim của trại giam B14 sau này. So với khu kiên giam ấy thì B14 là một khách sạn 4 sao với cái nhà trọ bình dân. Bởi thế hắn có thể bình thản như vậy, không phải do bản lĩnh gì mà chẳng qua vì hắn trước đó đã ở những nơi tồi tệ hơn mà thôi.

Nhưng những gì để lại sau thời gian ở khu kiên giam 2 ấy, không chỉ là thói quen chịu đựng được khổ cực về vật chất, tinh thần. Mà ấn tượng lâu nhất với hắn là hình ảnh những con chuột (một loài vật được ví về sự hèn nhát, dút dát) đã không bỏ rơi đồng loại của mình.

Gần một tháng trong khu kiên giam 2 tôi viết đủ thứ, viết lại cả những câu chuyện tôi chứng kiến trong tù. Một hôm trực trại vào thấy tôi đang mải viết, ông ta hỏi khinh miệt.

- Viết đơn à?

Tôi gật đầu. Ông ta nói.

- Mày kiện ai, chứ kiện tao thì tao còn nguyên 4 sao.

Tôi nhìn quân hàm đại úy của ông ta và bộ mặt nung núc thịt nói.

- Nguyên bốn sao thì có, nhưng cũng mất chục triệu để giữ.

Ông ta bất ngờ trước câu nói của tôi, ngạc nhiên hỏi.

- Chục triệu nào?

Tôi từ tốn.

- Chục triệu dí cho đoàn thành tra cảm ơn. Giờ tôi cứ làm cái đơn gửi đến thanh tra. Thanh tra xuống đây kiểm tra, kết luận cứ cho là tôi đơn sai đi. Nhưng ông cũng biết là đoàn thanh tra thừa sức biết là nó đúng mà không cần xem đơn. Tuy nhiên họ kết luận tôi đơn sai, rồi họ đi về, kéo nhau cả đoàn xuống rồi lục tục cả đoàn về. Ai đón tiếp, ai cảm ơn họ vì không kết luận tôi đúng. Đón tiếp cơm rượu, rồi cảm ơn phong bì cho cả đoàn về lẽ nào không đến chục triệu.

Trực trại chửi thề.

- đm mày văn vở thế nào tao biết hết.

Văn vở là từ lóng chỉ mưu toan, thủ đoạn của tù. Tôi nghe từ ấy cười nhạt đáp.

- Cán bộ biết hết "văn vở" của tù. Nhưng cũng có loại tù biết hết nghiệp vụ cán bộ. Đây thầy xem một tờ đi.

Tôi rút đại một tờ giấy trong tập đang viết, trực trại đọc xong nhìn quanh hạ giọng nói chân tình.

- Mày tự gây chuyện vào đây, không ai cố ý làm gì mày. Nhìn xem, mày chẻ sàn gỗ ra đun gần hết tao có nói gì đâu, tao chả thù oán gì với mày.

Tôi gật đầu.

- Tại thầy nói thế, chứ em cũng có ý gì với thầy đâu.

Ông ta đi ra, cầm theo tờ giấy, nói mà không quay đầu lại.

- Cho tao mượn tờ này.

Ngay sáng hôm sau, ông ta vào sớm, mở cửa bảo tôi.

- Đi ra gặp Ban, mang hết những gì viết theo.

Tôi cười.

- Thầy thu lúc nào chả được, những gì viết ra ở trong đầu, có mất cũng chẳng sao.

- Mày cứ cầm theo, ai lấy của mày mà lo.

Tôi cầm tập giấy theo, lại gặp ban Bình, ông ta hỏi tôi khỏe không, gia đình hay đến thăm không. Tôi nói tôi ở trong kiên giam 2, không được gặp gia đình, không được nhận đồ tiếp tế. Ban Bình bảo.

- Thôi chết, anh là dạng cách ly chứ có phải kỷ luật đâu mà không cho nhận quà và gặp gia đình. Để tôi báo lại dưới kia, quên đấy, họ cứ thế mà làm. Anh uống nước đi.

Tôi uống trà. Lần đầu tiên trong tù tôi được cán bộ gọi bằng anh, mà là cán bộ cao cấp của trại giam chứ không phải loại nhàng nhàng. Ban Bình nói.

- Anh cũng sắp về, chẳng còn bao lâu, thôi anh cứ ở riêng một chỗ cũng an toàn cho anh, đợi ngày về. Mọi thứ cần gì anh cứ báo với cán bộ trực trại, với anh chúng tôi rất linh động. Biết anh cũng là người nghĩa khí, sòng phẳng. Ông quản giáo nói tốt về anh lắm, ông ấy bảo tại chúng tôi, chứ anh ở với ông ấy bao lâu có gây chuyện gì đâu. Đây cũng là cái không may, hiểu lầm nhau từ cái này rồi dây dưa sang cái khác. Chúng tôi và anh cũng là con người, rồi anh cũng về xã hội làm người tốt. Biết đâu còn quay lại đây thăm nhau, nhiều người về rồi vẫn quay lại thăm chúng tôi đấy.

Tôi không nói gì, vẫn uống trà. Ông ta ngừng lại nhìn tôi với tập giấy trên tay. . Tôi tự động vớ bao thuốc trên bàn ông ta nói.

- Xin ban điếu thuốc.

Ông ta vồn vã.

- Anh hút đi, thuốc đó cứ tự nhiên gì mà khách sáo thế, cầm cả bao mà hút.

Đợi tôi châm thuốc, nhả khói. Ông Bình hỏi.

- Anh cho tôi xem anh viết những gì được không?

Tôi cầm tập giấy đưa ông ta, đó là truyện về những con chuột trong buồng kiên giam và truyện đôi vai.

17. Đôi Vai.

Ngày ấy cả khu phố tôi không nhà nào có vòi nước riêng sinh hoạt trong nhà. Mọi người đều dùng chung cái vòi nước công cộng ở giữa phố. Hay gọi là máy nước. Hồi đó dân cũng không đông, không nhiều hàng quán như bây giờ, cho nên cái máy nước chảy lờ đờ ấy cũng đủ dùng cho cả khu phố. Người ta xếp hàng nhau đợi đến lượt, hứng nước vào thùng tôn rồi gánh về nhà. Nói đến đây lại nhớ cái ngày nghề làm thùng tôn gánh nước phát đạt thế nào.

Tôi gánh nước lần đầu tiên năm 12 tuổi, tôi để cái đòn gánh nằm giữa gáy, còng còng cái lưng gánh đôi thùng nước nặng trĩu, đôi thùng nó đung đưa bên này, bên kia khiến tôi hay mất đà loạng quoạng theo như người say rượu. Nhà tôi cách cái máy nước công cộng 50 mét. Giờ nhìn ngắn tẹo nhưng lúc nhỏ gánh nước thật xa.

Bố tôi đi làm về thấy tôi gánh nước, ông dựng xe

bên tường nhà hàng xóm. Đỡ lấy gánh nước rồi gánh trên vai ông, đi rất nhẹ nhàng thư thả, bố tôi nói.

- Đã gọi là gánh, là phải gánh bằng vai con ạ. Người đàn ông sinh ra đôi vai để gánh vác mọi việc nữa.

Sau lần bố dạy, tôi gánh bằng vai, đầu tiên đau lắm, cái cơ trên vai của tuổi mười hai ít bắp thịt, đòn gánh đè xuống tận xương quai xanh đau điếng. Được mấy hôm tôi xoa vai nói với bố.

-Bố ơi! Gánh nước bằng vai đau lắm bố ạ.

Bố tôi xoa dầu trên đôi vai tôi, bố bảo cố gắng lên con. Sẽ quen dần, phải tập gánh bằng vai mới đúng cách và nhẹ nhàng, tối hôm đó bố ngồi uống trà, hút thuốc lào bằng cái điếu bát. Bố nói về đôi vai, bố nói nhiều điều, bố nói đôi vai của người đàn ông phải gánh nhiều trọng trách, gánh cơm áo cho gia đình, gánh cho họ hàng, cho bạn bè… nữa.

Tôi nghe nhưng buồn ngủ, chả hiểu gì về những gánh nặng của đôi vai ngoài hai cái thùng tôn đựng nước.

Năm sau bố tôi mắc đường ống nước về nhà, mất 5 chỉ vàng. Nhà tôi mắc đầu tiên ở phố, lúc đó không có đồng hồ nước mà người ta tính khoán theo đầu người. Cái máy nước nhà tôi cũng trở thành máy công cộng vì hàng xóm hay sang lấy nhờ cho gần, hoặc máy công cộng đông người. Tôi còn trẻ con, thấy người ta xin nhà mình nên thích ra oai. Lúc tôi cho người này, lúc tôi không cho người kia. Bố tôi ban ngày đi làm, có lần trưa ông về. Thấy có người gánh thùng không từ nhà tôi đi ra máy công cộng. Ông hỏi thì biết là tôi không cho. Bố vào nhà, ngồi bàn uống nước một lúc, sau gọi tôi lên hỏi vì sao không cho người ta lấy nước. Tôi nói tôi không ưa người đó vì họ ngứa mắt. Bố dùng cái ống đồng hay hút điếu bát, bắt tôi nằm xuống quật cho một trận lằn hết hai mông đít. Bố mắng.

- Mày sống ích kỷ như thế về sau chả ra gì đâu, tao phải đánh cho mày biết thương người khác. Lúc mày gánh nước mày đau vai mày có nghĩ người khác cũng thế không?

Sau bận ấy, tôi không bao giờ tỏ thái độ khó chịu khi người ta gọi cửa xin nước, thậm chí tôi còn mở toang cửa cho ai vào lấy thì lấy. Có người còn mua ống cao su thòng ra ngoài đường ngồi giặt cùng với mấy người nữa. Họ chuyện trò tự nhiên râm ran. Tôi nghĩ chả biết bố tôi cho họ dùng nước của máy nhà mình làm gì, sao họ không bỏ tiền ra mà mắc đường ống nước về nhà. Tôi hỏi bố tôi vậy, bố nói

-Họ có tiền thì đã mắc, việc gì xin mình nữa. Họ không có họ mới làm phiền mình thế thôi con ạ. Sau này thế nào các nhà cũng mắc nước hết, lúc ấy mình có muốn cho họ cũng chả được nữa. Lúc nào làm được gì tốt cho mọi người thì nên làm con ạ. Hàng xóm tối lửa tắt đèn có nhau là vậy.

Đúng như bố tôi nói, mấy năm sau nhiều nhà mắc

đường nước về, thêm thời gian nữa hầu như các gia đình trong phố mắc nước hết. Cái máy công cộng bị phá đi, san phẳng.

Chẳng còn ai sang nhà tôi xin nước.

Chẳng còn những lúc tấp nập người lấy nước hay giặt quần áo bên hông nhà tôi.

Cái vòi nước nhà tôi hình như nó cũng buồn, nó lẻ loi. Bố tôi xây cái bể nước bằng xi măng, cái vòi nước cũ nâng cao lên chảy vào trong bể. Nhà tôi dùng nước ở vòi bể xi măng. Bố làm thế vừa trữ nước vừa cho cặn lắng xuống. Cái vòi nước cũ trước kia suốt ngày chả róc rách liên tục vào những đôi thùng, chậu, xô của mọi nhà xung quanh, nay hết tác dụng bị bỏ đi.

Bố tôi mua mảnh đất ven sông, trồng rau, chuối... thỉnh thoảng về phố mang theo những thứ bố trồng cho nhà ăn. Mỗi lần bố về hàng xóm ai cũng hớn hở gật đầu, tươi cười chào, hỏi thăm bố.

Bố tôi mất đi đến mấy năm, hàng xóm những người cao tuổi vẫn khen bố là người hiền lành, tốt tính, giản dị và khiêm tốn.

Nhưng lúc bố tôi mới mất đi, cuộc đời tôi rẽ sang hướng khác. Đôi vai tôi không gánh nổi số phận của mình. Lúc ấy tôi mới hiểu thấm thía, đôi vai của người đàn ông gánh vác những thứ khác không dễ dàng. Và cuộc đời của đôi vai không chỉ là hai thùng gánh nước.

Có những lần tôi gánh rau ra chợ bán, quãng

đường hơn một cây số. Đường đất đá gập gềnh, gánh rau nặng hơn 1 tạ. Bàn chân đất dẫm trên những viên sỏi lổn nhổn nhưng bước chân tôi đi vững chắc. Mỗi lần nghỉ chân tôi thường vào quán nước quen, bà chủ quán có cô gái tên là Hoa học lớp 12. Hoa thường hỏi trêu tôi.

- Trai Hà Nội phải làm thế này có khổ không anh?

Tôi chỉ vào bộ quần áo xám sờn cũ kỹ, cái loại màu không có bất cứ người dân thường nào mặc. Chỉ có lũ chúng tôi buộc phải mặc, tôi nói.

- Chiếc áo này không phân biệt vùng miền em ạ. Những người mặc nó quê hay thành phố đều như nhau thôi.

Hoa rất có cảm tình với tôi, có lần tôi ốm. Thằng Thắng người Thanh Hoá đi gánh rau thay, về nó kể.

- Cái Hoa nó nghe thấy mày ốm, mặt nó hốt hoảng, nó hỏi mày có sao không, có thuốc men gì. Nó gửi cho mày hộp sữa đấy.

Khỏi ốm tôi không phải gánh rau ra chợ qua nhà Hoa, tôi diện bộ quần áo mới, áo có cổ, có túi, khuy áo như áo vét. Tuy vẫn là áo bà ba xám, nhưng bằng chất vải lanh mịn màng, trông cũng lịch sự lắm. Tuyệt nhất là tôi vẫn được nhởn nhơ đi lại, ghé qua quán nhà Hoa. Chúng tôi thường rủ rỉ trò chuyện về tình yêu, về cuộc sống. Dẫu màu áo tôi luôn một màu cách biệt khác người, nhưng tôi vẫn là một chàng trai hơn hai mươi tuổi chưa một lần yêu.

Hoa học đâu cách xem bói tay, bói nói linh tinh. Cầm tay tôi Hoa bảo số tôi sau này rất tốt, thành đạt và giàu có. Tôi chả tin kiểu thầy bói học cấp 3 như Hoa. Nhưng tôi vẫn cầm bàn tay Hoa rất lâu, nắm chặt nhìn nhau. Tôi nhận thấy niềm tin về những điều Hoa nói ở trong sự ấm nóng của tay Hoa truyền sang.

Có đợt cảnh sát mới về đây, có một chàng cảnh sát hơn tôi khoảng vài tuổi. Anh ta cũng hay ghé quán nhà Hoa chơi. Tôi hạn chế gặp Hoa hơn, chỉ tí buổi chiều hay sáng. Anh cảnh sát nửa đùa, nửa thật gọi mẹ Hoa là mẹ vợ. Tránh anh ấy mãi rồi cũng bị anh cảnh sát bắt gặp khi tôi bổ túc cho Hoa phân tích một bài văn. Anh ấy trừng mắt nói.

- Thằng kia, tao mà thấy mày ở đây lần nữa là đừng trách.

Tôi bị cấm đi con đường qua quán nhà Hoa, lần ấy là lần cuối cùng tôi nhìn thấy Hoa. Vài lần Hoa nhắn người hỏi thăm tôi, nhưng tôi không trả lời.

Tôi muốn an phận trong màu áo xám, bởi thế tôi không dám gánh tình cảm của em.

Mười mấy năm sau. Tôi có vợ và con nhỏ, cơm áo, gạo tiền hối thúc hàng ngày. Đôi vai tôi quần quật lao động để trang trải. Còn anh, chị, cậu, người máu mủ gần gánh đỡ nhiều, người họ hàng xa gánh đỡ ít.

Năm năm tháng tháng, đôi vai chưa lúc nào ngơi nghỉ. Người đàn ông trong đời phải gánh vác thật nhiều thứ, tiền bạc, tình cảm, lương tâm và trách nhiệm. Gánh nào cũng không hề nhẹ. Đôi khi trong đêm nằm vắt tay lên trán nghĩ bâng quơ, chạnh nghĩ gánh nước và gánh rau năm nào thật nhẹ nhàng so với những gánh khác sau này.

Ông Bình đọc xong, tháo kính lau, ông rót trà uống ngẫm nghĩ hồi lâu. Ông thở dài, gõ ngón tay lên tập giấy.

- Anh là người tốt, anh sống rất có nội tâm. Tôi nghĩ hoàn cảnh đưa anh vào đây thôi.

Tôi không nói gì, ông ta hỏi tiếp.

- Cái Hoa trong truyện này con bà T ngoài cổng phải không?

Tôi gật đầu.

Ông nói.

- Lính mới ra trường, cũng thanh niên cả. Tính khí cũng nóng, hồi tôi mới ra trường về làm trại Phú Sơn, cũng nóng tính lắm. Sau này mới hiểu dần cuộc đời. Thôi uống nước đi.

Ông ta ngắm tôi, rồi bật cười.

- Anh Hiếu này, tôi nghĩ anh là người nghĩa khí đấy. Không phải đọc những gì anh viết đâu, tôi nhìn người tôi biết. Tôi gọi anh lên đây để hỏi về những vấn đề xảy ra trong trại mà anh thấy. Thôi thì tôi nghĩ anh vì ông quản giáo của anh mà bỏ qua, ở đâu cũng có chuyện này, chuyện kia . Không cái gì toàn vẹn được.

Tôi gật đầu thưa.

- Dạ, vâng thưa ban.

Ông đứng dậy vỗ vai tôi nói.

- Vậy là anh hiểu rồi, thôi anh về buồng, thực ra chỗ đó là yên tĩnh và bình yên nhất đấy. Chỉ thiếu đồ sinh hoạt thì sẽ cải thiện cho anh.

Trực trại đưa tôi về buồng kiên giam. Ông hỏi.

- Cần chạy loanh quanh lấy đồ đạc gì cứ chạy đi, chiều tối quay lại vào buồng cũng được.

Tôi đi khắp trại tìm bạn bè, hỏi han, về buồng đội cũ lấy đồ của mình. Đến chiều vào buồng kiên giam, tôi nói với trực trại.

- Thầy cho thằng Lợi nó mang đồ tiếp tế cho em.

Trực trại gật đầu. Từ đó cuộc sống tôi khá sung túc vì thằng Lợi nhớ ơn tôi, và nhà tôi cũng gửi đồ. Tôi sống yên bình cho đến ngày cuối cùng ra khỏi tù, lúc đó trời đã vào thu, trời mát mẻ.

Trước khi nhận giấy ra trại tù, ban Bình lại gọi tôi vào nói chuyện. Ông chúc tôi có cuộc sống tốt và không phải bao giờ quay lại đây. Tôi cám ơn, ông chìa tay để bắt tay tôi nói.

- Giờ anh là người tự do, cho tôi bắt tay anh một cái nào.

Ông chỉ tay mời tôi ngồi xuống ghế. Ông luống cuống giây lát, chắc ông tìm cách nói chuyện với tôi thế nào cho hợp lý. Chỉ còn vài phút nữa ông ấy chả còn quyền gì với tôi, có khi ngay tại bây giờ tôi chưa cầm lệnh tha. ông ấy cũng chẳng còn quyền gì. Hơn nữa khi tôi còn án tù, tính mạng ở trong tay ông ta tôi còn không sợ, bây giờ tất nhiên lại càng không.

Ông suy nghĩ một lát rồi bắt đầu nói.

- Hôm nay anh về, tôi đại diện cho trại cũng có đôi lời, trước là chúc anh trở về với gia đình, có được tương lai ổn định.

Ông đưa chén nước cho tôi, giọng ông trầm như dãi bày tâm sự.

- Anh biết đấy, ở đâu cũng có mặt này, mặt khác. Cán bộ của trại thì đông, phạm nhân cũng đông, khó lúc nào mà làm đúng hết được. Đôi khi cũng có người xuê xoa thế này, thế kia. Nhưng nói về cá nhân anh trong thời gian ở đây với chúng tôi, tôi thấy anh được đối xử cũng không có vấn đề gì. Chỉ có giai đoạn sau này có đôi chỗ hiểu nhầm...

Tôi cắt lời.

- Thưa ban, chuyện này ban đã nói rồi, những lần trước em không phản đối, giờ lúc em về em cũng không phản đối. Em không dính gì đến những đơn từ khiếu nại về trại, đó là điều em hứa chắc chắn với ban.

Ông Bình dãn nét mặt, cười tươi, đứng dậy bắt tay tôi.

Tôi đi ra cổng trại, mùa thu, trời xanh, nắng nhẹ,

gió hiu hiu, cánh đồng lúa vàng tái chỉ vài hôm nữa là vào vụ gặt. Người trực cổng trại cuối cùng xem tờ giấy ra trại của tôi nói.

- Án lâu nhỉ?

Tôi cầm tờ giấy ra trại cất vào túi, bỗng bật cười. Nhiều lần tôi đã đi qua cái cổng này ra ngoài đường mà không cần giấy tờ, chỉ cần chào người gác cổng. Làm ở đội rau bên ngoài, nhiều lúc tôi phải đi ra đi vào trại để nhập rau, lấy phân bón, lúc đầu còn có quản giáo dẫn giải. Sau các gác cổng nhẵn mặt, tôi cứ thế đi ra đi vào cả năm trời có bao giờ trình giấy đâu.

Nhưng lần trình giấy duy nhất lại là lần cuối cùng tôi ra khỏi cổng trại ấy.

Tôi đi ngang qua nhà Hoa, ghé vào ngồi uống cốc nước. Cảm giác làm người tự do khó tả, vừa lâng lâng sung sướng, vừa thoáng thoáng nhớ nơi đây.

Tuấn Còi đến đón tôi, Tuấn Còi kém tôi 10 tuổi, lúc nó mới vào đội tôi giúp đỡ nó nhiều. Nó về sớm, vẫn nhớ ngày tôi hết án để đến trại đón tôi. Sau này Tuấn Còi lại đi thêm 10 năm tù vì tội trấn lột, không biết bây giờ nó thế nào. Trại tù không phải là nơi giáo dục cho kẻ lầm đường, nó là nơi để kẻ lầm đường học lại những bài học mới để tiếp tục sai lầm lớn hơn. Bởi thế tỉ lệ số phạm nhân quay lại nhà tù rất cao, Lâm Thần Đèn là ví dụ.

Lâm Thần Đèn cao to, hắn phải cao tầm 1 mét 80, da đen, mồm vẩu, tóc xoăn. Mẹ Lâm Thần Đèn lai

Tây da đen. Người ta đồn bà ngoại hắn bị Tây đen hiếp, đẻ ra mẹ hắn. Những năm đầu 80 ở bến xe điện Bờ Hồ mẹ Lâm Thần Đèn bán nước rong, nếu ai là người Hà Nội chắc nhớ một gia đình là một phụ nữ lai đen, tóc xoăn tít dẫn theo mấy đứa con bán nước chè quanh quẩn khu đền Ngọc Sơn, ga tàu điện Bờ Hồ, đài phun nước.

Lâm Thần Đèn tội trộm xe đạp, dân tù gọi là "bắn chim sẻ". Án vặt, bị kết án có 8 tháng tù giam, ở trong tù tiền gia đình tiếp tế Lâm đều dùng mua thuốc phiện chích. Có lần ngồi giữa buồng giam chích xong phê, nó chửi.

- Đm ở xã hội, chích choác bị bắt liền, ngồi đây yên tâm chích thoải mái, có công an canh cho mà chích.

Tất nhiên nếu công an trại mà thấy Lâm chích, thì hắn sẽ đi cùm. Hắn nói canh ở đây là canh giữ nhà tù, chứ không phải canh cho hắn chích. Tuy nhiên thì thuốc phiện mua và dùng trong trại thì khá tự do, sướng hơn bên ngoài nhiều. Phạm nhân đợi giờ điểm buồng xong, trực trại khoá cửa buồng là tha hồ đun nấu, chích choác. Có nơi nào mà khó xâm nhập được hơn buồng giam cơ chứ.

Phê thuốc, Lâm nằm lim rim chửi đổng cuộc đời.

- Đm tù thế này thì về xã hội làm gì cơ chứ, về rồi cũng phải đi "cồn" tiền mua thuốc, cũng lại vào đây. Thà ở mẹ luôn đây mà vẫn có thuốc, vẫn có ăn sướng hơn không, đi đi lại lại làm gì.

Lâm Thần Đèn là "lái xe" cho đội trưởng, lái xe tức là người phục vụ, giặt quần áo, cơm nước, hầu hạ. Bù lại Lâm không phải lao động, không phải mất tiền ăn vì đồ ăn của đội trưởng thừa mứa. Tiền gia đình tiếp tế Lâm chỉ tiêu cho việc mua thuốc phiện. Cái xó của Lâm khuất góc, ở chỗ đó nó tha hồ chích, tha hồ chửi đổng. Mỗi khi hầu hạ đội trưởng xong xuôi, buông màn cho đội trưởng là công việc cuối cùng trong ngày.

Lâm thần đèn hết án, hôm ấy đúng chủ nhật, cả đội ở trong buồng không đi làm bên ngoài trại. Trực trại gọi tên, Lâm đi ra giữa sân giơ tay vẫy hét.

- Anh em mạnh khoẻ, hẹn gặp lại nhé, cố gắng cải tạo nhé, nhé nhé.

Bọn bên trong đáp lại.

- Về mạnh khoẻ nhé, nhớ anh em thì lại vào nhé nhé nhé.

Lâm thần đèn cười tươi, giờ thì mặt mũi nó sáng bừng, không còn cái vẻ rón rén mọi khi vẫn hầu hạ đội trưởng nữa. Nó đã là người "xã hội".

Ba tháng sau, một đợt "lính mới" từ "Hoả Lò" xuống trại. Đội đi làm về đang xếp hàng đôi qua cổng trại, bỗng một thằng chỉ đám lính mới kêu.

- Lâm thần đèn kìa.

Cả đội dướn mắt nhìn, dáng Lâm cao, đen lừng lững trong đám "lính mới" chả lẫn vào đâu được. Mấy hôm học nội quy xong, Lâm lại được phân về đội cũ.

Đội trưởng đã có "lái xe" mới, Lâm thần đèn đành lủi thủi ra ruộng cuốc đất, tưới rau như bao người. Phải lao động, ăn uống không được miễn phí như xưa, tiền phải dành mua thuốc chích. Lao động thì nặng, ăn toàn cơm với lạc rang, muối vừng và có đồng nào là chích đồng ấy. Lâm Thần Đèn gầy nhắng, vêu vao. Bọn tù bảo giờ gọi là Lâm Bàn Đèn, không gọi là Thần Đèn nữa.

Lâm Thần Đèn về nhà được đúng một tuần thì lại bị bắt lại, vẫn tội "bắn chim sẻ" vì tái phạm nên lần này toà xử 12 tháng. Hơn lần cũ 4 tháng. Thời gian trôi lại đến ngày Lâm Thần Đèn hết án. Lần này nó được gọi ra từ sớm, lúc đội chuẩn bị đi làm. Tiếng chia tay lại ầm ĩ. Lâm lần này chia tay có vẻ văn hoa hơn lần trước.

- Về nhé, chào các bác em ngược, các bác ở lại gắng cải tạo làm công dân tốt, có ích cho xã hội nhé. Thực hiện 4 tiêu chuẩn cải tạo tốt để hưởng sự khoan hồng của Đảng và Nhà nước nhé.

Bọn tù lại lâu nhâu đáp.

- Về xong lại vào Lâm nhé, đến hẹn lại lên Lâm nhé...

Những tiếng nhé nhé nhé vang rền sân trại.

Lần thứ hai Lâm về, nhiều kẻ ngậm ngùi. Dù sao Lâm cũng về nhà đến hai lần, trong khi ấy bao nhiêu kẻ ở đây ngày về còn mịt mù xa tắp. Chứng kiến đồng đội hai lần về với xã hội, khỏi nói thì cũng hiểu trong sâu thẳm những kẻ tội phạm này nỗi nhớ day dứt nhà, nhớ người thân đến đâu.

Vẫn là tầm ba tháng sau, Lâm Thần Đèn lại vào trại cải tạo. Nó kể bị bắt được đúng lúc về là 20 hôm, ăn cắp đến cái xe đạp thứ 4 thì bị túm, lấy của con hàng rau, chở cả rau đi. Nhưng vì vật thuốc, xe rau nặng đạp không nổi. Bị phát hiện cuống cuồng đạp mấy chục mét thì ngã lăn quay, tay chân run lẩy bẩy. Nó chép miệng nói giá như lúc ấy đủ thuốc thì đừng hòng đuổi được nó. Lần này thì 16 tháng, lại hơn lần trước 4 tháng. Lâm thần đèn vì án vặt nên xử rất nhanh, sau khi bắt chỉ một tháng là xử. Có án toà là nó xin được đi trại cải tạo luôn, nó biết xuống trại cải tạo nhanh còn xoay sở chứ ở trong buồng tạm giam thì có mà "bóp dái" chết (tức là khổ đủ mọi thứ).

Lại chích, lại xoay sở để có cái chích. Lần này Lâm thần đèn khôn hơn, nó đã biết lợi dụng đi làm bên ngoài để mua thuốc phiện của dân rồi về bán lại cho bọn tù trong trại không được đi làm bên ngoài. Biết tích vốn để phòng ngày mai, ngày kia... lại còn biết làm "luật" với tù "thi đua", tù "trật tự" để việc mua bán êm xuôi. Một đêm Lâm ngồi kiểm tiền, tất cả phải đến gần 2 triệu tiền mặt. Tôi lại gần xem nó đếm tiền, những cử chỉ vuốt tiền cho phẳng, ngắm nghía xếp loại tiền nào ra tiền ấy ngay tại trong nhà tù khiến tôi thấy nó như lão hà tiện trong truyện của Bandac, ngẩng đầu thấy tôi, nó bảo:

- Làm một nhát chứ, tôi đãi ông.

Tôi lắc đầu, Lâm chửi.

- Đm tôi là thằng toà, tôi phải xử ông nặng gấp 3 lần. Ông đéo nghiện, đéo cờ bạc, đéo ăn chơi thì ông vì cái gì mà phải vào tù. Như thân tôi nghiện ngập mới phải xoay sở đến nỗi vào đây.

Tôi hỏi Lâm một điều tôi vẫn băn khoăn, đó là khi bị bắt, ở trong buồng tạm giam quận, hoả lò những ngày đầu lấy đâu ra thuốc mà nó vẫn chịu được. Như tôi hiểu thì cơn nghiện chỉ hành hạ con nghiện mấy ngày đầu, chừng 1 tuần là nhiều, vật vã, đau bụng, ỉa chảy... rồi hết bay rất nhanh. Một tuần sau con nghiện trở thành người bình thường dù chả có loại thuốc nào hỗ trợ, mấy cái loại thuốc lá thần dược, rồi Bi Min cai nghiện gì đó đều vớ vẩn hết. Tôi từng chứng kiến và khẳng định chắc chắn rằng cứ bị nhốt một tuần trở lên không có thuốc là cai được hết, khoẻ hết. Tôi kể điều ấy cho nó nghe và hỏi:

- Tại sao mày lại không bỏ luôn lại dùng, khi chuyện bỏ cũng không khó, cũng bỏ được đấy thôi? Mày phải bỏ được nghiện thì mới không bị vào đây nữa.

Lâm thần đèn thở dài, nó bảo:

- Ông có nghiện đâu mà biết, khi không có thì tự sẽ cai được, nhưng khi thấy có thằng dùng thì không thể nào nhịn được nữa. Tốt nhất đừng có nghiện, mà nghiện rồi thì miễn trả lời tại sao.

Lần thứ ba, tôi chứng kiến Lâm Thần Đèn hết án ra

về. Lại xôn xao khắp trại, giờ ai cũng biết tiếng tăm Lâm Thần Đèn vì đạt kỷ lục về ra vào trong thời gian ngắn nhất.

Mười mấy năm sau đó, không bao giờ tôi thấy Lâm Thần Đèn, nhiều khi đi qua khu nhà nó cố nán lại hàng nước xem có nó không. Chả dám hỏi hàng xóm về nó, cứ ngồi mong tình cờ thấy thì gọi, không thấy thì thôi.

18.

Tôi về nhà, đường phố Hà Nội chật chội và nhung nhúc xe lẫn tiếng còi, tiếng động cơ. Đụng đâu cũng người và người, cảm giác còn chật chội hơn trại tù.

Mẹ tôi bán nước chè, cái quán nhỏ có mười cái chén con để rót trà nóng, 8 cái cốc to để rót trà đá. Có 4 bao thuốc lá Vinataba, 2 bao thuốc lá 555, một lọ kẹo lạc, một lọ kẹo chíp chíp bán cho trẻ con. Hàng ngày tôi lấy cậy nước đá trong khay tủ lạnh ra, đổ nước mới vào khay làm đá để có nước đá mới cho mẹ bán hàng. Buổi sáng tôi kỳ cọ, đánh ấm chén, khay, đun nước pha trà. Mẹ bán hàng còn tôi đi nấu cơm, lúc này nhà chỉ có hai mẹ con. Em trai tôi đi cai nghiện ma túy, vợ con nó về quê. Thỉnh thoảng mẹ tôi bảo về quê đón cháu ra, con cháu gái mới được hai tuổi, tôi phải chăm sóc nó. Bỗng nhiên tôi nhận ra mình chăm sóc trẻ con rất nhẫn nại và khéo léo. Tôi dỗ cháu từng thìa cơm, kể chuyện, pha trò, đôi khi là dọa dẫm để nó ăn. Tôi muốn xin đi làm, nhưng nghề không có, xe gắn máy thì không. Có việc dễ nhất không cần đến nghề là đi giao hàng phải có xe gắn máy hay tiền thế chấp hàng. Nhưng nhà chẳng có đồng nào dư dật, tiền chỉ đủ bữa ăn. Tôi chỉ có hai bộ quần áo lành lặn mà nhà tôi mới mua cho hôm ở trại tù về. Tôi tính xin đi làm bảo vệ thì không cần phải xe máy, cả tiền thế chấp. Lần xin việc này là một vố đau, suýt nữa thiếu kiềm chế đã dẫn đến kết quả là tôi lại vào tù. May sao tôi nhẫn nhịn được.

Đầu năm 2010 khi được mời dự hội nghị ở Châu Âu. Chợt thèm chén nước trà, đi lang thang trên phố phường Châu Âu với người bạn để tìm nước trà, tôi nhớ những ngày bán nước trà với mẹ, đã viết mẩu truyện ngắn có tên.

Một trăm một chén nước trà.

Lúc ấy trời còn đang trong mùa lạnh, chỉ có trà nóng là bán được. Mẹ cứ gặp gió lạnh là nôn khan, hắn ngồi bán hàng thay cho mẹ. Giờ nhà chỉ còn hai mẹ con và quán nước chè của mẹ là kế sinh nhai.

Hắn mới ra tù, sau nhiều năm trong trại cải tạo trở về cuộc sống bên ngoài còn nhiều bỡ ngỡ. Hôm đầu tiên hắn nhìn đường phố kêu sao chật thế. Mẹ cười bảo anh đi đến anh về nhà vẫn từng ấy mét, phố xá vẫn từng ấy thước, mất đi đâu mà kêu bé. Hắn phì cười, ừ nhỉ, chẳng qua mấy năm ở trên ruộng đồng, núi non rộng rãi sải bước chân quen rồi. Giờ đi mấy bước là đụng người, đụng vật, thấy mọi cái bé là phải thôi. Còn nữa lúc ngủ chiều nghe tiếng kẻng đổ rác, hắn vùng dậy lao xuống giường, mẹ hỏi làm sao, hắn mới nhớ ra ở nhà mà cứ nghĩ tiếng kẻng báo thức ở trại giam. Tiếng kẻng mà bọn tù gọi là kẻng gọi hồn.

Mẹ đưa 5 nghìn bảo đi chợ, dặn 2 nghìn mua gạo, 2 nghìn mua thịt ba chỉ, 1 nghìn mua rau cải. Thịt ba chỉ luộc lấy nước để nấu rau cải, xong đem thịt rim cháy cạnh. Hắn nấu cơm xong ăn trước rồi ra trông hàng cho mẹ ăn, mẹ dặn:

- Trà nóng một trăm một chén, trà đá thì hai trăm, thuốc lá hai trăm một điếu con nhé.

Tối mẹ con ngồi ăn cơm, mẹ nói:

- Thôi anh mới về, cứ bán hàng với mẹ, rồi tìm công việc gì sau.

Hắn bán hàng cho mẹ, mua báo Rao Vặt đọc mục tìm việc, chỗ đòi có xe máy, chỗ đòi có tay nghề. Hắn chỉ tìm được mục bảo vệ, đưa hàng (không cần có xe). Sáng mẹ cho hai nghìn ăn sáng, uống nước, hắn mượn xe đạp hàng xóm đạp đến nơi xin việc. Hóa ra đều là văn phòng giới thiệu việc làm. Họ nói phải nộp 50 nghìn lệ phí.

8 tờ năm nghìn, 5 tờ 2 nghìn, mẹ vuốt từng tờ thật phẳng kẹp gáy thành từng chục nghìn một. Hai tờ năm nghìn tờ nọ kẹp gáy tờ kia, một tờ 2 nghìn kẹp gáy 4 tờ còn lại. Đếm trong xong rồi đếm gáy, đủ 5 gáy tiền là đủ năm chục nghìn. Mẹ bảo cầm cẩn thận, anh là hay ẩu lắm, từng này là bao nhiêu chén nước trà của mẹ đấy anh biết không?

Hắn làm bảo vệ cho một công ty THHH, hắn chỉ nghe nói vậy, cái công ty ấy có cái xác nhà không, chả thấy ai làm việc. Hàng ngày hắn đến ngồi ở cái phòng có đúng cái ghế và bàn cũ mèm. Trưa mua cơm hàng ăn, chiều khóa cửa về. Mỗi sáng hắn đi làm, mẹ nhìn thương mến lắm, mẹ khoe mấy bà hàng xóm cháu nó có việc làm, nét mặt mẹ rạng ngời niềm vui. Được bốn ngày thì người chủ công ty dẫn một người đàn ông khác đến, bảo hắn trao chìa khóa, ông ấy nói hắn làm không hợp, cứ về rồi mai kia công ty hoạt động sẽ gọi đến làm chân đi đưa hàng.

Nghỉ nhà mãi cả tuần không ai gọi, mẹ bảo có khi họ không muốn anh làm họ đuổi khéo. Hắn mò đến chỗ nhà ấy, thấy có người ở, vào hỏi thi họ nói nhà này tôi mới mua được hai hôm, đang dọn đồ đến. Hắn hỏi công ty ấy người ta đi đâu, chủ nhà nói làm gì có công ty nào ở đây, nhà này tôi mua hai tháng nay, nhưng mới đặt tiền, hôm kia trao hết thì nhận chìa khóa người ta trao nhà là hoàn tất mua bán. Hắn quay lại văn phòng môi giới việc làm, hỏi sao lại thế, bên môi giới đưa nói họ chỉ biết giới thiệu việc làm và lấy phí, nào công đưa đi, công giới thiệu còn, đã có người nhận làm rồi, còn làm được hay không làm được thì là người làm với chủ thuê, làm sao họ biết được. Hắn lại ở nhà bán nước chè giúp mẹ, một hôm có hai người khách vào nói chuyện, họ nói về mở văn phòng môi giới việc làm, nhà đất là ăn nhất. Khách mua nhà cứ đưa đến chỉ nhà là lấy 50 nghìn, mua hay không mặc kệ chủ nhà với nhau, ngày 3 khách là cũng có 150 nghìn. Rồi họ còn nói là ông kiếm nhà nào quen cứ giả vờ là muốn bán, khách dẫn đến đòi giá cao không mua được, những cứ có 50 nghìn dẫn đi chia cho nhà kia mấy chục là ngon. Ồ thì ra là lừa đảo à, hắn chợt nghĩ đến việc mình đi làm, hỏi ông khách. Ông khách bảo môi giới việc làm thì cứ hợp tác với đứa nào đó, giả vờ nhận thử việc vài ngày đến 1 tuần rồi bảo không hợp. Mình có tiền thu phí, còn đứa kia được có kẻ làm thuê dăm hôm không bị mất tiền trả lương là được. Đứa nào cãi được mình cơ chứ, mình làm chặt chẽ, đúng luật, ông mua nhà được hay không việc của ông, tôi chỉ lấy công 50 nghìn dẫn đi, mua cái nhà thì 50 nghìn bõ bèn gì. Phần xin việc thì tôi chỉ giới thiệu, đưa đi, bảo đảm đúng công việc thỏa thuận môi giới. Ông làm được không với người ta là do khả năng của ông, tôi sao mà biết được.

Hai ông khách trả 1 nghìn cho hai chén nước và hai điếu thuốc, không lấy tiền trả lại. Hắn cầm tờ một nghìn máu sôi sùng sục, răng nghiến chặt. Hắn từng chém người thuê, đòi nợ thuê được hàng trăm nghìn, miễn là đối tượng phải vào viện, có phải khâu thế là ngon tiền. Hắn biết chém vào đâu để đối tượng không chết, không di chứng hậu quả, nhát chém sâu từng nào đủ phải khâu, cửa dao thế nào để đủ khâu bao nhiêu mũi. Chém ở thời điểm nào, thoát thân ra sao...

Ê chề, cay đắng, hôm nay hắn bị người ta chém, chém bằng luật lệ chặt chẽ. Chém đúng vào cái lúc hắn muốn tìm công việc lao động chân tay, sống bằng mồ hôi, sức lực sau bao năm vác đá, trồng rau nắng mưa ở trại tù. Lúc mà hắn và mẹ bưng từng chén nước trà lấy được 100 đồng có cả vốn lẫn lãi, công sức vào đó. 50 nghìn là bao chén nước chè của mẹ. Lúc mà bao thằng bạn giang hồ đảo qua thì thầm rủ rê mối nọ, mối kia bị hắn bỏ ngoài tai… Hắn cay cái con ranh ở phòng môi giới việc. Đm con chó con, bố mày chém người lấy tiền, từng phạm pháp đi tù, giờ về thương mẹ muốn làm người lành cho mẹ già vui những ngày còn lại trong đời. Không phải túi nhỏ, to lỉnh kỉnh đi tiếp tế cho con những ngày hè đổ lửa hay mùa đông mưa gió. Giờ những con chó như chúng mày lại chém cả tao lẫn mẹ tao lúc này. Cả đêm hắn không ngủ, chỉ mong sáng dắt dao đến hỏi tội con ranh xem chúng nó trả tiền lại không. Hắn nhớ lúc mẹ vuốt tiền đưa, lời mẹ như gửi hết hy vọng vào đó, một trăm một chén nước trà con ạ.

Mờ sáng hắn dậy đánh răng, rửa mặt. Phải đợi thêm chút nữa mới mượn được xe đạp, hắn bọc con dao vào mấy lượt giấy báo nhìn đồng hồ chờ. Tiếng đồng hồ tích tắc, trong khi nghe tiếng tíc tắc ấy hắn nghe thấy tiếng mõ của mẹ trên gác. Hắn lên đứng ở cầu thang nghe tiếng mẹ lần cuối thế nào. Hắn xử xong bọn này sẽ đi theo bọn thằng Thắng, biết bao giờ còn nghe tiếng mẹ. Tiếng mẹ rì rầm…

- Nam mô quan thế âm Bồ Tát, Nam mô… con xin cho nam tử con là… tuổi Tân… năm nay sớm có được công ăn việc làm, sớm yên bề gia thất, con Nam Mô… phù hộ độ trì, con lạy Thánh… con lạy Mẫu… con lạy chín phương trời, mười phương Phật, con lạy…

Hắn gục đầu vào bậc thang, đi lên các bậc thang kia là mẹ già đang cầu nguyện, đi xuống là đến chỗ con ranh ở văn phòng môi giới việc làm. Một lúc sau hắn bừng tỉnh khi nghe tiếng động mẹ cất mõ, chuông. Hắn đi lên xin mẹ tiền mua báo Rao Vặt.

Mẹ cho 4 nghìn, bảo con ăn gì đó nhé, lâu rồi mấy khi anh dậy sớm để ăn sáng đâu.

Mùa xuân năm đó hắn xin được việc làm không mất phí. Người đàn ông tuyển người gắt với hắn:

- Tôi đăng báo là tuyển người có tay nghề cơ mà.

Hắn nhìn sâu vào đôi mắt của ông. Nói chậm từng tiếng:

- Em hứa với anh em sẽ biết nghề nhanh nhất, xin anh cho em được thử việc.

Không biết người đàn ông khó tính ấy đọc được gì trong mắt hắn, ông thở dài:

- Thôi tao cho mày thử một tuần.

Được 3 ngày, ông gọi hắn bảo:

- Giờ tháng đầu lương mày là 300 nghìn.

Ba tháng sau lương hắn được 800 nghìn. Lúc đưa tiền lương cho mẹ, mẹ bảo để dành rồi mẹ vay bát họ mua cho cái xe máy mà đi làm con ạ. Anh đi làm thế này là mẹ yên tâm, không lo còn dại dột như xưa nữa.

Bây giờ mẹ hắn không còn bán nước chè nữa,

nhưng thứ nước mà hắn thích uống nhất trên đời này vẫn là trà mạn, thích nhất cái thứ uống rẻ tiền lúc đầu chan chát sau vị ngọt đọng trên miệng lâm râm.

Lần nọ trên đường phố của Châu Âu, hắn đi tìm mãi thứ nước ấy, sau người bạn đi cùng phải đưa hắn vào một quán ăn sang trọng. Hai thằng ăn hết gần 200 euro để được ấm trà tráng miệng nhạt toẹt. Hắn bảo bạn rằng:

- Tôi không xa quê hương được đâu ông ạ, tôi nghiện trà.

Bạn nói:

- Ở đây cũng có, tại ông muốn ngay, chứ mình tìm mua siêu thị thì cái gì bên Việt Nam có bên này cũng có, ở khu bán cho người Việt mình có hết, rau muống cũng có mà.

Hắn lắc đầu:

- Không, tôi thích quán trà ở vỉa hè, hay đầu ngõ, nơi có những chiếc ghế dài bằng gỗ bóng loáng vì ngồi nhiều, có mặt bàn gỗ xước tróc, có những chiếc cốc Bát Tràng, có một bà cụ già áo nâu bán hàng cơ, ở đây không có được như thế. Ngày xưa mẹ tôi cũng bán nước trà mạn đấy, hồi ấy có một trăm đồng một chén thôi

Tôi còn làm thơ về điều ấy.

Một trăm một chén nước trà.
Mẹ đong từng chén để mà nuôi con.

Tôi đi làm chăm chỉ, hàng sáng tôi đạp xe đến chỗ làm sớm nhất ở xưởng làm biển hiệu quảng cáo. Nghề làm biển quảng cáo lắm công đoạn, từ thợ cơ khí đến thợ thủ công mỹ thuật. Mới đầu tôi chỉ được làm chân phụ là khoan và bắt vít. Rất nhanh sau đó tôi nắm được mọi kỹ thuật làm, và thành thợ giỏi. Ông quản đốc cũng là người tuyển tôi vào làm, cũng chính là thầy dạy hài lòng về tôi lắm.

Nửa năm đi làm, rồi giữa ông quản đốc và giám đốc nảy sinh mâu thuẫn. Nguyên nhân là chúng tôi đi làm các tỉnh xa, mọi khi có tiền công ty bao ăn. Bỗng nhiên ban giám đốc cắt tiền ăn đi làm tỉnh xa, với lý do là làm ở Hà Nội thì các anh cũng ăn, đi làm xa thì tất nhiên cũng phải ăn như ở Hà Nội. Mà ở Hà nội công ty không phải trả tiền ăn cho các anh, vậy cớ sao các anh đi làm xa phải trả. Các anh lấy tiền lương ra mà ăn chứ.

Ông quản đốc bác bỏ không được, ông nại lý do là công nhân làm ở Hà Nội về nhà ăn, tiền ăn rất rẻ. Đi làm xa thì ai nấu cho. Công ty không nghe. Ông quản đốc thấy mình nói không trọng lượng nữa, ông quyết định bỏ làm. Giám đốc gọi tôi lên, giao làm quản đốc phụ trách xưởng. Tôi đề nghị tăng thêm mỗi người 200 nghìn tiền ăn một tháng, tính vào tiền đi làm xa, vì công ty tôi đi làm các tỉnh nhiều. Nếu không thanh toán hóa đơn mỗi lần, thì xin tăng vào lương tự công nhân giải quyết.

Công ty không nghe, tôi bỏ việc.

Khi ông quản đốc bỏ và tôi cũng bỏ, có vài ba người nữa bỏ theo. Ông quản đốc cũ đi mở quán bia, tôi đến chơi gặp mấy người cùng công ty bỏ việc cũng đến đó. Ông quản đốc cũ bảo tôi mở xưởng mà làm. Ông ấy bán bia, quen nhiều khách, ông tìm mối cho.

Nhưng tôi không có tiền vốn để mua máy móc, tôi cố đi vay nhưng không vay ở đâu được. Anh chị tôi đều khó khăn. Có một anh khá giàu có lúc ấy, thì anh lại không cho vay. Tôi thỉnh thoảng có người nhờ làm vài thứ, đi mượn đồ, đi thuê đồ, hay gọi người có dụng cụ làm chung. Lúc ấy tôi có một thằng bạn, hai thằng lúc rảnh thường gặp nhau uống trà, hút thuốc nói đủ chuyện trên trời dưới biển. Thằng bạn tôi đọc nhiều, biết rộng lại thích có người để nói chuyện, vì thế chúng tôi hay gặp nhau để tào lao, tán phét.

Thằng bạn tôi học mỹ thuật, bố nó trước là quan chức to, nay về hưu, ông bố nó làm quan thanh liêm. Lúc về cũng không dư giả gì. Thằng bạn làm thiết kế quảng cáo, một hôm nó gọi tôi đến nói có mấy cái biển làm cho bọn Nhật dưới cầu Bãi Cháy, nó nhận cho tôi làm.

Tôi đi làm mấy cái biển dưới Bãi Cháy, thuê một ông thợ hàn cửa hoa cửa sắt làm cùng, suốt ngày ông say rượu. Mình tôi phải xoay sở, thuê ông ấy cốt để mượn đồ đạc và mặt bằng để làm là chủ yếu chứ chẳng trông mong gì. Chật vật tôi cũng làm xong ba cái biển.

Lúc thanh toán tiền, trừ chi phí đi, được lời 5 triệu

đồng. Một số tiền khá lớn đối với tôi lúc đó, đủ để tôi có thể sắm được máy móc làm nghề. Lúc đầu chúng tôi thỏa thuận chia đôi, nhưng lúc nhận tiền, thằng bạn tôi nó đưa cả cho tôi không hề lấy đồng nào. Tôi vẫn nhớ đến giờ, lúc nó hất hàm nói – ông làm thì ông lấy cả đi. Tôi tưởng nó giận gì, phải nấn ná nói để nó nhận một nửa phần của nó . Mặt nó lạnh tanh, bảo cầm mà mua đồ, tôi mới biết là nó nói thật lòng.

Tôi có đủ đồ, đi nhận việc lại của người ta làm. Rồi tôi kéo mấy người bạn làm chỗ cũ cùng làm. Thằng bạn tôi nhận được vài hợp đồng kha khá, lại sang tay cho tôi làm, nếu thiếu tiền nó cho mượn vốn để làm. Nhờ vậy tôi đủ sức mở công ty quảng cáo, thuê nhà xưởng, thợ thuyền đông đến hai mươi người. Công việc khá trôi chảy và thuận lợi vì tôi lấy giá thành vừa phải, làm chu đáo.

Vợ tôi sắp sinh, vì không muốn làm công trình xa, tôi chuyển nghề làm nghề cho vay lãi và cầm đồ và cá độ bóng đá.

Nhưng số tôi đen được thời gian thì bị mất sạch. Cơn đen nó đến dồn dập, lúc nghe tin cái thằng khách cầm tôi đống tiền bị bắn chết ở Đoàn Trần Nghiệp. Nó được bạn tù rủ đi đánh nhau, hung hổ nhảy lên taxi đến nơi, mở cửa chửi bới phách lối, rút súng ngắn bắn tứ tung để áp đảo bọn kia ngay từ đầu. Nào ngờ bọn kia không vừa, nó vác AK làm vài viên. Có viên trúng ngực, thằng khách của tôi ngã xuống còn bắn trúng chân một thằng. Đấy là đến viện tôi nghe kể lại vậy, chứ lúc đó con mụ chủ độ bóng đá nó biết tin trước, mụ ấy gọi điện cho tôi cười nhăn nhở bảo mày lên chỗ ấy thằng T nó trả tiền kìa. Tôi đến nơi thì mới biết nó bị bắn chết. Cái bọn bắn chết người là bọn thằng Ánh Usu cũng hàng máu mặt có tiếng. Nguyên nhân chỉ vì mâu thuẫn vặt, muốn lấy số nhau thể hiện mà đến mức vác súng bắn nhau, chứ đâu phải thù hằn lớn làm ăn khúc mắc tiền bạc nhiều gì.

Đã thế trước đó thằng Lê Anh Hùng giám đốc công ty Tam Thanh, cùng bọn với Nguyễn Lâm Thái lừa hóa đơn, khai man giá bị bắt, vụ đó rùm beng trên báo chí bấy giờ. Lúc đó Lê Anh Hùng, còn gọi là Hùng Híp cầm của tôi tiền lớn. Số tiền đó không dây dưa gì đến chuyện nó làm. Có người trả tôi tiền lại nhờ nó cầm hộ, đáng ra lúc đó nó đã bị công an điều tra, nó phải từ chối nhưng nó cứ nhận cầm hộ. Hôm sau bị bắt, chẳng biết công an thu số tiền đó hay là nó đã im đi, nhưng nó bị bắt rồi, muốn trình đơn cũng không được. Mà có trình thì công an có trả cho mình cũng còn lâu, hoặc công an thế nào cũng chỉ trả một nửa là may, trong khi họ bắt mình cam kết là nhận đủ toàn bộ. Đằng nào cũng mất, mất một nửa vào tay bọn công an hay mất cả vào đâu thì cho mất luôn. Rồi có thằng vợ bỏ, nhà bán, bố mẹ lo nghĩ mà chết. Thằng bỏ nhà trốn biệt không về…. tôi đi đòi nợ, đến nơi đánh nhau tóe máu, mới được trả tiền. May hôm đó tôi lại chủ quan nghĩ rằng không đến mức đánh nhau, chả mang súng đi. Lúc nằm viện, uất định lấy súng quay lại tìm báo thù, nhưng anh tôi can. Tôi giã từ cái nghề giang hồ, cho vay lãi, cờ bạc này. Mang theo số nợ lớn với bà dì vợ và ông anh trai thứ ba. Số nợ bà dì vợ tôi lần hồi cũng trả hết, còn số của ông anh trai thì ông ấy không nhắc đến. Nhưng tôi cũng quên luôn những món mà người ta nợ tôi, số nợ đó cộng lại gấp 3 lần số tôi nợ anh tôi và bà dì vợ, trong đó có cả ông cậu vợ nữa. Tôi quyết đã dứt là dứt hẳn, có người mang tiền đến trả nợ tôi, tôi lắc đầu không nhận.

Tôi thấy đó là quyết định đúng nhất đời, đã giã từ cái gì mình cho là không tốt là giã từ hẳn mới được, không luyến lưu, không vì vài thứ cám dỗ.

Ông anh trai thứ ba nặng nợ với tôi nhiều, anh lo cho tôi bao nhiêu thứ từ lúc tôi đi tù đến lúc tôi đi làm rồi đến lúc đã vợ con. Dường như anh nhìn thấy trong tôi có điều gì đó mà tôi chưa làm hết sức. Vợ tôi gặp anh than thở là tôi làm ăn bê bết, tùy hứng để nợ nần. Anh tôi nói – con người nó có những cái mà người khác không bằng được, khi nó đã có hứng thì nó sẽ làm được việc lớn. Chuyện này mãi sau vợ tôi kể lại, tôi mới biết anh tôi hy vọng gì đó vào tôi rất nhiều. Tôi thấy ân hận, nhưng chỉ ân hận rồi cũng chẳng biết làm gì cho gia đình tôi thấy hy vọng.

19.

Tôi xin đi làm chân kế hoạch sản xuất cho một công ty quảng cáo lớn. Việc của tôi rất nhàn, chỉ nhận bản vẽ và ngồi lên kế hoạch thi công, cần bao nhiêu người, làm bao thời gian, vật liệu, dụng cụ cần gì. Vì cả quãng thời gian làm từ thợ đến chủ, tôi hiểu kỹ càng về công đoạn làm đến mức từ que hàn, đến con vít hay phát sinh cần đến đoạn dây thừng tôi cũng chu đáo được hết. Có lần tôi nhận được một bản vẽ để thi công, nhìn cái hàng cột đơn của tấm biển. Tôi sống chết báo cáo rằng nếu thi công theo bản vẽ này thì chỉ cơn bão hơi to là biển sẽ đổ. Nhưng giám đốc không nghe, họ nói bên thiết kế đã tính cả áp lực lên tấm biển khi có gió giật cấp 12, 13 rồi.

Tôi đưa lên bản kế hoạch thi công, kèm theo ghi chú dặn công nhân phải hàn cẩn thận các mối hàn, mối liên kết, và chôn cột thật vững. Vì tấm biển này sẽ đổ, và chúng ta không thể để người ta đổ lỗi là do thợ thi công ẩu.

Hai tháng sau, vào tháng tám, trời bắt đầu vào mùa mưa bão. Tôi nhận điện thoại giám đốc đến xem cái biển đã đổ nghiêng, giải quyết ngay không để tai nạn hay hỏng hóc gì thêm. Ngớt mưa tôi đến, nhìn cái chân biển đổ gập làm đôi, đúng cái đoạn thân ống thép. Mặt biển bị gió vặn vẹo vọ các khung sắt, nhưng các mối hàn còn nguyên. Tôi chụp ảnh lại, rồi cho người cắt dỡ tấm biển đi.

Công ty đổ lỗi cho thợ thi công. Tôi giở những tấm ảnh trình bày, mối hàn còn nguyên, mối liên kết còn nguyên, chân cột chôn cũng còn nguyên. Chỉ những thanh giằng, cột là bị vẹo vọ, gẫy đổ. Đó là do lỗi thiết kết chứ không phải do thợ.

Đôi khi người thợ có kinh nghiệm còn hơn một kỹ sư ra trường. Tôi cũng không hiểu những kỹ sư học ra trường họ học điều gì mà chỉ một tấm bảng quảng cáo vài chục mét vuông cũng không làm được, nhất là khi đã có cảnh báo trước của những người thợ thi công. Có những tấm biển lớn thì họ quá lo lắng mà vẽ đại ra bao nhiêu thứ, vừa phí phạm vật liệu, công sức lại làm cho giá thành cao. Có lúc họ lại sơ sài, bỏ qua vô số thứ đến nỗi thành hỏng hóc, phải sửa chữa khắc phục tốn hơn bao nhiêu.

Lạ nhất khi đụng chuyện đổ vỡ, họ thường đổ vấy cho những người thợ thấp cổ bé họng. Họ ngồi trong phòng lạnh, hàng ngày ăn cơm cùng giám đốc. Họ như thành một giai cấp khác hẳn với đám thợ dưới xưởng đang cởi trần hàn, gò, khoan nhễ nhại mồ hôi.

Những tấm ảnh tôi cẩn thận chụp tấm biển và lời ghi chú dưới bản kế hoạch sản xuất được đặt trên bàn là bằng chứng rõ nhất lỗi thuộc về họ chứ không phải những người thợ thi công.

Công nhân quý tôi, nhưng những người phía trên thì họ không ưa tôi. Họ nói tôi làm thế mất mặt họ, thà cứ đổ lỗi cho công nhân thì ban giám đốc cũng chẳng trừ lương, trừ thưởng công nhân làm gì. Công nhân bị đổi lỗi nhưng không bị phạt gì thì có sao đâu, đi tranh cãi rồi đổ lỗi cho trên văn phòng như vậy. Lần sau công nhân coi thường cấp trên.

Tôi đến văn phòng ngồi riêng một phòng, lúc làm kế hoạch hay tìm hiểu chất lượng, quy cách vật liệu, giá thành…. tôi vào mạng để tìm kiếm. Khi rảnh đọc những tin tức về xã hội, về việc quân Trung Quốc xâm lược biển đảo, bắn giết ngư dân Việt Nam.

Lúc này để rõ trách nhiệm sau vụ đổ biển quảng cáo. Tôi nhận khoán phần thi công, tự trả lương thợ, tự hạch toán lấy. Ví dụ công ty sẽ giao cho tôi với giá thành 150 nghìn một mét biển. Tôi tự hạch toán và cân đối làm. Thạo việc sẵn, công việc tôi trôi chảy, rồi sẵn nhà xưởng, công nhân tôi lại nhận được thêm việc từ nơi khác. Đây là gia đoạn khá ổn của tôi, thu nhập khá và ổn định.

Một hôm mưa gió, chúng tôi thi công tấm biển lớn cho hàng Thép Việt Nhật ở đường cao tốc Quán Toan phải ngừng lại. Rảnh nhìn trời đất, nhìn đống vật liệu ngổn ngang, tôi nhớ con trai và nhớ lại những gì diễn ra vào ngày con tôi sinh. Tôi viết bức thư gửi con mình đưa lên blog.

Con thân yêu của bố,

Con ở nhà ăn nhiều và ngủ ngoan chứ. Bố còn đang làm công trình dưới Hải Phòng. Mấy hôm nay mưa rất nhiều khiến công việc của bố bị đình chỉ, tối nay trời vẫn mưa khiến bố nhớ con đến cồn cào. Bố nhớ cái miệng cười tủm tỉm khi con tí mẹ no, nhớ ngẩn ngơ cả người con trai ạ!

Con trai của bố, con sinh ra khi bố đã 34 tuổi. Trong cái thời đại Hồ Chí Minh mà dọc đường vào thành phố có tấm băng rôn "Vẻ vang thay thời đại Hồ Chí Minh". Vậy là con của bố được may mắn sinh ra trong một thời đại vẻ vang, mọi biên bản, đơn từ đều có giòng chữ đầy ắp hy vọng: "Độc lập - Tự Do - Hạnh phúc". Rồi người ta còn tung hô dài dài câu: "Xã hội công bằng, dân chủ văn minh"

Lịch sử nước ta có nhiều thời đại. Sau này con sẽ được học về thời đại Hùng Vương, thời Đinh, Lê, Lý, Trần, Lê... Nhưng những thời đại ấy, bố cũng chỉ học được từ sách giáo khoa như con sau này thôi. Vậy bố sẽ kể dần cho con nghe về thời đại mà con đã sinh ra, cũng là thời đại mà bố chứng kiến, sống và làm việc theo hiến pháp thời đại đó. Một thời đại mà nhà nước ta bảo rằng hào hùng, vinh quang và vẻ vang hơn mọi thời đại khác.

Đất nước ta hiện nay có rất nhiều người tốt việc tốt. Học sinh thì học giỏi, cán bộ, công chức cần cù liêm khiết, lãnh đạo sáng suốt...

Hôm mẹ con trở dạ, bố đưa mẹ vào viện Nhi Trung Ương. Cô bác sĩ đeo kính cận chăm sóc mẹ con rất tận tình. Cô ấy là người quen của bạn mẹ con. Bố và mẹ đã gặp cô ấy từ trước để nhờ săn sóc và khám sức khoẻ, theo dõi cho cả hai mẹ con. Bởi vậy cô ấy đã không phải rào đón, thân thiện như người nhà bảo với bố rằng:

- Vợ anh tử cung hẹp, phải mổ đấy anh ạ!

Bố không nghĩ gì nhiều. Làm sao mà bố dám tính toán với đứa con trai của bố sắp chào đời tốn bao nhiêu. Bố chỉ hỏi:

- Em cần bao nhiêu? Cô ấy bảo:

- Bác sĩ mổ 5 trăm, y tá 200, tiền bệnh viện 500, hộ lý 100.

Bố không nhớ rõ, chỉ nghe cô ấy tổng kết là triệu rưỡi. Tiền cược viện phí một triệu thì bệnh viện đã thu ngay từ lúc vào cổng. Cái bác thu tiền ấy thấy bố cuống quýt còn quát:

- Cứ nộp tiền xong đã, đẻ ngay đâu mà lo!

Bố không biết lúc ấy bố quên tiền thì con trai bố có phải sinh ra ở gốc sấu phố Tràng Thi không. Nhưng nhờ ơn Đảng và Bác Hồ, dạo này ai đến viện cũng chuẩn bị tiền nộp trước cả. Bố cũng cầm theo mấy tháng lương cho nên một triệu để lấy tờ giấy đưa hai mẹ con cho cô bạn bác sĩ kia đưa vào trong cũng là chuyện nhỏ.

Bố đưa cho cô bác sĩ ấy hai triệu với lời dặn:

- Em cứ liệu mà lo, thiếu bao nhiêu bảo anh đưa thêm.

Cô ấy rút điện thoại gọi ngay bác sĩ Hưng là người phụ trách phòng mổ. Lúc này thì mẹ con đang ở trong phòng đỡ đẻ, bấy giờ là 6 giờ chiều ngày 28/10/2005. Bác sĩ Hưng đến rút điện thoại gọi bác sĩ Hà trực phòng đỡ đẻ xin được phép mổ cho mẹ con. Nhưng bác sĩ Hà không đồng ý. Nguyên nhân là thế này: Thường mỗi ca đỡ đẻ, cái luật bất thành văn là trường hợp sinh ở phòng đỡ đẻ, ca đỡ được bồi dưỡng 700. Nếu ca nào khó thì mới chuyển qua phòng mổ. Tiền bồi dưỡng đương nhiên là phòng mổ nhận.

Bố cũng thấy cái khó trong việc này, nên bố đề nghị gặp bác sĩ Hà để xin mổ cho mẹ con theo yêu cầu. Nhưng bác sĩ Hà nhất quyết không gặp, không cho bố cơ hội dúi cái phong bì bẩy lít. Hoá ra bác sĩ Hà tử tế, bác ấy cho rằng mẹ khoẻ, con khoẻ cứ đẻ thường cũng được. Có nghĩa bác ấy quân tử, muốn nhận tiền thì cũng mó tay vào việc chứ nhất quyết chả chịu ăn không?

Đến 3 giờ sáng thì mẹ con vỡ ối, mẹ con quần quại, nhăn nhó nhìn bố cầu cứu. Bên ngoài bác sĩ Hưng thúc bố nói chuyện với bác sĩ Hà. Nhưng bố thiếu nước quỳ xuống van xin, hai tay cung kính dâng tiền mà bác sĩ Hà kiên quyết không đồng ý. Bác ấy cứ khăng khăng là để đẻ thường.

Đến 6 giờ sáng hết ca của bác sĩ Hưng, thì bác sĩ Hà đồng ý cho mổ. Con trai của bố 3, 2 kg, đủ tháng. Siêu âm hàng kỳ đều khoẻ mạnh. Lúc sinh ra người tím ngắt, thở không nổi. Bác sĩ điều trị Trách nói rằng con có thể bị bệnh tim.

Cứ thấy bóng dáng áo blu là bố muốn quỳ lạy vì sợ hãi, bố dúi tiền cho bất cứ ai để van xin.

Bố dựa vào tường khóc, bố nhìn con nằm trong lồng kính thở ô-xy mà bố đứng không nổi. Bố chỉ muốn moi tim mình ra cho con trai bố mạnh khoẻ. Bố ngã quỵ xuống sàn bệnh viện ôm mặt khóc từng cơn. Mọi người đỡ bố dậy, khuyên bố bình tĩnh. Bố lấy hết hơi sức run rẩy lấy điện thoại gọi cho bác Hưng, bác Oanh và các ông bà hai bên nội ngoại cầu cứu.

Lúc sau, cũng nhanh mọi người kéo đến vì đều ở quanh đó. Bác Hưng đỡ bố dậy bảo:

- Thôi mày đừng khóc, tao sẽ làm hết sức mình. Nhưng có gì thì mày cũng phải chấp nhận số phận.

Bác Oanh gọi điện nhờ người sang Khoa Nhi Thuỵ Điển để phòng tình huống chuyển con sang đấy chạy chữa.

Bà Thoa gọi bà Lan là bác sĩ khoa Nhi. Bà Lan dẫn bố vào gặp mọi người trực ca phòng sơ sinh. Nói rằng bố là em họ, mọi người cố giúp đỡ cho cháu. Còn nhiều người nữa đến phòng sơ sinh nhận con là họ hàng. Các bác sĩ trực bảo:

- Em bé này có người nhà khắp bệnh viện!

Họ bảo bố cứ yên tâm, sẽ chụp phim và gửi mẫu xét nghiệm con sang khoa nhi Thuỵ Điển. Sau đó sẽ hội chẩn.

Bố như kẻ mất hồn, bố chạy về chỗ mẹ con nằm. Hai người sản phụ một giường nằm. Những sản phụ vừa qua ca mổ đang oằn mình vì đau đớn, chỉ nghiêng một chút là rơi xuống đất. Bố ngồi xuống tựa cái ngực vào giường làm thành đỡ cho mẹ con khỏi lăn. Bà bác sĩ khoa sản phụ đi qua. Bố hỏi:

- Cô ơi, sao cái giường góc kia còn trống, không cho vợ cháu nằm?

Bà ấy bảo:

- Chỗ ấy có người đặt rồi!

Bố đẩy mẹ con nằm sâu vào trong đuổi theo bà ấy dúi vào túi áo blu rộng hai trăm:

- Cô cho vợ cháu nằm, lúc nào người ta đến cô trả cũng được. Cháu phải chạy đi xem con cháu thế nào, cô ngó giúp vợ cháu một lát.

Bà ấy vẫy tay gọi hai y tá mang xe đến để chuyển mẹ con sang giường trống, lại còn ân cần cúi xuống hỏi gì mẹ con. Bố mới chạy sang khoa sơ sinh bám cửa ngoài nhìn con đang nằm trong lồng kính, dây rợ lằng nhằng với máy móc. Bố lại khóc.

Bố khóc một lát rồi tự nhủ, bố phải gắng hết sức không thể bỏ qua bất cứ điều gì để lo cho con. Bố chạy tìm cô bác sĩ người quen của mẹ. Bố đưa cô ấy một triệu, bảo rằng cứ mỗi ca trực 24 tiếng. Đầu mỗi ca em hãy vào đưa 500. Tuy đã nhờ rồi nhưng em cứ phải đưa họ tiền.

Bố tìm người phụ trách việc xét nghiệm, cô ấy bảo chiều có xe sang Nhi cô ấy đi luôn. Bố đưa cô ấy ba trăm, van xin cô ấy đi tắc-xi luôn bây giờ. May cô ấy tử tế cũng nhận lời đi ngay.

Mẹ con gọi điện. Bố chạy về bên mẹ, cố lau hết nước mắt để mẹ con không biết. Mẹ hỏi con mình thế nào. Bố bảo bình thường. Anh phải chạy ra đây một tí, bố chạy vội ra ngoài trước khi nước mắt tràn ra. Bố không thể để cho mẹ con biết trong lúc mẹ con còn đang yếu.

Chiều về có kết quả, con không có bệnh tim gì hết. Chỉ vì mẹ con vỡ ối mấy tiếng mà họ không cho mổ. Cho nên con bị ngạt và viêm phổi.

Con nằm trong lồng kính năm ngày. Hàng ngày bố cầm bình sữa vắt từ vú mẹ ủ trong lòng chạy sang phòng sơ sinh. Mấy hôm ấy trời rất lạnh. Sữa mẹ ra ít, được chút nào bố mang luôn đi chút đó. Cứ thấy bóng dáng áo blu là bố muốn quỳ lạy vì sợ hãi, bố dúi tiền cho bất cứ ai để van xin. Mà bố van xin có thành lời đâu, nghẹn hết, đến từ thứ ba là bố khóc. Mọi người ở đấy đều nhẵn mặt bố cả mấy ca trực.

Trời đổ mưa, bố luôn thủ trong người bình sữa và những cái phong bì chạy đi, chạy lại giữa phòng sản phụ và sơ sinh.

Cuối cùng nhờ ơn Đảng, bác Hồ và tổ tiên phù hộ.

Con của bố đã khoẻ mạnh. Hôm bố mang sữa sang, bác sĩ bảo:

- Anh không phải mang, cháu khoẻ rồi, chúng tôi cho về với mẹ bây giờ!

Bố mừng lắm, nỗi mừng lớn hơn bất cứ nỗi mừng nào mà bố trải qua hơn ba mươi năm mà bố đã sống. Bố chạy về báo tin cho mẹ, bố kể lại câu chuyện, bố vừa kể vừa lau nước mắt vì sung sướng.

Xong bố chạy sang để đón con. Một cô y tá đang đẩy cái xe, cô ấy bế con lên định băng qua làn mưa sang bên mẹ. Bố thấy con khóc, bố đập nhẹ vào con nói:

- Nín đi con, bố đây này!

Thế mà con cũng nín ngay, cô y tá hỏi:

- Con anh số bao nhiêu?

Bố đọc số. Cô ấy nhìn trời mưa ngại ngần rồi nói:

- Mưa này vào lấy cái xe nôi cho cháu đi vậy.

Bố lôi ví ra, còn lại tờ một trăm. Bố đút vào túi cô ấy. Con được nằm trong cái xe nôi kính phủ sang bên mẹ. Cô y tá nhìn hồ sơ nói:

- Mẹ phường Hàng Mã, bố phường Hàng Buồm à? Gần nhau nhỉ? Em đưa cái số điện thoại này, nếu có cần người tắm cho cháu thì gọi em nhé.

Con thân yêu, con sinh ra ở một thời đại thật là vẻ vang. Thời đại mang tên vị lãnh tụ kính yêu. Hình ảnh vị lãnh tụ này xuất hiện nhiều nhất, hay gặp nhất trên những đồng tiền chúng ta vẫn hay sử dụng hàng ngày.

Sau này bố sẽ còn sử dụng nhiều hình ảnh vị lãnh tụ kính yêu này để xin con đi học mẫu giáo. Khi con có mặt lần đầu tiên trên cuộc đời đã gắn liền với vị lãnh tụ anh minh này, khi con bắt đầu đến trường mầm non, tuổi thơ vị lãnh tụ lại cần có mặt. Sau này con đi làm, học nghề hay bất cứ cái gì đó. Con hãy nên nhớ công lao của lãnh tụ Hồ Chí Minh đã mang lại cho nhân dân ta, một thời đại ấm no, hạnh phúc.

Hãy luôn cầm bên mình những tấm hình vị lãnh tụ cao cả đó bất kể lúc nào, sẽ giúp con rất nhiều trên cuộc đời. Đây là lời dạy đầu tiên của bố. Cái mà bố đúc kết ở cuộc đời. Để con ghi nhớ lời dạy đầu tiên này. Bố đặt tên con là Bùi Minh Huấn...

Tôi viết xong bức thư, tự đọc lại vàsuy ngẫm về sự việc con mình ra đời rất nhiều, hình dung tương lai sau này con mình sống trong một xã hội đầy sự vô cảm về đạo đức. Tất cả các giá trị chuẩn mực đều được đặt qua thước đo là đồng tiền. Người ta nhìn nhau xem có tiền hay không để liệu cách giao tiếp, từ bệnh viện còn vậy huống chi là ở những nơi khác. Tôi bắt đầu quan tâm đến xã hội nhiều hơn.

20.

Tháng 12 năm 2007, trên mạng intenet xuất hiện lời kêu gọi biểu tình phản đối hành vi độc ác của hải quân Trung Quốc bắn giết ngư dân Việt Nam trên biển. Ông giám đốc rủ tôi cùng đi biểu tình.

Biểu tình xong về, tôi viết bài trên blog của mình về diễn biến cuộc biểu tình, rất nhiều người xem. Từ đó tôi năng viết hơn, nhưng bài viết đầu tiên của tôi trên blog là bài viết về ngày con trai tôi chào đời mới là bài về xã hội đầu tiên.

Ông giám đốc đầu tiên quan hệ với tôi chỉ là quan hệ chủ thợ, chẳng bao giờ ông ấy nói gì với tôi ngoài công việc. Gặp nhau trao đổi nhát gừng, một lần tôi rảnh viết bài tự sự một đoạn đời tôi thì có việc phải đi. Ông ấy vào chỗ tôi tìm gì đó thấy bài viết và đọc. Xong ông ấy gọi điện hỏi thăm tôi rất nhẹ nhàng làm tôi ngạc nhiên. Khi tôi về ông gọi lên phòng, pha nước, mở thuốc ân cần hỏi thăm công việc, gia đình.

Rồi ông nói ông đọc bài tôi viết, và ông bất ngờ khi tôi có thể viết được những dòng như vậy. Ông nói thật khó biết được người, ngày ngày ông nhìn tôi ăn mặc xuề xòa, nói năng cục mịch, ông chỉ nghĩ là thợ thuyền đao to, búa lớn chứ không ngờ có khả năng văn chương như vậy. Từ đó ông coi tôi như bạn bè.

Tôi bắt đầu viết nhiều hơn về các vấn đề chính trị, xã hội, đặc biệt là chủ quyền biển đảo của Việt Nam. Năm 2008 tôi cùng số người bạn in mẫu đề can Hoàng Sa – Trường Sa là của Việt Nam, mẫu đề can nhỏ hơn bao thuốc lá, đủ để dán lên mũ bảo hiểm cho người đi xe gắn máy. Tôi đưa cho nhà văn Trang Hạ để chị phát cho sinh viên đến dự buổi ra mắt sách của chị. Còn tôi đi vào TP HCM để phát cho bạn bè trong đó. Trang Hạ đang phát đề can thì bị công an quận Hoàn Kiếm bắt mang về trụ sở, tra khảo số đề can đó ở đâu ra.

Công an sục đến nhà tôi tìm bắt, nhưng lúc đó tôi đang ở Sài Gòn. Họ không thấy tôi nên dọa nạt gia đình tôi rồi bỏ đi. Tuần sau tôi về nhà, bị triệu tập lên phường. Cán bộ khu vực đưa tôi gặp hai người an ninh văn hóa, họ hỏi tôi về việc in đề can. Tôi nhận tôi tự in. Họ nói máy in đâu. Tôi nói bán rồi. Họ hỏi bán ở đâu. Tôi nói bán chợ giời chả nhớ ai mua nữa.

Công an tìm đến công ty tôi đang làm xét hỏi, giám đốc không biết chuyện tôi in đề can. Thật ra tôi và ông ấy cùng in chứ ai vào nữa. Nhưng ông ấy biết tôi sẽ nhận một mình, nên ông ấy chối đến cùng. Công an hỏi nhiều chuyện về công ty. Tôi thấy khó cho mọi người khác trong công ty, nên tự động không đến công ty làm việc nữa.

Thất nghiệp nằm nhà, chẳng có việc gì, ngồi lại viết liên miên. Để tránh bị xét hỏi, tôi nghĩ ra những câu chuyện đời xưa, tôi đặt tên cho loạt truyện ngắn ấy là **Đại Vệ Chí Dị**, có nghĩa là những câu chuyện quái dị, quái đản xẩy ra ở nước Vệ triều đại nhà Sản.

Thấy tôi khó khăn, túng bấn. Anh trai tôi cho tôi mượn nhà làm hiệu intenet. Thằng bạn tôi lại xuất hiện, lạnh lùng đưa mớ tiền. Tôi cầm nghẹn ngào bảo tao sẽ sớm trả, nó cười nhạt nói thôi cứ làm ăn đi, trả cái gì mà trả. Rồi nó đi biệt, mấy lần gọi nó đều kêu bận. Hiệu intenet do tôi trông khá đông khách so với xung quanh. Hầu như kín máy cả ngày, công việc tất bận. Sáng sớm tôi dậy lau máy móc, bàn ghế. Quét dọn, đun nước uống, mở cửa hàng lúc 7 giờ. Đến 12 giờ đêm đóng cửa ngủ. Lúc trông cửa hàng intenet tôi vẫn tranh thủ lúc rảnh viết blog đều đều. Thu nhập của tôi từ cửa hàng intenet khá và ổn định. Tôi đã tính mua gà chọi, mua sách sống cuộc đời phong lưu nhàn nhã.

Một hôm bất ngờ anh tôi gọi tôi lên gác, mặt xanh mét, anh lắp bắp bảo tôi phải đi ngay tức khắc. Vì anh được công an cho biết cửa hàng intenet của tôi là hang ổ của phản động, rằng họ biết tôi trá hình dưới cửa hiệu intent này để chống phá nhà nước, tôi có cấu kết với các lực lượng phản động khắp nước. Tôi định thanh minh rằng tôi không làm gì cả, chuyện cấu kết chẳng qua là những comment trên blog của tôi mà thôi. Nhưng anh tôi cả đời mới nghe đến chuyện phản động, sợ lắm, nhất là lại đúng em trai mình. Anh tôi bảo tôi đi ngay, vì công an nói là tách tôi ra khỏi cửa hàng này thì họ mới không xử anh tôi vì tội chứa chấp phản động và như vậy tôi mới không dấn sâu vào việc chống nhà nước. Tôi hỏi anh tôi là tôi không viết blog nữa có được không. Anh tôi điện đi hỏi ai đó, rồi nói rằng nhất định tôi không được có mặt ở cửa hàng này.

Tôi đi trong đêm về nhà mình, mang theo đồ dùng và đống sách. Vợ tôi chỉ thở dài khi biết chuyện.

Tôi đành không đến cửa hàng nữa, thuê người trông hàng, họ trông cũng chẳng nhiệt tình, khách khứa vắng dần. Ế ẩm rồi đóng cửa, bán tất cả máy móc đi chỉ thu được chưa đầy 1 phần 3 vốn.

Tôi trắng tay, khó khăn lại đến, cuộc sống cả nhà chờ vào đồng lương của vợ. Nhưng tôi cũng không để kéo dài quá vài tháng, tôi tìm bạn bè làm ở các tạp chí, tờ báo và viết báo dưới một cái tên giả. Bạn tôi lĩnh tiền hộ cho tôi, tháng cũng thêm thắt được đôi phần đỡ đần cuộc sống gia đình. Bạn tôi mỗi lần nhận bài tôi gửi, tùy hứng bạn tôi đặt bút danh nào đó. Nên tôi cũng chẳng nhớ là viết những bài nào. Song song việc viết báo tôi vẫn viết blog, ngày có nhiều người đọc blog của tôi. Vài người họ hiểu hoàn cảnh tôi thất nghiệp, thỉnh thoảng họ dúi cho ít tiền, họ là cán bộ nhà nước có, doanh nhân có, người làm công ăn lương có... đặc biệt có cả một người khuyết tật tứ chi, không tự đi lại được, đó là hiệp sĩ Công nghệ thông tin Nguyễn Công Hùng. Tôi thường qua chỗ Hùng giúp thiện nguyện những việc mà tôi có thể làm được. Hùng bảo anh khó khăn cầm lấy ít tiền cho cháu, em không dám nói là trả công. Tôi bảo mày khuyết tật, anh làm giúp lấy tiền làm gì. Hùng bảo em không có con, em khuyết tật tiêu gì đến tiền, anh cầm lấy đi, em coi con anh như con em. Tôi cầm tiền mà nước mắt ứa ra, Hùng cũng khóc. Nó bảo cuộc đời này những người như anh và em chỉ có Thiên Chúa mới chứng được thôi, người đời không nhiều người hiểu được việc mình làm đâu anh.

Lúc này tôi bỗng nghiệm ra thấy cuộc sống thật mầu nhiệm. Tôi viết blog chẳng mong để kiếm sống, chỉ viết vì thấy bức xúc. Viết vì chẳng có việc gì làm, mà nói thẳng có đi làm ở đâu thì chắc công an cũng tìm đến gây khó dễ. Nhưng cứ rất ngẫu nhiên, hầu như trời xui đất khiến thế nào, mọi người cứ thay nhau dúi cho tôi ít tiền bảo cho con tôi. Cứ tháng này đến tháng khác, mà tháng này người này cho, tháng sau người khác cho. Tiền chẳng đến một lúc bao giờ, nhưng cứ thường là đều đặn tính ra bằng mức lương tối thiểu của người lao động. Khoảng hơn 2 triệu một tháng, tức tầm 100 USD. Kỳ lạ nhất là những người đó hoàn toàn không biết nhau, không có sự sắp xếp nào giữa họ, dường như ông trời đã sắp đặt cho họ lần lượt giúp đỡ tôi. Tôi cũng không có nhu cầu gì, nên số tiền đó đã giúp tôi viết blog trong thời gian rất dài mà không phải ra khỏi nhà. Ở nhà viết blog đều đặn, đi đón con, nấu cơm, làm việc nhà.

Lượng độc giả đọc blog tôi nhiều hơn. Có người tận đâu đâu nước ngoài gửi về cho con tôi túi kẹo, cái áo, thứ đồ chơi và cả thuốc chữa bệnh cho tôi. Những người tôi chưa bao giờ biết và gặp, thậm chí nói chuyện trên mạng cũng không. Họ gửi chẳng cần tôi phải biết họ là ai, và họ cũng chẳng bao giờ yêu cầu tôi làm gì. Chỉ kèm những lời chúc bình an, sức khỏe hay khen đôi chút về những gì tôi đã viết. Thậm chí nhiều người còn cảm ơn tôi đã viết cho họ đọc. Lần đầu tiên tôi nhận được món tiền lớn nhất là 200 USD thật khôi hài, của người nào đó gửi, họ ghi tên người nhận là Bố Tí Hớn. Lúc người giao tiền họ hỏi tôi không biết ai gửi, và tên trong chứng minh thư không thể là Bố Tí Hớn, tôi chỉ có thằng con tên là Tí Hớn thôi. Người giao tiền cũng tin và đưa cho tôi.

Có vài người còn muốn tìm việc cho tôi làm, để tôi có thu nhập mà vẫn có điều kiện viết. Thậm chí có người đề cập cấp vốn cho tôi mở cửa hàng làm ăn gì đó. Nhưng tôi nghĩ đi nghĩ lại nếu tôi đi làm hay mở cửa hàng thì với bản chất tập trung công việc tôi sẽ không viết được gì nữa. Cái thứ hai là công an lại đến làm khó dễ, và tôi lại dở dang với những việc đang làm.

Năm 2009 tàu chiến của Trung Quốc lại bắn chết ngư dân Việt Nam, thanh niên chúng tôi sục sôi căm phẫn. Nhưng nhà nước Việt Nam chỉ lên tiếng vài câu rồi thôi, nhà nước bảo quan hệ giữa hai Đảng cộng sản lãnh đạo hai nước là thứ rất quý báu mà lãnh tụ sáng lập hai Đảng đã để lại, không vì chuyện khác mà làm ảnh hưởng đến quan hệ ruột thịt đó. Một số người phản đối gay gắt chuyện này bằng những hành động căng biểu ngữ phản đối nơi công cộng, hoặc viết bài phê phán trực tiếp thái độ nhu nhược của chính quyền Việt Nam cũng như hành động tàn bạo của Trung Quốc. Họ đều bị bắt tù vì tội chỉ trích nhà nước.

Chúng tôi gồm vài blogger bàn nhau in áo phông có nội dung khẳng định chủ quyền hai quần đảo Hoàng Sa - Trường Sa là của Việt Nam. Áo in cùng lúc ở miền Nam và miền Bắc. Ở miền Bắc một mình tôi phụ trách in, còn miền Nam tôi không rõ.

Tôi in gần 200 cái áo, phát được vài chục cái. Khi tôi cùng đi với vài giáo dân người Hà Nội vào Nghệ An dự lễ Đức Mẹ Lên Trời của người công giáo thuộc giáo phận Vinh, lúc xe đi cách Hà Nội được 60 cây số, tôi bỗng linh tính có chiếc xe nào đó đi theo chúng tôi. Tôi bảo người lái xe tấp vào cây xăng vờ hỏi đường, tôi nhìn lại thấy chiếc xe ô tô 4 chỗ mang biển công an cũng tấp vào lùm cây ven đường. Lần đầu tiên tôi phát hiện bị theo dõi chỉ nhờ linh tính, từ trước đó chưa bao giờ tôi nghĩ công an sẽ đi theo dõi mọi hành động của mình. Tôi nghĩ đơn giản là việc viết blog thì công khai đó, việc in áo chủ quyền cũng chả có gì sai . Vậy sao họ theo dõi tôi như tội phạm? Tôi nghĩ và đi đến kết luận rằng việc khẳng định thế nào là tội phạm là quan điểm của công an, mà công an thì họ làm theo quan điểm của Đảng, căn cứ pháp luật họ mơ hồ thì với quyền lực trong tay họ kết ai tội cũng có thể được.

Xe chúng tôi lên đường, tôi bảo người lái xe đi ngoặt vào con đường vắng rồi quay đầu. Chiếc xe theo dõi vừa rẽ vào đoạn ngoặt thì xe tôi lao ngược ra và tăng tốc. Chiếc xe đi theo mất dấu chúng tôi. Để cẩn thận hơn tôi xuống đường khi đã quan sát kỹ không ai theo, và tôi lên xe khách để đi tiếp vào Vinh.

Tòa giám mục Vinh ở Xã Đoài, huyện Nghi Lộc có hàng trăm ngàn người giáo dân đến dự lễ, đây là lễ lớn nhất của giáo phận Vinh vì nơi này chọn Đức Mẹ là thánh bổn mạng. Mới tháng trước đó, giáo phận Tam Tòa, tỉnh Quảng Bình thuộc giáo phận Vinh vừa xảy ra một vụ thương tâm. Nguyên nhân ở đó có ngôi nhà thờ cũ bị bom đạn phá, nhà thờ chỉ còn lại một nửa. Nhà nước nhân đó không cho xây lại với giải thích là để làm bằng chứng tội ác chiến tranh của Mỹ. Người của nhà thờ thì họ nói rằng giờ chiến tranh đã hết, đất và nhà của họ thì họ có quyền xây dựng lại trong khi họ đang thiếu thốn không có đất để làm nhà thờ. Hơn nữa khi chiến tranh, quân đội Bắc Việt đã lấy nhà thờ làm pháo đài để bắn phá tàu Mỹ qua lại . Linh mục, tu sĩ buộc phải rời khỏi đó. Vậy nói nhà thờ bị bắn phá là tội ác chiến tranh của Mỹ cũng không phải. Cãi nhau bao nhiêu năm như vậy rồi, nhưng chả vào đâu, nhà nước vẫn giữ nhà thờ đổ nát đấy để làm di tích chiến tranh. Rồi giáo dân Tam Tòa nghe tin nhà nước định san phẳng cái di tích chiến tranh ấy để làm khu du lịch gì đó, không biết chuyện này có đúng nhà nước định làm thật hay không nhưng giáo dân Tam Tòa thấy công nhân, máy móc rục rịch đến xây dựng trên khu đất nhà thờ, họ kéo đến cầu nguyện phản đối. Bỗng đâu hàng trăm thanh niên khỏe mạnh ập đến dùng gậy gộc đánh đập tàn bạo những người đang cầu nguyện, cha xứ Bính bị đánh gãy tay. Việc xảy ra giữa ban ngày, có rất đông công an đứng ở đó nhưng công an chỉ nhìn mà không làm gì. Lúc sau đám thanh niên kia rút đi, công an vào bắt gần mười người giáo dân vì tội gây rối trật tự công cộng, trong số bị bắt có nhiều phụ nữ, sinh viên.

Nhà nước điều nhiều đơn vị bộ đội về đóng quanh tỉnh Quảng Bình, và điều thêm những xe tải chở đầy cảnh sát dã chiến về đóng ở quanh khu vực nhà thờ đổ. Cảnh sát, dân phòng tỉnh lập chốt trạm các đầu, đi tuần thường xuyên. Những giáo dân Tam Tòa bị đe dọa, đánh đập họ sống trong hoảng sợ, tin tức bị cô lập. Người lạ đi qua khu vực nhà thờ đổ, hay đến những con phố chung quanh đó đều bị xét hỏi với câu hỏi có phải dân theo đạo không. Nếu không phải, là khách du lịch thì được lời nhắn ở đây nguy hiểm, phải đi chỗ khác. Nếu là người theo đạo, khẳng định là giáo dân, lập tức sẽ có những thanh niên mặc thường phục như dân thường gây sự và đánh đập.

Lúc đó Tam Tòa gần như bị bao vây bởi trùng điệp cảnh sát, an ninh, dân phòng.

Cách giáo xứ Tam Tòa 180 km về hướng Bắc là tòa giám mục giáo phận. Nhân dịp lễ lớn Đức Mẹ Lên Trời hàng trăm ngàn giáo dân đã kéo về tòa giám mục để bày tỏ tình hiệp thông, chia sẻ với những đồng đạo của mình ở Tam Tòa. Những khẩu hiệu có nội dung "phản đối công an Quảng Bình đánh đập giáo dân Tam Tòa" được căng hết mọi giáo xứ Vinh và trên đường vào tòa giám mục Vinh. Đức Cha Cao Đình Thuyên, giám mục giáo phận Vinh chủ trì buổi lễ, tuyên bố không chấp nhận hành vi đánh đập giáo dân của chính quyền Quảng Bình. Các giáo dân ca những bài hát kinh về Chúa Jesu chịu khổ nạn.

Tôi xem lễ nửa chừng, ra đường tìm xe vào đến Tam Tòa thăm vài gia đình giáo dân có người bị bắt và đánh đập. Nhờ không phải người theo đạo và những kinh nghiệm những năm sống bụi đời, tôi gặp được những giáo dân và nghe rõ câu chuyện đã xảy ra. Để chắc hơn, tôi giả làm tay chơi gái kết bạn với một gã dân phòng, trong bữa nhậu gã kể tôi nghe cái ngày xảy ra vụ đánh đập giáo dân mà gã cũng tham gia. Theo như gã dân phòng nói thì chính quyền thông báo rằng những người giáo dân là bọn phản động, đã từng vào Nam, từ chối chính quyền hiện nay. Giờ vẫn mang thù hận, và muốn chiếm đất nước, sở dĩ chọn Quảng Bình vì là dải đất hẹp nhất ở Việt Nam. Nếu chiếm được Quảng Bình thì sẽ khống chế được con đường Bắc Nam và tiến tới lật đổ chính quyền. Chúng ta cần tập trung lực lượng để ngăn chặn âm mưu này.

Gã dân phòng còn kể.

Chúng tôi đợi lúc bọn chúng ngồi cầu kinh mới ra tay, vì lúc đó chúng không kịp đối phó.

Tôi hỏi.

Chúng nó có nhiều đàn bà thì cũng đánh chứ.

Gã dân phòng.

Đánh hết, gặp đứa nào dùng gậy vụt đứa đó, đàn bà cũng đánh.

Tôi có quay phim lại đoạn kể của gã dân phòng. Nhưng sau này viết bài tôi không đưa đoạn phim đó vào. Vì không có đủ thời gian để xác minh là gã có tham gia thực sự hay chỉ kể ba hoa tuy rằng chuyện một đám đông thanh niên xông vào đánh những phụ nữ, giáo dân đang cầu nguyện là có thật. Và hơn nữa cách tôi lấy tin là đã nhận kết nghĩa anh em với gã, một chút nào đó trong tôi không muốn gã bị phiền lụy bởi vì tôi gây ra. Đoạn phim giờ tôi vẫn cất giữ.

Tôi trở về Hà Nội, trên đường về tôi được thông báo của cảnh sát khu vực rằng tôi có lệnh triệu tập của cơ quan an ninh thuộc khối bảo vệ chính trị nội bộ. Có nghĩa là của cơ quan an ninh bảo vệ Đảng, một cơ quan an ninh quyền lực nhất trong bộ máy công an.

An ninh rất nhiều người thay nhau hỏi tôi về việc in áo Hoàng Sa - Trường Sa. Tôi nhận đó là áo tôi in, và cho rằng việc đó không vi phạm pháp luật, cho nên tôi vẫn sẽ tiếp tục in để bán. Nếu cần đóng thuế lợi nhuận thì tôi sẽ đóng, nhưng giờ tôi bán hòa vốn để giới thiệu hàng, chưa có lãi để đóng thuế.

Sau vài ngày bị triệu tập, tôi bị bắt giam.

21.

Bữa cơm ban chiều vẫn chỉ có cơm trắng và vài cọng rau muống luộc lơ thơ trong cái bát nước canh, có thể đếm được là 8 hay 9 cọng rau.

Tôi ăn hết phần cơm chiều nay như đã ăn bữa cơm đầu tiên ở đây. Thường thì những người đột ngột vào đây hay bỏ cơm vì nghĩ ngợi nhiều. Tôi thì có nghĩ gì cũng phải ăn hết, nếu không đêm đói bụng rất khó ngủ. Mà cái trò đói khó ngủ hay nghĩ chuyện buồn.

Khoảng 8 giờ tối, cả dãy phòng giam bắt đầu có tiếng nói chuyện lao xao. Có giọng trẻ nói chuyện bóng đá với ông Nguyễn Xuân Nghĩa. Hai người nói về giải bóng đá Anh đang diễn ra. Ông Nghĩa gọi với sang hỏi tôi hôm nay làm việc thế nào? Tôi trả lời không có gì ghê gớm cả.

Ai đó ở phòng bên cạnh nói rằng, có nhiều người lúc đầu vào đây cũng nghĩ như vậy.

Ông Nghĩa nói chỉ thấy có tôi là vui vẻ không lo

nghĩ. Đi cung về vẫn huýt sáo.

Thật ra tôi không vô tâm, vô tư khi bị nhốt vào đây. Đây là nhà tù chứ có phải quán karaoke đâu mà vô tư được. Mới chiều hôm đó còn gọi điện về dặn vợ đừng đi chợ, anh mua con gà để trong tủ, em luộc nhé, tối anh về ăn cơm. Lúc gọi điện vẫn đang làm việc với an ninh, cứ ngỡ là như mọi khi hết giờ thì về hay chậm hơn một chút thôi. Nào ngờ hôm nay đến tàn giờ rồi mà bất chợt thấy mặt các anh ấy lạnh tanh, nghiêm trọng khác mọi khi. Rồi cái các anh bảo đứng dậy, lên ô tô về nhà bà nội. Nhìn quanh thấy chục anh công an đi cạnh đưa lên xe ô tô, bụng bảo dạ thôi quả này bị "tóm" rồi. Về đến nhà có con em dâu và đứa cháu, công an mời tổ trưởng, hộ tịch đến làm chứng đọc lệnh khám nhà. Khám xong không có gì hết, biên bản ghi không có gì, các bên ký xác nhận biên bản khám nhà. Quay sang gửi đồng hồ, thắt lưng, ví tiền lại cho con em dâu, dặn nó.

- Nếu anh đi lâu lâu, mày nhớ thỉnh thoảng đến chơi với chị và cháu.

Con em dâu mắt rưng rưng, mình nói nó.

- Mày đừng khóc, chả giải quyết gì đâu.

Anh công an già nhất nói.

- Hiếu, nghe đọc lệnh này.

Anh đọc lệnh bắt khẩn cấp, cũng chả có gì bất ngờ vì tình hình trước đó đã cho thấy là sẽ vậy. Nhìn sang thấy anh công an trẻ loay hoay lôi cái còng số tám mới cứng còn trong hộp ra, tôi khen:

- Còng mới tinh à, còng mới cạnh sắc lắm, đau tay. Sao không dùng cái còng nào cũ.

Anh công an trẻ lắc đầu

- Không còn còng cũ.

Tôi đưa hai tay ra đằng trước nói:

- Ưu tiên cho khóa đằng trước nhé, khóa đằng sau khó đi lắm.

Anh công an già nhìn tôi, rồi lắc đầu nói với anh trẻ.

- Thôi, xét thái độ của anh Hiếu thì không cần thiết phải còng đâu.

Ông Nghĩa giờ chuyển sang tiết mục ca nhạc làm tôi bị cắt luồng nhớ lại. Ông ngâm nga bài "Chị tôi", đến đoạn có câu "Thế là chị ơi, rụng bông hoa gạo" tôi bật cười. Tôi hình dung khi đánh bài, cái ván bài tám đỏ lè định chờ con chi chi để ù, nhưng chưa kịp chờ thì con chi chi đã nhảy tót lên khỏi đĩa bài nọc. Lúc ấy tôi cũng hay than "thế là chị ơi, rụng bông hoa gạo". Tôi hỏi ông Nghĩa bông hoa gạo của ông liệu rụng mấy năm. Ông Nghĩa nói chắc khoảng 2 năm hoặc cùng lắm là 3 năm. Vụ ông Nghĩa và các bạn sắp ra xử, ông Nghĩa băn khoăn là không liên lạc được với con trai ông để bảo nó gửi đôi giày, ông muốn lúc ra toà đàng hoàng một chút.

Tôi an ủi rằng, ông và các bạn chỉ treo khẩu hiệu,

nội dung cũng không có gì nghiêm trọng, sao bằng vụ anh Định, cậu Trung và ông Kim đang ầm ĩ ngoài kia. Ông Nghĩa cũng có vẻ yên tâm. Híc, số tôi không làm thầy bói được, không ngờ vụ ông Kim to thế mà rút cục sau này án lại nhẹ hơn ông Nghĩa nửa năm. Chả biết mai này lại gặp nhau ở đâu đó, trong tù nữa chẳng hạn thì giải thích thế nào với ông Nghĩa, nhưng lúc ấy tôi và ông đều nghĩ ông cùng lắm lĩnh án 3 năm tù là nhiều.

Thật ra thì pháp luật ở cái xã hội mà chúng ta đang sống nó uốn éo vô cùng. Lúc nghĩ thế này thì nó lại thế khác. Bởi chính vậy mà tôi vô tâm, sự vô tâm của cái chán chường . Đời tôi chứng kiến tận mắt những vụ trái ngược nhau. Có thằng không nghĩ mình phạm tội lại bị đi tù, có thằng phạm tội ngang nhiên lại không bị đi tù. Bọn chúng tôi chỉ biết lý giải tại số phận. Nôm na gọi là "số tù".

- Thằng Hải người Mê Linh đi tù nguyên do thế này. Một tối nó đi chơi về qua bờ đê, gặp thằng Dũng đang đứng chân đê hút thuốc. Hai thằng chào hỏi nhau, thằng Dũng nói - tao vừa bắt được con phò ngon lắm, vừa chơi xong, giờ thằng Tiến đang chơi trên đê. Mày muốn thì lên làm một phát.

Thằng Hải trèo lên đê xem, thấy thằng Dũng vừa chơi xong. Con kia nằm tênh hênh rất ngon lành, con đó nhìn thằng Hải như ý nói có chơi không thì chơi luôn đi. Ý trong cái nhìn của đứa con gái nằm trần truồng khiến thằng Hải không thể chối từ được. Chơi xong thằng Hải đi về, xuống chân đê gặp thằng Dũng, nó hỏi ngon không. Hải còn gật đầu khen "ngon".

Cái "ngon" tối hôm đấy toà xử cho thằng Hải trả bằng 4 năm tù. Thằng Dũng 7 năm, còn Tiến 6 năm. Tội hiếp dâm có tổ chức. Thằng Hải có cãi là nó không biết bọn kia doạ con bé đó sợ quá phải nằm im, hay là không trả tiền. Cái này không tranh luận, nhưng toà lập luận rằng, tại sao thằng Hải lúc chuẩn bị chơi con kia, không hỏi ý con đấy một câu, con đó đồng ý đâu mà đã chơi.

Còn thằng Tiến "choắt" đi tù thế này. Nó đi xích lô từ Hoà Mã lên Hàng Chai. Đến nơi thằng xích lô đòi 5 nghìn, Tiến "choắt" kêu đắt, hai thằng chửi nhau. Tiến "choắt" giật cái mũ cối cứng của thằng xích lô làm vũ khí táng luôn . Thằng xích lô nhảy lên xe đạp cong đít trốn. Tiến "choắt" đang cơn hăng còn đứng chửi, công an đi qua tóm về đồn. Về đồn lại lỡ lời thế nào mà các chú công an quy mẹ nó vào tội "hành hung, cướp giật tài sản". Tang chứng là cái mũ cối Việt Nam giá 12 nghìn. Ở toà người ta không tính đến chuyện cãi nhau đắt rẻ về tiền xe hay giá trị cái mũ. Toà chỉ tính từ đoạn thằng Tiến "choắt" giật cái mũ đánh, sau đó cầm trên tay không biết đường chạy theo mà trả cho thằng xích lô. Tiến "choắt" lĩnh án 5 năm tù.

Tôi bảo Tiến "choắt", lúc đó mà mày đuổi theo, bọn toà nó lại bảo mày côn đồ, hung hãn quyết tâm thực hiện hành vi tội phạm đến cùng. Lại 10 năm cũng chả chơi.

Đắc Thịnh ở ngõ 295 Bạch Mai thì khác. Năm 1996 Đắc Thịnh đã có ô tô Land Cruiser bánh béo. Có lần hiềm khích, Đắc rút súng chỉ đối thủ nói, tao bắn mày xong tao còn báo công an. Nói xong nhắm đùi đối thủ nã một phát đạn. Thằng kia nằm còng queo ôm đùi, máu xối xả. Bắn xong Đắc nghênh ngang leo lên xe có đệ tử lái đi. Đúng là sau chả thấy Đắc bị làm sao. Hay Đắc không có "số tù"? Nói gì thì nói, lúc đó tiền của Đắc nhiều vô kể, và chuyện làm ăn của Đắc liên quan tới khối lãnh đạo, cho nên Đắc không sao chả hẳn là do số.

Nhưng có vụ hai thằng cùng gây án đánh chết người, một thằng không vì tiền bạc hay gì cả đứng ra nhận hết. Đơn giản nó nghĩ là đằng nào cũng thế, một thằng nhận cho xong, kéo thêm thằng khác làm gì. Nên thằng nhận lĩnh án tử hình, thằng kia không tố giác tội phạm bị án treo. Vụ này thì xin không nêu tên.

Hay như có ai mà nghĩ anh "Điếu Cày" bị tù vì tội trốn thuế. Cái việc cho thuê nhà lấy tiền mà không đóng thuế thì thiên hạ này có bao nhiêu người trốn thuế. Các bạn cứ hỏi xung quanh thì sẽ thấy.

Nhớ cái hồi mà Việt Nam mới có băng video và đầu video, việc sao chép băng hình mang lại rất nhiều lợi nhuận. Có một tay chỉ học hết lớp 3 làm ông chủ băng hình, những người làm công thực hiện còn hắn chỉ ngồi thu tiền. Một lần tôi thấy người làm công hỏi hắn đặt tên phim này là gì? Phim xách tay mang từ nước ngoài về có tên, nhưng cả chủ lẫn thợ ở cái cơ sở đó có đứa nào biết ngoại ngữ đâu. Tên chủ bảo tua cho hắn mấy đoạn, nhìn thấy hình nhân vật đang rút súng bắn chết đối thủ, khuôn mặt lạnh tanh. Tên chủ nói luôn phim này đặt tên là "Sát thủ lạnh lùng". Mấy hôm sau ở các hàng băng cho thuê đã xuất hiện tên phim hấp dẫn "Sát thủ lạnh lùng".

Cái việc đặt tên cho phim của tên chủ hàng băng hình học hết lớp 3 ấy ngẫu hứng đầy tính nghệ sĩ cũng y như việc toà án hay công an nước ta gọi tội danh của người ta vậy. Thấy nói năng gì thì đặt tên tội là "tuyên truyền, chống phá", sau thấy hành động gì thì đặt tên là "âm mưu hoạt động lật đổ". Thằng đi xe trên đường công an bảo đi quá tốc độ, cãi nhau, tranh luận thì công an lập hồ sơ đưa ra toà thành tội "cản trở, chống người thi hành công vụ". Bọn tụ tập ngoài vườn hoa, trải chiếu ăn nhậu ca hát tùm lum. Thích thì bỏ qua, không thích thì "tụ tập đông người trái phép, gây mất trật tự công cộng".

Bởi những gì tôi đã thấy cho nên tôi vô tâm như kiểu nhà Phật. Sự việc đến đâu thì đến. Cái này nói ngoằn nghèo là "sắc là không, không là sắc, sắc là sắc, không là không, sắc cũng như không, không cũng như sắc".

Hồi tôi kể lại chuyện này trên blog, có người thắc mắc nói sao đầu năm tôi không viết cái gì lại viết về chuyện "số tù" như thế.

Mỗi người có ý khác nhau. Năm nay là năm đại hội đảng cầm quyền nước ta, cứ cái đà bên cầm quyền kiên định con đường đã chọn, còn bên góp ý cứ ngày càng nhiều. Chuyện nhà tù là vấn đề phải nói chứ không nên né tránh. Mở màn cho năm 2010 sẽ là vụ xử những người như Định, Trung, Thức cũng như cuối năm trước khép lại bằng vụ ông Kim. Một năm kết thúc như vậy và một năm mới mở đầu như vậy, nói chuyện về nhà tù cũng hợp lý chứ có xa vời gì đâu.

22. Ngày thứ tư.

Trong căn phòng giam kiên cố mỗi phòng chỉ có hai người tù. Tôi ngồi đánh cờ với anh bạn tù cùng phòng. Anh còn trẻ, chưa vợ. Hình như anh ta có tội bán hoá đơn gì đó, án tù bao lâu tôi cũng không rõ lắm. Vì không nên hỏi chuyện của anh ta, nếu không anh ta nghĩ tôi là người được công an cài vào khai thác. Ở trong tù người ta hay nghi hoặc như vây. Anh ta nghi ngờ khi thấy thái độ của tôi những ngày vào đây. Anh nửa đùa nửa thật nhìn tôi nói "thành phần này đáng ngại đây".

- Cháu in Hoàng Sa, Trường Sa là của Việt Nam. Tôi trả lời câu hỏi của ông nhà văn Nguyễn Xuân Nghĩa ở buồng bên canh.

Ông Nghĩa thờ dài đến thượt một cái não nề, ông cũng treo băng rôn Hoàng Sa, Trường Sa ở cầu vượt mà vào đây. Tôi an ủi.

- Đúng là "chị ơi rụng bông hoa gạo nhỉ" chú nhỉ?

Anh bạn cùng phòng nhìn tôi cười mỉa mai.

- Hóa ra đồng bọn với ông Nghĩa à, mà lạ nhỉ sao lại bắt bọn các ông, Hoàng Sa, Trường Sa đúng là của Việt Nam mà. Tôi làm bộ bí mật nhìn quanh rồi thì thào vào tai anh ta.

- Tí nữa hỏi cán bộ hộ tôi như thế nhé!

Chúng tôi đánh cờ vào giờ rảnh, anh ta thường thua, may lắm hôm nào cuộc hỏi cung của tôi diễn ra căng thẳng mới có ván hoà. Anh ấy bảo anh đã ở tù gần 2 năm, nói chưa gặp ai thắng anh ấy.

Khi bị bắt, tôi chỉ có bộ quần áo trên người, bởi vậy hai hôm tôi lại giặt vào ban tối. Để ngoài cửa sổ cho kịp khô. Khi nào vắt nước ở quần áo tôi nhờ anh ta cùng vắt. Vắt thật kiệt để chóng khô ngày mai đi cung kịp mặc.

Vì đi cung liên tục, cán bộ trại giam mở cửa nhiều lần quá. Cô cán bộ bảo tôi: có gì thì thành khẩn khai với cán bộ điều tra để mau về. Cô ta nói đùa thế nào chứ! Cán bộ ta giỏi lắm, khai hay không khai họ cũng biết hết. Có khối vụ bị can có khai nhận gì đâu nhưng kết luận hồ sơ vẫn có tràng giang đại hải bằng chứng, rồi căn cứ để kết luận là cho dù bị cáo ngoan cố nhưng qua quá trình thu thập này nọ, có cơ sở kết luận là bị can phạm vào điều a, khoản b, tiết c… gì gì đó. Tính tôi hay đơn giản hoá vấn đề. Cho nên tôi nghĩ các cán bộ biết hết rồi, mình khai nhiều thì lại phải nói nhiều, cán bộ lại ghi chép nhiều, mệt cho cả hai. Mà thực sự thì việc tôi làm có gì phải kể nhiều đâu, tôi in mấy cái áo để bán kiếm tiền. Nội dung mấy cái áo đó chả có gì vi phạm pháp luật, hoặc ai đó thấy vi phạm điều gì thì việc của họ. Tôi chỉ mua áo ngoài chợ mang về làm khuôn tự gò lưng in lấy. Tính bán kiếm tiền lời nuôi con. Các cán bộ cười nhạt nói rằng nếu đơn giản thế thì họ đã không bắt tôi. Tôi bảo đời tôi chứng kiến khối cái đơn giản chả có gì còn đi tù nên việc tôi bị bắt chả có gì ngạc nhiên. Có thể tôi nhầm phạm tội mà không biết hay có thể cơ quan hành pháp nhầm mà họ không biết. Cái này gọi là số phận.

Cán bộ đưa tôi tờ lệnh bắt, bảo có ý kiến gì ký vào. Tờ lệnh này tôi đã nghe đọc và xem từ mấy hôm trước. Hôm đó không hỏi gì chắc vì cập rập quá. Hôm nay tôi mới hỏi nếu tôi ý kiến không đồng ý có được thả về không. Cán bộ cười lắc đầu, tôi cũng cười. Vậy thì tôi chả ý kiến gì hết, tóm lại các anh muốn bắt thì bắt, thế thôi. Anh cán bộ điều tra lại cười. Anh bảo tôi nói buồn cười lắm, cứ như là công an thích bắt ai thì bắt ấy. Công an đã bắt là có cơ sở, không bắt bừa bãi bao giờ. Tôi bảo thế các anh có cơ sở rồi hỏi ý kiến tôi làm gì, lỡ tôi ghi không đồng ý lại bảo tôi ngoan cố. Thôi cứ để trắng như vậy đi.

Có hai cán bộ thay nhau hỏi cung tôi, không như hôm đầu có đến năm, sáu người. Tôi không lấy thế làm phiền. Vì mỗi lần mình cũng trả lời được một người, cho nên có hai mươi người thay nhau hỏi cũng thế. Mỗi người hỏi một việc khác nhau, thái độ và cách làm việc cũng khác nhau. Tôi có in áo, có viết bài trên blog, những hành động đó vi phạm đến đâu thì sẽ có toà. Mà toà thì như đã nói rồi đấy, y hệt cái lão chủ hàng băng. Còn động cơ in áo để kiếm tiền, viết bài để giải trí, thích thế thì viết thế. Các anh lại hỏi sao tôi không in cái khác lại in áo này, không viết bài khác lại viết thế này. Tôi bảo thích thế làm thế, như các anh không làm bác sĩ, thày giáo lại đi làm nghề này. Nói vô cùng lắm, tôi đã nhận tôi có in áo để bán vì tôi muốn thế chứ hỏi vì sao nữa thì tôi cũng không muốn trả lời. Anh cán bộ nhiều tuổi chỉ bút vào mặt tôi nói, à thế tôi ghi anh không trả lời được nhé. Vâng, mời anh ghi. Nhân tiện anh cứ đặt câu hỏi xong anh ghi luôn là tôi không trả lời được nhé.

Anh cán bộ đặt bút nhìn tôi hỏi.

- Không muốn về à?

- Muốn thì ai chả muốn, nhưng có ai muốn mà được đâu. 100 anh tù thì cả 100 anh muốn về cơ mà.

Anh cán bộ già nghiêm khắc nói.

- Đừng có nghĩ mình anh hùng, khối thằng ghê gớm hơn cậu nhiều vào đây còn phải biết sợ. Cái thằng tội nó to như cái núi còn phải nhận tội kia kìa.

Chắc anh ấy nói các anh Định, Thức. Tôi nói:

- Ối trời, tội các anh ấy to thế, tội em bằng cái móng tay, lo gì đâu anh. Em mà gây vụ to như mấy ông Định, ông Thức có khi em cũng nhận tội như thế. Nhưng đây em có in mấy cái áo vớ vẩn, có làm gì đâu anh.

Anh cán bộ già ôn tồn khuyên.

- Cậu nên thành khẩn khai hết, chúng tôi sẽ xem xét đề nghị. Cậu nên nhớ số phận cậu là do chính tôi đây này. Ở đây có tôi và cậu, tôi đề nghị gì thế nào có lợi cho cậu là việc tôi.

Tôi nhăn nhó, khổ sở.

-Trời! em muốn khai lắm. Nhưng em chả làm gì, có làm gì rành rành đó rồi. Chả lẽ giờ em khai năm ngoái em đánh bạc, năm kia em buôn chục bánh heroin. Anh cũng phải thông cảm là dù em có như thế nhưng làm sao em khai như thế được.

Các cuộc hỏi cung diễn ra loanh quanh như vậy, có lúc cả buổi là tình hình đất nước, quan hệ đối ngoại, Đảng và nhà nước hết sức quan tâm đến chủ quyền, không ai lơ là hoặc bán nước như bọn xấu tuyên truyền, nhưng có nhiều vấn đề phải giải quyết từ kinh tế, nội lực…

Anh bạn cùng phòng không quan tâm đến chuyện đấy. Khi đi cung về, tôi vừa cởi quần áo anh ấy đã hỏi:

- Thế nào chơi tiếp chứ?

Tôi ngồi xuống nhìn ván cờ đang dở, ông bạn tù thật khôn. Ván cờ anh ta đang lợi thế nên anh ta để nguyên chờ tôi về. Bữa trước tôi thắng đến nơi thì anh ấy xoá đi bảo đánh ván khác. Ván đó coi như hoà. Tôi bảo ăn trưa xong thì đánh vì đã đến giờ cơm trưa. Anh ấy bảo đánh xong thì ăn. Ban sáng anh ấy có mì tôm, có bánh để lót dạ. Tôi ngày chỉ trông vào hai bữa cơm trại tù, sau cuộc hỏi cung về đói lả đi rồi.

Tôi phải đánh cờ xong mới ăn cơm, vì khi ăn cơm anh ấy hay san cho tôi tí nước mắm. Nếu tôi không đánh cờ mà ăn cơm trước tôi sẽ phải ăn nhạt. Ngày bé nhà tôi nuôi mèo, kho cá cho nó phải cho muối, kho không nó ăn ngúng nguẩy lắm, bố tôi bảo người ta nói "có ăn nhạt mới biết thương mèo" giờ tôi mới thấy thương con mèo ngày xưa. Nếu có nước mắm, chỉ cần cọng rau cũng và hết nửa bát cơm. Còn không có, tất nhiên là cũng hết cả bát dù không có mắm lẫn cả rau, nhưng có nước mắm mà ăn nhạt thì bứt rứt lắm.

Tôi đánh thắng ván dở, bảo ăn cơm thôi. Anh bạn tù nói, ván đi ván lại chứ. Bóng đá còn lượt đi lượt về cơ mà. Vừa nói anh vừa bày lại quân cờ trên bàn cho ván mới.

Mắt tôi bắt đầu hoa, nói gì thì nói toàn cơm với vài cọng rau 4 ngày nay. Những chất dự trữ trong cơ thể gầy gò của tôi vốn không nhiều giờ cũng đã hết. Tôi nhìn quanh cho đỡ hoa mắt, thấy vỏ bánh kem xốp anh bạn tù chắc vừa ăn. Sáng anh ta ăn mì tôm, giữa giờ ăn cả gói bánh kem xốp. Bảo sao anh ta máu chơi đến vậy. Vỏ gói bánh khiến mắt tôi càng hoa đi.

Anh ta thành án rồi, người nhà được thăm và được gửi quà. Còn tôi có khi giờ này nhà tôi cũng chả biết tôi ở đâu, tội gì. Luật của trại quy định quá 15 ngày tạm giữ mới được bảo nhà gửi quà. Tức là còn 11 ngày nữa may ra tôi mới có cơ hội nhận quà. Anh cán bộ điều tra vẫn nói tôi cần gì để anh mua, đồ ăn, đồ uống chẳng hạn. Lúc mới vào các anh có mua cho kem đánh răng, bàn chải, khăn mặt, xà phòng, quần áo lót, đầu gội đầu. Có lẽ nếu nhờ anh mua gói muối vừng hay lạc rang các anh ấy cũng mua cho. Nhưng nghĩ lúc hỏi cung đôi co giằng dai như vậy, căng thẳng gay gắt với nhau, giờ lại nhờ xin xỏ mua cho ít đồ ăn cũng ngại.

Anh bạn tù cùng phòng có đống đồ ăn, mì tôm, ruốc, bánh... chất thành đống. Chả lẽ lại xin, ai lại thế cơ chứ. Định hỏi cho vay, bao giờ nhà gửi thì trả. Nhưng cũng khó, vì vay rồi nhỡ mai chuyển buồng, chuyển trại thì trả sao được anh ấy. Mà có khi anh ấy cũng nghĩ cho vay thì biết mình có trả được không.

Ván cờ đi được một lúc, tôi bị thiệt mất con ngựa. Anh ta cười đắc thắng, nói tôi xin thua đi. Tôi bảo nếu tôi thắng thì sao, anh mất tôi hai gói mì tôm nhé. Phải có phần thưởng thì mới có sức chiến đấu chứ. Anh ta cũng máu me, vả lại đang thế thắng nên gật đầu.

Dân trong tù hay viết những dòng chữ kỷ niệm trên tường nhà tù. Có người viết ngày 29-9-2007 xa em. Người viết 2-10-2007 nhớ em và con.

Tôi định viết: Ngày x-tháng x- năm 200x được ăn trưa có mì tôm.

Tôi từ tốn bóc gói mì tôm, cho vào bát canh rau muống còn âm ấm, lúc sau mì tôm mềm ra. Tôi gắp từng nhúm mì tôm ăn kèm với cơm như thức ăn. Sợi mì tôm bùi, ngậy và thơm như ăn thịt. Tôi sướng quá thốt lên.

- Trời ơi! giờ mới biết mì tôm thắng bạc ngon thế nào!

Anh bạn tù nhìn tôi tức mắt long sòng sọc, nghiến răng anh nói.

- Được rồi, ăn xong đánh tiếp nhé.

Tôi chỉ gói mì còn lại nói.

- Để bữa tối nay ăn nốt gói mì này đã, để thua không còn gì để mất. Không ngờ biết đánh cờ cũng lợi, thế mới biết đời mà biết cái gì sướng cái đó. Mẹ bọn nó ngoài xã hội lại cứ kêu biết cái gì khổ cái đó. Vào đây mới thấy sai toét ông nhỉ?

Anh bạn tù nín thinh, hẳn anh ta tức lắm. Tôi trêu anh ấy là có chủ ý. Trong lúc chưa có đồ viện trợ, để qua những đoạn khó khăn này. Cần phải tỉnh táo để kiếm chác. Phải kích thích sự ăn thua, cay cú của anh ta lên cao tôi mới mong trục lợi. Sợ nhất anh ta buông bàn cờ kêu thôi chả đánh đấm gì, lúc đó mình lại phải đau đầu để kiếm cách khác. Tôi nhẹ nhàng bảo:

- Đời cái gì mà phải trả giá ông ạ, mình học được nước cao thì cũng tốn chút ít. Ví dụ như nước cờ ban nãy, ông cứ treo tượng lên. Không vội gì nổ pháo đánh tốt biên, tôi làm sao mà thắng ngay được.

Anh ta gật gù

- Có lý! Được, đánh tiếp.

Tôi gạt.

- Thôi nghỉ chút, tôi nằm lấy sức tí lại đi cung bây

giờ. Ngồi mà rút kinh nghiệm nghiên cứu nước cờ cao nhé.

Tôi nhìn lòng bàn tay mình, nhìn mãi đến lúc có tiếng khoá lách cách. Lại đến giờ đi cung. Anh bạn tù thầm thì nhỏ.

- Cố kiếm cái bút nhé.

Ở phòng cung có hai cái bàn cách nhau khoảng gần 1 mét. Cán bộ điều tra ngồi bàn bên kia, tôi ngồi bên này. Người ta hỏi và ghi chép, hỏi xong thì tôi ký xác nhận. Ký xong họ thu giấy thu luôn cả bút. Tôi rình rập mấy lần mà không "đá" nổi cái bút của anh ta. Mở đầu buổi làm việc mới, cán bộ lấy giấy bút ra bắt đầu ghi. Tôi biết anh ta ghi phần mở đầu trong tờ biên bản hỏi cung. Nghĩa là ghi tên tuổi, năm sinh, nơi ở, bố mẹ, vợ con, can tội… một loạt. Nếu sang tờ khác lại phải ghi lại như thế. Tôi hỏi.

- Sao người ta không cải tiến gì để đỡ cái phần này nhỉ?

Anh cán bộ cười, phải nói anh ta có nụ cười rất tươi. Anh nói.

- Nguyên tắc phải thế anh ạ.

Tôi đứng dậy cầm ấm trà nói đi xin nước sôi của cán bộ quản giáo. Anh ta gật đầu và ghi tiếp. Không biết anh ta chủ quan hay tin người. Chứ anh cán bộ nhiều tuổi là anh ấy đứng dậy đi ra cửa nhìn theo ngay. Tôi thì tôi nghĩ anh ta tin tôi không làm điều gì vớ vẩn. Tôi mang ấm trà về, anh ấy ngẩng đầu lên nói.

- Xin lỗi anh, hôm nay tôi vội không mua thuốc lá cho anh, anh dùng tạm thuốc của tôi.

Anh ấy đưa bao thuốc lá 555.

Tôi buồn rầu rút một điếu, tôi không quen hút thuốc này. Những ai nghiện thuốc đều biết, hút từ loại này sang loại khác thật khó chịu cho dù là thuốc sang hơn. Mọi khi anh ấy thường mang theo bao thuốc Vina mà tôi thích để trên bàn của tôi.

Trong khi anh ấy viết, tôi uống trà, hút thuốc và nhìn cái bàn. Trên bàn có bao nhiêu chữ của những người tù trước đó đã cung ở đây. Đủ thứ tình cảm, tâm tư, có người nam nhắn cho người nữ nào đó là rất yêu và nhớ. Có người viết khẩu hiệu, có người làm thơ. Tôi thấy có bài thơ ký tên Lê Quốc Quân. Bài thơ khá dài tôi không nhớ nổi, nhưng tôi nghĩ sao mà Quân lại viết được bài thơ dài thế trong lúc hỏi cung, liệu Quân có "đá" được cái bút nào không. Mà lấy kiểu gì nhỉ?

Nếu có cái bút, chắc chắn anh bạn tù cùng buồng sẽ ưu ái tôi hơn. Có khi anh ấy sẽ san cho tôi ruốc thịt hay bánh quy ăn sáng. Nước miếng tôi ứa ra khiến tôi phải nhấp ngụm trà cho trôi xuống.

Cuộc hỏi cung chiều nay, những câu hỏi y hệt ngày đầu tiên. Chỉ khác người hỏi cung. Tôi trả lời nguyên xi như lần trước. Tôi hỏi anh cán bộ sao không lấy bản trước ra chép lại. Anh lắc đầu cười nói, nguyên tắc phải hỏi trực tiếp. Trước anh kia hỏi, nhưng nay đến anh thụ lý thì phải hỏi lại.

Tôi vẫn chưa sờ được cái bút, anh cán bộ cũng chẳng rời cái bàn.

Xong buổi cung chiều, anh cán bộ giao tôi cho cán bộ quản giáo. Cán bộ quản giáo ca này là nữ, cô ta chắc sinh khoảng năm 78, 79, dáng mảnh khảnh, tóc buộc chun thành cái đuôi gà cứ ve vẩy. Đưa tôi vào buồng cô khoá cửa lại, mặt lạnh tanh. Tôi hỏi.

- Này mình ơi, nếu không muốn đi cung nữa thì từ chối có được không?

Cô cán bộ nhìn tôi nghiêm khắc.

- Không muốn thì chỉ có ốm, mà ốm thì phải có bác sĩ xác nhận. Ở đây phải gọi là cán bộ, xưng tôi. Không được mình mình.

Tôi cười xoà.

- Gọi khác sợ kém xinh đi, tưởng gì chứ gọi bằng cán bộ tù nào chả gọi được.

Cô cán bộ lườm.

- Ăn nói linh tinh, kỷ luật bây giờ.

Cô cán bộ khoá chốt quay đi, anh bạn tù nhìn tôi ngạc nhiên.

- Ông này liều nhỉ? Trêu cả cán bộ.

Ông Nghĩa gọi sang.

- Cháu ơi! Hôm nay thế nào, chú thấy cháu làm gì

mà cung liên tục căng thẳng thế?

Tôi đáp.

- Có gì đâu, toàn hỏi chuyện cũ ý mà. Cháu chắc vài hôm nữa về thôi. Cháu sẽ nhắn con chú mang giày cho chú.

Ông Nghĩa.

- Sao mà cháu biết vậy? Người ta bảo à?

Tôi đáp.

- Người ta có bảo gì đâu, họ bảo cháu nhắn gì cho gia đình không, cháu bảo vợ cháu gửi cho bộ sách Chiến Tranh và Hoà Bình, bộ Pie Đệ Nhất.

Anh bạn cùng phòng cười sằng sặc nói theo.

- Bảo gửi cả cuốn từ điển Anh, Pháp, Nga vào đây đọc một thể, bao giờ đọc xong thì về.

Ai đó ở phòng tít xa chêm vào.

- Gửi cả cái thư viện một lần cho xong, gửi từng đó để đọc vài năm thôi à? Xong lấy gì mà đọc giết thời gian.

Có tiếng khoá lách cách, anh bạn cùng phòng kêu.

- Cơm đấy, im đi.

Cơm mang vào, anh bạn cùng phòng ngó dậy vẻ háo hức. Lần nào có tiếng động loạch xoạch là anh ấy lại háo hức như vậy. Dường như anh ta luôn đón chờ những tiếng động bên ngoài, cho dù là cán bộ đi tuần qua, mang cơm, hay y tá mang thuốc cho ai. Anh ta đang nằm cũng bật nhanh dậy nghển cổ ngóng. Tôi thì nằm im, bao giờ người ta gọi mình hẳng hay. Sau tôi mới nghĩ ra, tôi đang ở xã hội ồn ào tiếng động đủ loại nên tôi thờ ơ. Còn anh ta ở đây lâu, khao khát tiếng động bên ngoài, khao khát nhìn thấy những chuyển động dù chỉ là người tù bếp đưa cơm hay ai đó đi cung. Anh ta quen đến nỗi nghe tiếng chân là anh biết cán bộ quản giáo nào đi qua. Anh ta đứng chờ ở cửa để đợi cán bộ đi qua hỏi thăm một câu, chỉ cần vài câu ngắn qua lại rồi anh ta ngồi xuống, nét mặt vui hẳn lên.

Anh cho tôi biết tính nết từng cán bộ, người này hiền lành có thể xin được điếu thuốc hỏi dăm ba tin tức, người kia khó tính động cái là quát.

Đêm trước chúng tôi nghe tiếng chân, vẫn thấy anh nằm im. Tôi hỏi sao không dậy hỏi thăm sức khoẻ nhau hay thời tiết, giá vàng, giá đô thế nào à? Anh nhăn mặt lắc đầu thì thào.

- Thằng này ác lắm không như cán bộ khác, nó trước đeo quân hàm thiếu uý ở đây hơn cả năm bạc hết cả màu, giờ mới lên trung uý rồi. Đợt trước tôi nói chuyện to nó kỷ luật tôi 3 ngày đấy.

- Kỷ luật có bị cùm chân không?

- Không, nhưng vào phòng kỷ luật không được mang theo gì, chỉ ăn cơm không thôi.

Anh ta không dậy thì tôi dậy. Thấy trung uý đi qua gườm gườm nhìn tôi. Tôi gọi:

- Cán bộ.

Trung uý hất hàm.

- Cái gì, sao không ngủ đi?

Tôi hỏi.

- Đêm khuya đi đâu mà đeo quân hàm mới thế?

Trung uý nói.

- À mới về đây đấy mà.

Tôi nói.

- A thế đây cũng mới về đấy.

Tôi nhìn thấy anh bạn tù bịt miệng, người rung bần bật. Anh ta cố nhịn cười.

Trung uý thấy tôi có vẻ lởm khởm, chắc nghĩ tôi thần kinh. Mà lạ một điều là cán bộ nào cũng nghĩ những người can vào những tội an ninh quốc gia là bị thần kinh, không chỉ cán bộ mà những người tù án kinh tế họ cũng nghĩ vậy. Trung uý quát.

- Thôi ngủ đi.

Tôi ngồi xuống lầu nhầu.

- Quát to thế ngủ sao được.

Trung uý lườm tôi lần nữa rồi đi thẳng không nói gì. Không khí yên lặng quay trở lại tỉ lệ nghịch với bước chân xa dần của trung uý.

Tôi quay vào chỗ nằm, nói quay cho nó oai, thực ra căn phòng bé xíu, chỉ xoay cái lưng lại ngả người là đúng chỗ nằm rồi vì có còn khoảng trống nào nữa đâu.

Lần tay dưới cái gối đầu giường, tôi lại xòe bàn tay ra nhìn, một lúc trong đầu âm âm u u tôi ngủ thiếp đi.

23.

Hôm nay là ngày 2-9-2009

Sáng sớm đài phát thanh trên tường ra rả ca ngợi thành tích đạt được của đất nước, lời ông Hồ đọc bản tuyên ngôn độc lập được phát đi phát lại nhiều lần. Anh bạn tù cùng phòng hít hít cái mũi vào không khí nói.

- Hôm nay chúng mình sẽ được ăn thịt.

Tôi nhìn ra ô cửa sắt bâng quơ

- Chắc hôm nay không phải đi cung nhỉ?

Anh bạn hồ hởi gật đầu.

- Đúng, ai lại đi cung ngày này, mang cờ ra chiến tiếp nào.

Chúng tôi đang say sưa chơi, thì có tiếng mở khóa lạch cạch làm chúng tôi giật mình, mọi khi anh bạn nghe tiếng chân cán bộ từ xa vì mải chơi mà chúng tôi không để ý. Cô cán bộ hất hàm vào tôi nói

- Anh mặc áo vào đi cung.

Tôi nhìn bàn cờ đang dở, nhìn anh bạn tù ngạc nhiên như muốn hỏi sao lại đi cung hôm nay, anh bạn cùng phòng cũng nhìn tôi đầy ngạc nhiên không kém.

Ở ngoài phòng hỏi cung, anh cán bộ trẻ đứng đón. Trời nóng mồ hôi anh lấm tấm trên mặt, nhưng anh vẫn cười rất tươi hỏi tôi.

- Anh Hiếu thế nào, ăn ngủ được chứ?

- Tôi khỏe, trời nắng anh đi vất vả quá, không nghỉ hôm nay được sao. Tôi còn ở đây lâu mà, sao các anh phải vội.

Anh cán bộ lại cười tươi, anh nói

- Công việc cần thì phải làm mà anh.

Anh pha chè, đưa tôi bao thuốc, lấy giấy tờ, anh nói.

- Thằng bé nhà anh nghịch nhỉ, hôm chúng tôi đến nó phá phách lung tung, lấy đũa chọc cả vào máy tính, máy in.

Tôi cúi đầu không nói xòe lòng bàn tay ra nhìn. Anh cán bộ hí húi ghi những chi tiết tên tuổi, địa chỉ, lý lịch tôi ở phần đầu bản hỏi cung. Giờ thì anh thuộc lý lịch tôi quá rồi, anh tự ghi không cần thiết phải nhờ tôi đoạn này nữa.

Hôm nay anh hỏi tôi về quy trình in áo.

Tôi trả lời từ công đoạn đi mua áo, mua hóa chất, khuôn in. Rồi trình bày say sưa cách in áo thế nào. Anh chăm chú ghi hết rồi nói.

- Tôi thì không nghĩ là anh in.

Tôi cười.

- Nếu cần tôi sẽ thực nghiệm.

Anh lắc đầu.

- Không cần, vì tôi biết anh in được. Có điều anh không in những chiếc áo này mà thôi.

Tôi cười, anh cũng cười nói

- Anh nói thế tôi ghi thế. Anh ký đi

Tôi ký vào các biên bản, không nhìn nội dung. Anh hỏi

- Anh không đọc lại à?

Tôi lắc đầu nhẹ nhàng.

- Không cần, tôi biết anh ghi đúng, khi tôi trả lời anh ghi, tôi quan sát ngòi bút anh di chuyển và biết anh ghi đúng lời tôi khai.

Anh cán bộ cười, chúng tôi ngồi chơi nói chuyện phiếm về công việc của anh và những chuyện vui mà anh gặp trong nghề. Cán bộ quản giáo vào nói với anh cán bộ hỏi cung.

- Hôm nay ăn cơm đấy nhé, kỷ niệm quốc khánh mà.

Anh cán bộ nhận lời với cán bộ trại giam. Điều ấy có nghĩa chiều nay 2-9-2009 cuộc hỏi cung vẫn diễn ra, anh cán bộ không được nghỉ ngày lễ và tôi cũng vậy.

Nghỉ trưa, tôi về phòng. Cơm đã có rồi, có hai khúc cá trôi kho cũng to to. Ăn cơm rất ngon miệng xong, anh bạn rủ đánh cờ. Tôi từ chối.

- Cán bộ hỏi cung còn ở đây, chiều thế nào cũng hỏi tiếp. Để nằm nghĩ lấy sức tiếp cán bộ.

Anh bạn cùng phòng nhạo.

- Thôi có gì thì thành thật khai báo mà được hưởng lượng khoan hồng của pháp luật.

Tôi cười.

- Thế ông thành khẩn trước tôi đi. Tôi nói cho ông cái luật pháp Việt Nam thế này. Đáng nhẽ cứ chối phắt thì án đáng ra 2 năm, cộng tội ngoan cố thành 2 năm 6 tháng đúng không.

Anh bạn gật đầu

- Chính xác.

Tôi nói tiếp.

- Nhưng nếu thành khẩn, tội 2 năm lại thành 4 năm vì thêm tội, thêm tình tiết tăng nặng, sang khoản khác, điều khác. Sau đó người ta xét tội thành khẩn thì tòa giảm cho 6 tháng. Vị chi là thành 3 năm 6 tháng khi thành khẩn. Vậy ông tính đường nào hơn.

Anh bạn từ trên bục nằm nhảy xuống đất vỗ đùi.

- Đại ca, đại ca từng trải thế mà lừa em như đại ca không biết gì. Hôm đầu đại ca vào em nhìn biết ngay đại ca thuộc thành phần phức tạp rồi.

Rồi anh thay đổi thái độ tha thiết, năn nỉ bảo tôi chỉ bảo giúp anh về cuộc sống trong tù, vì giờ anh mới đang ở trại tù tạm giam, sau này phải chuyển đi trại tù cải tạo, đó mới là nơi anh đến lâu nhất trong đời tù của mình. Anh chỉ có kinh nghiệm ở trại tù tạm giam chứ không hề biết đến trại tù cải tạo, mà nơi đó mới là nơi khắc nghiệt nhất trong cuộc đời của tù nhân.

Giờ thì tôi không phải đánh cờ để được thức ăn, hàng tối tôi làm thầy giáo kể cho anh nghe về đặc tính của từng trại tù, lối sống, thủ đoạn và cách làm thế nào để sống yên ổn qua những năm tháng sau này khi anh chuyển đến trại tù cải tạo. Tôi kể sinh động những chuyện vượt ngục, trốn trại, những vụ đâm chém, phân tích nguyên nhân những chuyện đó vì đâu. Anh bạn tù lắng nghe, có lúc khen:

- Mẹ, đúng người thật việc thật, hay hơn nhiều bọn báo nó viết.

Tôi giải thích về cơ cấu số má, địa vị của tù nhân, cần phải biết để ứng xử cũng như cơ cấu, chức vụ của cán bộ trại cải tạo để hối lộ, đút lót hiệu quả, không thì gia đình cứ quà cáp, biếu xén tràn lan vừa tốn tiền mà có khi cán bộ dẫm chân lên nhau mình thiệt oan. Anh ta biết ơn những chuyện tôi dãi bày lắm. Anh ta gọi tôi bằng anh từ lúc đó, đến bữa anh dọn cơm, có thức ăn gì nhà anh gửi đều cho tôi ăn cùng. Anh nói

- Mới đầu anh vào, em nghĩ anh không đơn giản. Đúng là thế thật.

Lúc này chúng tôi mới hỏi về nhau, hóa ra anh ta cách nhà tôi không xa. Quanh đi quanh lại cũng biết người này, người nọ. Cởi mở với nhau làm cuộc sống trong cái phòng giam chật hẹp, ngột ngạt trở nên dễ chịu.

Ngày 3-9

Sáng đến trưa không thấy gọi đi cung. Anh bạn tù nói

- Có khi xong rồi đấy anh ạ, chốt hồ sơ chuyển viện khởi tố cũng nên.

Đến chiều cán bộ trại giam mở cửa gọi đi. Không phải đi cung mà đi khám lại sức khỏe. Chụp ảnh chân dung, lăn tay xong lại về phòng. Ngày hôm ấy trôi đi thật nặng nề, tôi nằm nhìn lòng bàn tay và phân tích lại những dữ kiện. Anh bạn tù biết tôi đang nghĩ gì ghê lắm, anh quay sang học ngoại ngữ để tôi yên. Trước lúc đi ngủ, tôi quay sang bảo anh ta.

- Có khi mai tao về, mày có nhắn gì gia đình mày không?

Anh bạn tròn mắt ngạc nhiên, anh hỏi.

- Anh nói đùa à, hay cán bộ điều tra nói với anh thế.

Tôi nghiêm túc.

- Tao nghĩ thế, tao chả có tội gì. In áo thì phạt hành chính là cùng. Còn tất nhiên nhà nước này nó muốn bắt tù ai người đó phải chịu, nhưng cũng tùy trường hợp. Như bắt tù tao chả giải quyết vấn đề gì, lại ầm ĩ. Nên tao nghĩ nay mai tao về. Có thể là sáng mai.

Anh bạn thở dài.

- Thôi ngủ đi.

Anh ta có lẽ không tin, vì thường những người tù mới vào hay hy vọng có may mắn gì đó khiến họ được thoát ra. Sự hy vọng cứ mòn dần, mòn dần theo thời gian, theo từng cơ hội và đến khi họ chấp nhận ra sự thật là họ sẽ bị ra tòa tuyên án và sống một thời gian thực sự là tù nhân.

Sáng tôi dậy sớm, nhìn ánh ban mai qua khe cửa sổ, tiếng còi xe ở ngoài đường vọng vào. Tôi không hồi hộp, tôi không ngợi ca mình, chẳng qua tôi biết cái gì đến sẽ đến, không đến sẽ không đến. Mình ở trong bốn bức tường này làm gì được đâu. Nói về duy tâm tôi là người tốt, tôi thương người nghèo, người bệnh tật có điều kiện tôi giúp đỡ họ, tôi không hề làm điều ác với ai. Việc tôi vào đây nhìn đúng bản chất cũng không có gì ghê gớm, phụ thuộc vào những cấp nào đó tít trên cao họ quyết định khi đọc hồ sơ. Họ bảo cho đi tù là đi, cho về là được về. Tội tôi có hay không chẳng thành vấn đề với họ.

Tiếng mở khóa lạch cạch, anh cán bộ hiền lành nhất hôm nay đến phiên trực. Phải nói cán bộ quản giáo ở đây họ hiền lành, nghiêm túc, cần gì hợp lý nói là họ làm cho ngay. Không có chuyện hối lộ hay tình cảm gì hết.

Đến phòng cung, người cán bộ điều tra trẻ có nụ cười dễ mến đang chờ. Không thấy anh cán bộ già khó tính nữa. Thống nhất là việc tôi tự in rồi, giờ đến việc tôi mua áo ở đâu để về in. Tôi không nhớ mình mua của ai, khi tôi đến các cửa hàng và la cà tìm áo để in. Điều kiện tôi đặt ra rất đơn giản là áo phải là sợi do Việt Nam dệt may, không chấp nhận hàng Trung Quốc, cho dù là vải Trung Quốc mà Việt Nam may tôi cũng không mua. Anh cán bộ hỏi:

- Sao anh bảo anh làm để bán, thì cái nào tiện rẻ thì mua. Sao phải chọn như thế làm gì?

- Nhưng tôi in nội dung vào đó để bán, và tôi không muốn ai đó bới ra rằng tôi dùng cái áo của Trung Quốc sản xuất để phản đối Trung Quốc.

Anh cán bộ lại cười, anh ta thật sẵn nụ cười.

- Anh quả thật là lạ, tôi làm việc nhiều người rồi, nhưng anh thì quả thật rất có gì thú vị.

Sang phần mua áo ở đâu thật gay go, mãi tôi cũng chả nhớ ra mua áo của ai. Vì người đó tôi không quen, anh ta thấy tôi đi lân la các hàng hỏi mua thì lại gần bảo có loại đó. Tôi bảo anh ta lấy cho tôi xem mẫu, anh ta đi lát thì mang về, tôi xem thấy ưng hẹn sáng anh gặp nhau đầu chợ Nghĩa Đô tiền trao, cháo múc xong đường ai nấy đi.

Anh cán bộ thắc mắc làm gì có kiểu mua bán như

thế.

Tôi trình bày cho anh là xã hội đầy việc mua bán như thế, ví dụ anh đến chợ trời, anh có thể bán bất cứ cái gì mà chẳng cần biết người mua là ai, kể cả đó là loại hàng anh phạm pháp có được. Hoặc ngược lại anh có thể mua những loại hàng mà người khác phạm tội mà có. Quan trọng là chất lượng, giá cả thỏa thuận. Chứ ở đó đâu cần biết người bán hay người mua thế nào.

Anh cán bộ đồng ý và ghi như vậy vào biên bản.

Thực ra đúng là tôi mua bán kiểu như thế. Lúc đầu dự định in áo tôi đã nghĩ phải càng ít người liên quan, càng ít người biết càng tốt và mình cũng càng ít biết về ai cũng càng tốt. Có bị sao thì cũng hạn chế nhiều thứ. Một vị tiền bối hồi còn sống từng dạy tôi rằng, nếu làm việc gì nên làm một mình và đừng cho ai biết. Càng ít người biết càng tốt. Tất nhiên những việc tiền bối không nói rõ nhưng tôi cũng hiểu là việc gì vì bản thân vị tiền bối đã có mấy lần tù vì tội kinh doanh, sản xuất, mua bán trái phép. Người ta thường dạy nhau là phải dỏng tai nghe, mở mắt nhìn mọi sự việc, nhưng vị tiền bối lại dạy tôi là nghe và nhìn là những cái mà trời sinh ra, tự nhiên sẽ thế. Nhưng phải biết có lúc không nghe, không thấy gì hết. Ông ví dụ.

- Nếu như mày tình cờ ngồi với mấy thằng bạn, chúng nó bàn chuyện đi ăn trộm, mà mày không muốn ăn trộm, không muốn tham gia thì tốt nhất kiếm cớ đi chỗ khác. Hoặc bất đắc dĩ phải ở lại thì đừng để cái gì lọt vào tai, cái gì lọt vào mắt. Chuyện chúng nó làm mình không nên biết, vì khi mình biết lỡ công an gọi ra hỏi, chúng nó vặn vẹo đủ ngón mình lớ ngớ lại hé dần dần ra là giết anh em mình. Giá như mình không biết thì chẳng thể nào khai hay làm chứng được.

Cái chân lý oái ăm tôi học được năm 17 tuổi trong một căn nhà mái ngói, có sân, có vườn của một người lão luyện cuộc đời đang nghỉ ngơi, điền viên nơi ngoại ô. Chân lý ấy không phải lúc nào tôi cũng áp dụng, nhưng phải nói cuộc đời có nhiều lúc áp dụng chân lý ấy hiệu quả vô cùng.

Hết buổi hỏi cung, tôi về phòng, cái bút vẫn trong tay anh cán bộ. Tôi chợt nhận ra một điều là từ hôm vào đến nay cán bộ đặt câu hỏi liên miên, anh ta luôn sẵn sàng chộp lấy bất cứ điều gì tôi khai mà anh thấy cần đưa vào biên bản. Bởi thế anh luôn lăm lăm cây bút ở tư thế viết. Điều ấy có nghĩa việc của tôi không hề được người ta coi là đơn giản.

Tôi cúi xuống bàn, mở bàn tay ra xem. Tôi cố không khóc khi nhìn lòng bàn tay mình. Có phải tôi cũng dần dần thấy cơ hội trở về xa dần như những người tù thường thấy mất dần hy vọng về với tự do?

Nghỉ trưa ngày 3-9

Tôi về phòng, gia đình anh bạn mới gửi quà. Chúng tôi ăn cơm với thịt lợn thăn rim nước mắm. Anh bạn tù an ủi

- Hồi vào đây nhiều lúc em nghe cán bộ nói, rồi nghe nhà em bắn tin, khối lần tưởng cũng lo được rồi. Nhưng rồi vỡ mộng hết lần này lần khác anh ạ.

Đài phát thanh trên tường loan một tin thời sự. Tôi lắng nghe rồi tươi tỉnh, nở nụ cười bảo anh bạn.

- Mày có nhắn gì về nhà không, sợ tao về đột ngột không kịp dặn dò.

Anh bạn vặn

- Căn cứ vào đâu mà anh cho anh được về.

Tôi lại cười, tôi nói

- Tao xem đường chỉ tay, lần này số tao không tù lâu đâu.

Anh bạn nhếch mép cười khẩy

- Hóa ra ban đêm ông anh xem tay là xem bói à, đúng là phức tạp, biết lắm thế.

Buổi cung chiều ngày 3-9 lại là anh cán bộ già. Không còn không khí hiền hòa như với anh trẻ, có lúc anh quát, lúc anh đập bàn. Anh gằn giọng, anh thủ thỉ.

- Nghĩ đi Hiếu, đời còn lắm nợ lắm, còn mẹ già, con nhỏ. Nghĩ đi, sống phải nghĩ cho những người ruột thịt của mình là mẹ già ốm đau không ai nương tựa, con mình nhỏ hàng ngày nhớ bố hỏi mẹ bố đâu.

Tôi nghe đến con, ứa nước mắt. Tôi đưa hai bàn tay lên bịt mắt mình thật chặt để nước mắt không tuôn ra. Lát sau tôi buông tay ra thở dài nói.

- Có gì em đã khai hết rồi, tự em in áo để bán lấy tiền. Không còn gì cả, thực sự là như vậy.

Anh ta hỏi tôi.

- Thế ngoài việc in áo anh còn làm gì nữa, chúng tôi bắt anh vào đây là đã biết hết mọi việc anh làm. Đây là cơ hội chúng tôi tạo ra để anh chứng tỏ sự hối lỗi, nhận thấy sai lầm, tự anh kể thì chúng tôi mới đề nghị trong hồ sơ là anh này anh đã nhận thấy sai lầm, đã biết ăn năn, chuộc lỗi, thành khẩn khai báo. Thế anh mới có cơ hội về với gia đình.

Tôi lắc đầu nói

- Em khai hết rồi anh ạ.

- Thật thế không?

Anh cán bộ già lạnh lùng mở cặp lấy ra một xấp giấy, giọng anh ề à, chậm rãi, khô khan. Làm tôi hình dung như tiếng dao xoèn xoẹt của một người đang nhẩn nha mài dao để cắt tiết con gà.

- Chúng tôi khám nhà anh, lấy trong máy tính của anh một số tài liệu. Chúng tôi in ra trước mặt vợ anh, và vợ anh đã ký nhận đây là tài liệu in từ máy tính của anh. Mời anh xem.

Tôi cầm xấp giấy mà anh gọi là tài liệu giở ra xem. Có hai bài viết của tôi đăng trên blog Người Buôn Gió là *Tam Tòa Ký Sự* và *Bọn VTV Thật Phản Động*, thêm một bài nữa là bài nói về khai thác bau xít của blog khác. Tôi xem xong đặt xuống bàn nhìn anh cán bộ chờ đợi. Anh ta hỏi

- Đúng là từ máy tính của anh không?

Tôi gật đầu.

Anh ta nói

- Anh tạo ra chúng phải không?

Tôi để hai bài viết của tôi sang bên, để bài viết của blog khác về bau xít sang bên. Tôi đặt tay lên hai bài viết của mình khẳng định.

- Hai bài này do tôi viết ra, còn bài kia của người khác viết, tôi đang đọc xem anh ta viết đúng hay sai.

Anh cán bộ lấy lại hai bài tôi viết và giơ lên giọng đanh thép.

- Anh Hiếu, vậy là anh đã khẳng định hai bài viết này là do anh viết và phát tán trên mạng.

Tôi gật đầu rất khoát.

- Đúng là hai bài này tôi viết, còn tôi không phát tán trên mạng. Tôi chỉ đưa lên nhật ký điện tử cá nhân. Phát tán nghĩa là tôi phải gửi cho người khác. Còn người khác đọc họ copy phát tán thì tôi không biết và không liên quan.

Anh cán bộ bảo tôi ký vào hai bài viết của mình, ký xong anh hỏi tôi.

- Giờ anh cho biết, anh nghĩ gì khi viết những bài viết thế này.

Tôi lắc đầu

- Tôi chả nghĩ gì hết, nghĩ gì viết ra đó hết rồi.

Tôi chợt nhận ra mình đã thay đổi cách xưng hô, tôi đã xưng là tôi chứ không là em như trước. Có lẽ tại anh cán bộ nghiêm khắc làm việc khiến tôi cũng nghiêm túc theo.

Anh cán bộ nói từng chi tiết trong bài tôi viết, anh kết luận tôi có tâm, nhưng vì không đủ thông tin nên viết theo một chiều. Anh cho biết không một ai dám bán nước cả, chỉ vì quan hệ bây giờ cần phải khéo léo. Vị thế của Việt Nam cực kỳ phức tạp nên nhà nước rất cẩn trọng…. .

Hết giờ về phòng, tôi vắt tay lên trán nghĩ. Cuộc hỏi cung hôm nay để làm gì nhỉ. Có gì đáng phải mất thời gian như vậy của hai cán bộ đi từ thành phố xuống trại giam lúc trời nóng nực này không?

4-9-2009

Cả ngày không thấy ai gọi. Ngồi đánh cờ suốt với anh bạn, chơi chán mỗi thằng lại lăn về chỗ mình nằm nói chuyện phiếm đủ thứ. Lại là câu chuyện về giang hồ, xã hội ngầm. Đến giờ giao lưu buổi tối tôi gọi vọng sang ông Nghĩa

- Chú Nghĩa ơi! Mai có khi cháu về, chú có nhắn gì không?

Ông Nghĩa hỏi lại

- Sao cháu biết là về hả Hiếu ơi!

- Cháu xem thiên văn, thấy sao chiếu mệnh còn sáng lắm. Quả này chưa tù được đâu. Chú cứ nhắn đi, biết đâu cháu về được thì sao?

Ông Nghĩa thở hắt ra, hình như dạo này ông mệt. Ông nhờ

- Cháu bảo nhà chú gửi chú đôi giày, nhà chú ở xxx đường yyy Hải Phòng. Cháu tiện thì xuống chơi. Chú muốn hôm này ra tòa có đôi giày với cả bộ comple cho đàng hoàng.

Tôi nhận lời nằm xuống, lời nhắn của ông Nghĩa làm tôi miên man nghĩ. Buồn quá tôi rống lên cho cả dãy phòng nghe bài hát *Anh Không Chết Đâu Anh* của Trần Thiện Thanh.

Anh không chết đâu anh
Anh chỉ về với mẹ mong con
Anh vẫn sống thênh thang
Trong lòng muôn người
Biết yêu thương đời lính

Anh bạn cùng phòng đợi tôi hát xong, anh ấy hỏi bài gì mà lạ lùng thế, dạy cho anh ấy thuộc với.

Thời gian đưa những sự tĩnh lặng trở lại với nhà tù, đêm tôi lại nhìn lòng bàn tay mình thầm thì.

5-9-2009

Cán bộ gọi ra khỏi phòng giam. Trước khi đi tôi dặn anh bạn.

- Có dặn gì nhà không, hôm nay nếu tao không về

thì sẽ còn lâu mới về. Nhưng chắc về hôm nay.

Anh bạn chép miệng ngán ngẩm chắc nói gì, anh phẩy tay ý bảo tôi đi cung đi cho nhanh đừng nói linh tinh trêu anh nữa.

Ở phòng cung sáng nay không có giấy tờ trên bàn, có nước ngọt, thuốc lá và những người đã hỏi cung tôi lúc chưa bị bắt và cả lúc bị bắt. Tôi thấy nét mặt họ vui vẻ như vừa thoát khỏi gánh nặng gì đó, anh cán bộ trẻ hay hỏi cung tôi trong trại giam nheo mắt cười nói.

- Anh uống nước, hút thuốc đi, sáng nay anh em không làm việc chỉ hỏi thăm nhau thôi.

Anh quay sang mấy người kia nói

- Ông Hiếu này mà không phải chuyện này gặp nhau ở đây, nếu gặp nhau ngoài đời chơi được đấy chứ. Tính tình cũng hay.

Mấy người kia cũng gật đầu vui vẻ. Mọi lần tôi làm việc với họ đều nhẹ nhàng. Sở dĩ tôi ôn hòa, lắng nghe câu hỏi và nhỏ nhẹ trả lời với họ, vì tôi tin chắc một điều, những gì tôi làm đều không xấu hổ với lương tâm tôi, gia đình tôi, bạn bè tôi.

Những người công an quay sang tâm sự với nhau về con cái, học hành, nhà cửa về quan hệ bạn bè. Thỉnh thoảng họ lại trêu tôi một câu:

- Ông mà được ra đừng để gặp anh em chúng tôi trong cảnh này nữa nhé, thực sự chúng tôi chả vui gì khi gặp ông ở đây đâu.

Đến trưa, cán bộ trại giam xuất hiện nói đưa tôi về buồng giam vì đến giờ nghỉ.

Buổi trưa hôm đó qua rất nhanh. Cán bộ trại giam mở cửa phòng nói.

- Anh Hiếu có đồ đạc gì mang hết theo.

Tôi nhìn anh bạn tù, người đã san sẻ thức ăn, tâm sự cùng tôi, thậm chí đấm bóp lưng cho tôi trong những ngày qua. Anh ta còn nhiều nhiều năm nữa ở lại chốn này. Anh ý tần ngần một lát nói

- Thôi anh về, đừng vào đây nữa khổ lắm.

Tôi nắm vai anh, không nói gì rồi quay đi theo cán bộ, qua phòng ông Nghĩa tôi nói to:

- Chú Nghĩa ơi cháu về đây.

Cán bộ đi sau quát:

- Không được ồn!

Tiếng quát của cán bộ trại giam có lẽ làm ông Nghĩa ngại không dám trả lời tôi.

Tôi cầm tờ giấy hủy bỏ biện pháp ngăn chặn bước qua những cánh cổng nhà tù. Người công an gác cổng đứng tuổi, mái tóc hoa râm trông phúc hậu cầm tờ giấy vào nhập sổ rồi mở cửa cho tôi ra. Ông nói thân tình.

- Về mà lo làm ăn nhé.

Tôi bước ra cánh cổng sắt, người xe đi lại. Tôi nhìn một lát định hướng rồi đi về phía bên tay trái, đi bộ giữa dòng người tan tầm đang hối hả về nhà. Tôi về nhà mẹ.

Mẹ tôi bắc ghế ngồi ngoài cửa, nét mặt buồn rười rượi, bà nhìn vào luồng người đi lại mà như chả nhìn cái gì. Tôi đi từ từ đến trước mắt bà, trong tầm nhìn của mẹ đến gần mà mẹ tôi cứ nhìn như thế, cái nhìn có hướng mà như đâu đâu. Tôi đến cửa gọi nhẹ:

- Mẹ à, con đây.

Mẹ tôi như người đang mộng chợt tỉnh, mẹ cuống quýt đi vào nhà theo tôi. Giọng mẹ lắp bắp như không tin tôi đang trước mặt bà.

- Con sao, con sao rồi?

Tôi cười nói.

- Mẹ buồn cười thế, con đang ở nhà khỏe mạnh đây, lại cứ hỏi con sao là sao thế nào.

Tôi kể tôi vừa từ trại giam về đến thẳng đây, được về vì tội không có gì phải xét xử cả. Chỉ ngăn chặn, giáo dục thế thôi. Mẹ tôi luống cuống mở kim băng cài túi áo cánh nâu nói đứt đoạn trong dòng nước mắt.

- Con cầm lấy mấy đồng mà tiêu. Người ta bảo hôm nay con không về thì sẽ còn lâu mới về, mẹ từ sáng đến giờ cứ ngồi ngoài cửa đợi xem con có về không?

Tôi giữ tay mẹ nói, vẫn còn tiền trại giam cho đi đường về nhà đây. Mẹ bảo tôi về nhà luôn cho Tí Hớn mừng. Tôi chào mẹ để đi về nhà mình nơi có Tí Hớn đang chờ bố. Ngoái lại mẹ vẫn đứng trân trân nhìn theo.

Tôi đẩy cửa vào nhà mình, Tí Hớn đang xem ti vi. Thấy bố nó lao tới nhảy bổ lên ôm người bố, nó hít hà một lúc lâu rồi nói.

- Bố Hiếu thì đây rồi, nhưng mùi không phải mùi bố Hiếu.

Tôi suýt bật cười, ở trong tù dân tù hay gọi là mùi tù. Thằng nào mới vào gọi là sặc mùi xã hội. Tưởng đùa giờ mới biết có mùi tù thật! Tí Hớn hỏi tôi.

- Sao bố bế con một tay, tay kia bố nắm cái gì trong đó thế.

Tôi mở lòng bàn tay ra cho Tí Hớn xem. Nó reo:

- A hình của con, bố cầm ảnh của con.

Tấm hình tôi chụp nó để làm hồ sơ đi học mẫu giáo, giữ một tấm để trong ví. Hôm bị bắt đi, tôi mang theo tấm hình Tí Hớn để mỗi đêm được thầm thì với con trai mình.

Ôm Tí Hớn trong lòng, nó xem tấm hình của nó. Rồi nó hỏi

- Công an bắt bố đi, giờ lại cho bố về à?

Tôi giật mình, quay sang hỏi vợ. Sao con biết, thì ra hôm tôi đi công an đến khám nhà, Tí Hớn đoán được.

Đêm ấy ôm con ru ngủ, tôi vẫn vơ nhớ anh bạn tù

cùng phòng giờ một mình chắc buồn lắm. Buồng giam ấy lại nằm cuối cùng của dãy nữa chắc anh càng buồn thêm.

Không biết ông Nghĩa hát bài gì lúc này.

Tôi nghe vợ kể, công an khám nhà đã thu máy tính của tôi, điện thoại tôi họ cũng thu hôm bắt chưa giả. Mãi nửa tháng sau họ mới gọi tôi đến trả máy tính.

24.

Họ hàng tôi nhiều người xưa nay vẫn coi tôi lông bông. Có vợ chồng cô chú nhà đằng em bố tôi là người rất tử tế và đáng trọng nhất trong họ. Cô chú thường vẫn mắng tôi là lêu lổng. Thật bất ngờ khi nghe tôi bị bắt, cô chú lên mạng đọc tin, khi đọc những bài tôi viết, chú vỗ đùi bảo cô.

Ôi thằng cháu mình tài quá, nó viết đúng hết đó chứ, thế này đi tù vinh dự chứ chả phải nhục gì.

Cô chú tôi xem những bài tôi viết mấy ngày liền, đến nhà tôi khen nức nở. Nhờ thế mà mẹ tôi và vợ tôi cũng bớt buồn phiền.

Cái vụ bắt này làm nhiều người thỉnh thoảng làm ăn với tôi xa lánh tôi thêm vì sợ liên lụy. Nhưng số người mến tôi tìm đến còn đông hơn số người lảng tránh.

Khi công an trả tôi máy tính, thì truy cập vào trang blog của mình, tôi thấy không được nữa. Tôi phải thay đổi blog nhiều lần, điều đó khiến cho người đọc khó khăn. Nhưng sau thì người đọc cứ gõ bút hiệu của tôi trên trang tìm kiếm là lần được đến.

Mọi người cho tôi tiền khi tôi được công an thả ra lần ấy, tổng kết được đến 8 triệu. Tôi bán cái xe máy cũ rích của mình được 3 triệu, cái xe hay hỏng liên tục, khối lần tôi phải dắt bộ trên đường vì trong túi không có quá nổi 100 nghìn, chẳng dám dắt vào hiệu sửa xe. Tôi mua cái xe máy Hon Đa cũ nhưng còn tốt hết 9 triệu. Lâu lắm rồi tôi mới thoát khỏi cảm giác đi xe mà trong bụng cứ sợ hãi nó sẽ hỏng bất thình lình. Lúc đó là cuối năm 2009.

Năm 2010 tôi nhận được giải thưởng nhân quyền HecmanHamlet với số tiền là 2000 USD, năm ấy tôi lại được anh Vũ Đông Hà, một cây viết rất nổi tiếng và hảo tâm cho tôi 1500 USD, anh Hà gửi tiền mà cũng chẳng đòi hỏi gì, anh ấy nói giúp tôi yên tâm mà viết blog vài tháng khỏi phải lo cơm áo, gạo tiền. Tổng cộng đổi ra tôi có hơn 70 triệu tiền Việt, tôi đưa cho một người bạn nhờ họ đầu tư, mỗi tháng người bạn chia cho tôi gần 4 triệu tiền lãi. Với số tiền đó thực sự tôi không còn phải băn khoăn gì về công việc làm ăn. Mãi đến giờ số tiền gốc ấy vẫn còn, nhưng do suy thoái nên lợi nhuận giảm xuống còn 2 triệu một tháng.

Dù có thế nào, tôi cũng nhân cuốn sách này nói lên sự tri ân với những người đã giúp đỡ tôi, để tôi có điều kiện yên tâm viết bài cho độc giả đọc. Chính vì có những sự giúp đỡ này, mà tôi đã từ chối những tờ báo hải ngoại khi họ đặt vấn đề tôi viết cho họ để lấy nhuận bút. Tôi tự thấy bất công nếu mình viết cho tờ báo nào đó tranh mất phần mà đáng ra một người đấu tranh khác được viết, trong khi họ khó khăn, còn mình đã không bị khó khăn như họ nữa.

Một bút hiệu mà trên google hiện gần 10 triệu kết quả, để có được điều ấy, đằng sau đó là bao nhiêu tấm lòng hậu thuẫn nâng đỡ. Thời gian đưa tôi hôm nay đến Weimar này chỉ có 12 tiếng đồng hồ xuất phát từ Hà Nội. Để đi được 12 tiếng đồng hồ đó, sức của tôi chỉ hai phần, tám phần còn lại là do những người tốt bụng đã giúp đỡ tôi trong suốt quãng thời gian vài năm qua. Rất tiếc rằng tôi không thể kể hết những người đã giúp đỡ tôi, vì nhiều người không muốn được tôi nhắc đến. Nhưng tôi luôn ghi nhớ rõ từng đồng tiền, từng con người ấy, từng hành động, và đem sự nhớ ơn ấy vào trong những bài viết của mình phục vụ cho thế nhân.

Sau nhiều đe dọa, bắt bớ, o ép, một cán bộ an ninh cấp cao đã đến khuyên nhủ tôi từ bỏ viết blog. Nếu đồng ý thì họ sẽ sắp xếp cho viết ở tờ báo lớn, mức lương từ 10 đến 20 triệu một tháng, có xét vào biên chế. Tất nhiên tôi từ chối, bởi trong lòng tôi dấy ngầm lên lòng kiêu hãnh rằng, nếu viết để được tiền thì tôi có tiền từ đồng bào tôi trả cho tôi. Và tôi chọn lấy tiền từ đồng bào tôi để phục vụ họ. Tôi đủ biết đâu là đồng tiền của "thế lực thù địch", đâu là của nhân dân tôi. Mùa hè năm 2010 tôi rảnh đi lang thang vào Sài

Gòn chơi với anh em blogger miền Nam. Thế rồi xuôi chân lên tận Bình Dương, ghé vào thăm nhà văn Nhật Tuấn. Anh Tuấn chán cảnh đô thành, làm cái nhà to ở giữa rừng cao su, yên tĩnh, mát lịm. Sóc chạy ngang sân nhà, cảnh vật yên tĩnh, thanh bình. Anh Tuấn bảo mày thích viết thì cứ ở đây mà viết, tao nuôi. Tôi chơi nhà anh và thấy bức ảnh chụp của anh ở Châu Âu, tôi hỏi.

Ôi anh đi châu Âu rồi à?

Anh Tuấn gật đầu, rồi anh nói như chơi.

Ừ tao đi Đức, mày đi không, tao sắp cho mày đi.

Chao ôi! Đời tôi chưa bao giờ nghĩ đến đi Châu Âu, đó là một chuyến đi đầy xa vời quá ước mơ của tôi, làm sao tôi có tiền, có visa, có việc gì đó để đi đến nơi mà tôi chỉ đọc trong sách của Huy Go, Ban Dăc. Tôi hỏi anh.

Làm sao mà đi được cơ chứ?

Được, mày muốn tao nói người ta xem.

Nhà văn Nhật Tuấn trả lời như về chuyện vặt. Sau này tôi mới biết, với con người từng trải ấy thì cái gì cũng là chuyện vặt hết, bởi trong cuộc đời ông đã mất mát đi rất nhiều thứ lớn lao, lớn đến nỗi bây giờ mọi thứ với ông đều chẳng có gì là to tát.

Vài tháng sau, quên bẵng cái việc với ông Tuấn. Một chiều đón con ở lớp mẫu giáo về, tôi có điện thoại của một nữ nhà văn, báo tin tôi có giấy mời đi dự giao lưu văn hóa Việt – Đức. Khi nhìn tờ giấy mời gửi đến có tên tôi, tôi cứ ngỡ là mơ. Lại nghe đồn làm visa khó lắm, đến đại sứ Đức người xếp hàng xin visa ai cũng lo lắng. May đến lượt tôi, người ta không phỏng vấn hay hỏi gì, người làm visa lầm lỳ qua ô cửa kính nhận hộ chiếu của tôi và hẹn ba ngày sau đến lấy.

Cùng đi sang chuyến đó có nhà văn Võ Thị Hảo, thi sĩ Bùi Chát. Chúng tôi dự cuộc giao lưu văn hóa ba ngày. Ngày thứ tư là để đi tham quan tự do thành phố Berlin, tôi nhận được một cú điện đến phòng khách sạn tôi ở. Một người đàn ông hẹn gặp tôi giọng anh ta thật lạ, vừa ấm vừa rắn rỏi và chắc nịch từng từ, từng chữ. Anh ta ở cách xa Berlin 600 cây số.

Tôi thay đổi nhiều khi gặp con người ấy, anh ta dạy tôi về lòng tự trọng, về sự trách nhiệm, về lòng trắc ẩn và sự thật thà. Ân cần và không vội vã anh cho tôi hiểu rằng muốn là cái gì, trước tiên phải vấn hỏi lòng mình về lương tâm khi làm việc đó. Thật sự đó là con người tác động đến tôi nhiều, đến nỗi tôi vừa muốn gặp anh ấy nhiều, mà cũng không muốn gặp. Vì cứ mỗi lần chuẩn bị gặp hay nói chuyện với anh, tôi lại phải tự kiểm tra xem mình thời gian qua có làm gì gian dối hay không phải. Anh ta có cái quyền uy như một linh mục khi người ta xưng tội. Tôi có bạn người Công Giáo thường hay tránh việc đi xưng tội ở nhà thờ, tôi cũng hiểu tâm trạng họ khi cả nửa năm trời tôi tránh anh.

25.

Tôi có việc vào Sài Gòn, tìm đến nhà luật sư Lê Trần Luật, Luật là người đã nhận bào chữa cho những người giáo dân thuộc giáo xứ Thái Hà, Hà Nội. Chúng tôi biết nhau từ lúc Luật ra Hà Nội làm bào chữa. Sau cuộc bào chữa ấy tình cảnh của Luật rất khó khăn, bởi nhà cầm quyền đã tước giấy phép hành nghề của anh, công ty của anh bị khám xét thường xuyên, chính quyền tịch thu máy móc thiết bị văn phòng của anh để phục vụ một cuộc điều tra mà họ nghĩ ra. Lúc này Luật sống tạm bợ trong một cái hẻm nhỏ trên căn gác xếp thuê. Luật đón tôi từ ngoài ngõ, khi vào ngõ được vài chục mét tôi thấy có hai người đàn ông ngồi trên xe mô tô giơ điện thoại chụp hình tôi. Sẵn có máy ảnh tôi chụp lại họ. Lập tức hai người đàn ông sừng sộ lao tới chửi bới và đòi đập máy ảnh của tôi. Dù tôi cố gắng nói rằng tôi chỉ chụp cái hẻm như các anh đã chụp cái hẻm này. Một người trong số họ lao vào định đánh tôi khi thấy tôi cãi lại. Tôi né được và đưa máy hình nhờ

Luật cầm hộ, sẵn sàng đáp trả nếu bị đánh tiếp. Thấy thái độ của tôi, hai người kia bỏ cuộc. Tôi vào nhà Luật ngồi chơi, vừa đặt mình xuống ghế thì lập tức một toán cảnh sát ập vào nhà Luật. Họ cáo buộc rằng vừa được quần chúng nhân dân báo có tin xô xát, đến đây để làm rõ sự việc. Họ cưỡng ép tôi về đồn công an để tường trình việc đã xảy ra.

Bản tường trình đã xong, hai bên thực sự chưa có xô xát chỉ lời qua tiếng lại. Người thanh niên kia và tôi cam kết sau sự việc này hai bên hòa giải không có hiềm khích hay xô xát nữa. Xong người kia được về, còn tôi, công an bảo ngồi lại chờ một lúc nữa có việc mới về.

Gần tối có một tốp người đến đồn công an, họ có dáng vẻ quyền uy ở cấp cao hơn đồn công an này. Họ dẫn tôi lên phòng trên gác, phòng họp của công an phường, có cái bàn dài và nhiều cái ghế xung quanh. Người hỏi cung ngồi bên này chỉ chỗ tôi ngồi đối diện, anh ta giở giấy tờ và bắt tôi phải trình bày tại sao lại đến nhà Lê Trần Luật, quan hệ với Lê Trần Luật mức độ nào, vì sao biết nhau.

Anh cho biết anh quen Lê Trần Luật vào thời điểm nào?

Người hỏi cung tôi mím môi, ném nhìn nảy lửa đầy đe dọa ngay câu hỏi đầu tiên. Tôi trả lời.

Năm 2008 tôi đi làm xe ôm, lúc đó hay đứng chờ khách ở khu vực nhà thờ Thái Hà. Anh Luật ra đó có việc, anh hay thuê tôi chở anh đi, vì vậy chúng tôi biết nhau. Lúc đó anh Luật lấy số điện thoại của tôi để khi nào đi đâu anh ấy gọi, chúng tôi có số điện vì thế. Lần này vào đây chơi, tiện tôi vào thăm anh Luật.

Anh vào đây mục đích chính là gì?

Tôi đi cùng một số người khuyết tật, vào để tham quan một số cơ sở người khuyết tật ở đây sinh sống và làm việc thế nào để học tập.

Tại sao anh có quan hệ với những người khuyết tật?

Tôi quan hệ công việc, họ thuê tôi đi cùng để đẩy xe, mang vác đồ.

Người hỏi cung rót nước bảo tôi uống, anh ta cầm tập giấy tờ đang ghi chép những câu hỏi dở dang đến đầu kia gặp một người trung niên hơn năm mươi tuổi, dáng chừng cấp trên anh ta. Người trung niên xem biên bản hỏi đáp, nét mặt có vẻ tức giận hiện khuôn mặt xương xương lưỡi cày rất dữ dằn. Xem xong tập giấy ông ta đi đến chỗ tôi gằn giọng nói.

Mày biết tao là ai không? Tao chính là người bắt thằng Điếu Cày (blogger Nguyễn Văn Hải, từ vụ bắt đó anh Hải bị kết án 12 năm tù vì tội viết blog nói xấu chế độ, cho tới năm 2013 này thì mức án của anh vẫn còn 10 năm nữa mới hết). Mày vào đây rồi thì đừng có bướng, thích thì tao lệnh giam mày 24 tiếng rồi xét tiếp. Biết điều làm việc cho nghiêm túc nghe chưa.

Ông ta đưa tập giấy cho người hỏi cung nói.

Đấy làm việc tiếp đi, loanh quanh thì đừng có

trách.

Tôi vươn người qua bàn lại gần người hỏi cung, thầm thì.

Này ông ơi! Cái ông kia nói dọa hay bắt thật đấy?

Người hỏi cung cười nhẹ.

Ai bắt anh làm gì, làm việc thôi mà.

Tôi đứng dậy, hướng về người trung niên có khuôn mặt lưỡi cày, gọi dõng dạc.

Này ông anh.

Ông ta đang xem hồ sơ nào đó về tôi, ngẩng đầu lên ngạc nhiên thấy tôi gọi. Tôi bảo.

Ông có quyền ông ký lệnh giam 24 tiếng đi, để tôi còn kiếm chỗ ngủ, giờ hơn 9 giờ tối rồi tôi mệt lắm. Đến 24 tháng tôi chẳng sợ, ngại gì 24 tiếng của ông. Tôi không làm việc gì nữa đâu. Chờ ông bắt về trại giam để tôi có chỗ ngủ đây, mệt rồi, mai làm tiếp.

Nói xong tôi ngồi xuống ghế, ngả người ra đằng sau như muốn nghỉ.

Ông ta đứng dậy, xếp tập hồ sơ đang xem nói.

Được, mày muốn thì tao chiều mày.

Ông ta đi xuống dưới nhà. Còn tôi và người hỏi cung, anh ta quan sát tôi chẳng nói gì. Chúng tôi im lặng chờ đợi, tôi ngả vào ghế và tranh thủ nhắm mắt.

Khoảng mười lăm phút yên lặng trôi qua, có tiếng chân người dưới cầu thang công an phường đi lên.

Người có khuôn mặt lưỡi cày đi trước, đằng sau ông ta là một người đàn ông ăn mặc lịch lãm, kính trắng gọng vàng. Loại kính hiệu Sol Amor của Pháp khá đắt tiền ở Việt Nam. Sau người đàn ông lịch lãm là hai thanh niên trẻ đi như kiểu tháp tùng. Người đàn ông lịch lãm ngồi xuống cái ghế đầu bàn, cái ghế thường hay dành cho cấp lãnh đạo. Ông ta tháo kính và lấy khăn ra lau rất chậm rãi, Khi ông ta lau kính, tôi nhìn những người trong phòng đều thấy vẻ mặt họ lo lắng pha chút e ngại. Ông ta lau kính xong, đeo vào mắt và nhìn tôi. Rồi cất lời. Ông ta nói giọng miền Bắc.

Hiếu này, chắc anh không cần giới thiệu, Hiếu cũng biết anh ở cấp nào.

Tôi không nói gì, ông ta hướng mắt về người đàn ông lưỡi cày nói tiếp với tôi.

Ban nãy có chuyện gì gay gắt với anh Long, thì đàn ông bỏ qua đi, mình làm gì mình dám nhận mới là đàn ông. Loanh quanh trí trá trước sau cũng lộ ra, lúc đó anh em lại căng thẳng.

Tôi cũng không nói gì. Trong đầu tôi chuẩn bị cho tình huống xấu, tí nữa họ sẽ đưa tôi đến trại giam. Người đàn ông lịch lãm nói tiếp.

Thôi, làm việc tiếp đi nhé, thành khẩn thì còn được xem xét.

Ông ta đi, hai thanh niên đi theo. Còn người mặt lưỡi cày tên Long và người hỏi cung ở lại. Người đàn ông mặt lưỡi cày, tức trung tá Nguyễn Văn Long của phòng PA35 Công an TPHCM. Trung tá Long từng nhiều lần bắt bớ thô bạo với nhóm các blooger Sài Gòn như Tạ Phong Tần, Lê Quốc Quyết, Nguyễn Văn Hải. Tôi đã từng được anh em blogger Sài Gòn kể về ông ta như một hung thần với những lần cho thuộc cấp dưới quyền ông mặc thường phục đánh đập anh em bloger. Đợi người cấp trên đeo kính trắng đi rồi. Trung tá Long nói.

Hiếu à, ban nãy anh nói chơi thôi, chứ bắt bớ gì mày, làm việc thêm tí anh cho về.

Tôi cười, hỏi ông ta.

Anh Long người miền Bắc, gốc Thanh Hóa à?

Ông ta gật đầu vui vẻ, nói quê ở Thanh Hóa, được điều vào đây công tác mấy chục năm rồi.

Tôi bảo bây giờ tôi đói và mệt, không làm việc được nữa, thể chất tôi không đủ để tiếp tục. Trung tá Long quay ngoắt thái độ, ông ta cáu kỉnh nói với người hỏi cung.

Hùng, mày thu hết đồ của nó lại, cho nó về đâu nghỉ, mai làm việc tiếp.

Người hỏi cung tên Hùng bảo tôi đưa hết đồ đạc cá nhân cho anh ta. Tôi nói.

Các anh thu giữ thế này là bất hợp pháp, tôi không chấp hành. Tuy nhiên thực tế thì ở đây các anh đông người, tôi không thể chống cự được. Vậy anh cho tôi nhắm mắt, anh lấy gì thì lấy.

Tôi đứng dậy nhắm mắt, giang hai tay ra. Cán bộ Hùng lấy điện thoại, ví tiền của tôi.

Khi anh ta lấy xong, tôi mở mắt ra nhìn thấy anh ta lục ví. Lấy đi của tôi chứng minh thư và điện thoại, trong ví tôi chỉ có 400 nghìn, tương đương với 20 USD. Cán bộ Hùng lấy chứng minh thư, điện thoại và đưa lại cho tôi 400 nghìn. Rồi anh ta nói sẽ chở tôi về một nhà trong số những người quen của tôi ở tạm. Mai lên làm việc tiếp.

Sáng hôm sau tôi đi xe ôm tới đồn, đợi một lát anh ta tới. Hỏi tôi đi bằng gì, biết tôi đi xe ôm. Cán bộ Hùng ngỏ ý đưa tôi ít tiền để tôi đi xe, nhưng tôi từ chối. Cuộc hỏi cung kéo dài đến tận tối mịt, lúc 8 giờ tối thì cán bộ Hùng đi về. Một cậu trẻ tên Thành đến thay, cậu ta chỉ ngồi đó mà không nói gì. Tôi nói

Anh mệt rồi, anh nằm đây.

Thành lấy bọc quần áo đưa cho tôi nói.

Anh lấy cái này gối đầu.

Tôi hỏi.

Mày đi đâu mang quần áo thế này.

Em mang đi sửa.

Tôi leo lên bàn họp của công an phường, nằm duỗi chân, duỗi tay. Một lúc có cán bộ công an phường đi lên lấy hồ sơ gì đó, thấy tôi nằm cũng không nói gì. Lúc sau lại có người khác đi lên tìm gì, tôi thấy ngại bèn không nằm nữa. Xuống ghế ngồi tâm sự với

Thành, chuyện vợ con, yêu đương, gia đình. Hóa ra Thành chỉ có nhiệm vụ trông tôi thôi.

Gần 11 giờ đêm, có một người cao gầy, nói năng nhỏ nhẹ vào nói chuyện với tôi và Thành. Chuyện về gia đình, vợ con tôi. Rồi anh ta bảo tôi về chỗ ở, mai đến tiếp.

Cán bộ Huy kéo dài những ngày làm việc thêm mấy ngày nữa. Chúng tôi ăn cơm cùng nhau, lúc nghỉ trưa anh ta bật điện thoại nghe cải lương, tôi bàn mấy câu, anh ta ngạc nhiên vì tôi rành cải lương và thích nghe. Chuyện trò lúc nghỉ trưa mới biết anh ta hay tham gia văn nghệ cải lương ở quê anh, đơn vị gọi anh ta là Hùng cải lương.

Đến chiều hôm thứ sáu, cán bộ Hùng nói.

Anh Hiếu à, thái độ làm việc anh tốt, nhưng kết quả làm việc thì lại chẳng có gì, làm thế này thì mệt anh đấy, chúng tôi chưa thể trả đồ cho anh về. Anh sẽ làm việc tiếp với chúng tôi. Giờ anh về chỗ ở, khi nào chúng tôi gọi thì anh lên làm việc, nếu có gì tiến bộ, chúng tôi sẽ trả đồ cho anh về.

Tôi cười hỏi lại, thế các anh có mệt không? Anh ta mím môi nghĩ, rồi bật cười nói.

- Cũng mệt lắm.

Tôi đi ra khỏi trụ sở công an, đi bộ một đoạn thấy có người xe ôm ghé xe vào hỏi.

Đi xe không anh?

Tôi nhảy lên xe, anh ta hỏi đi đâu, tôi chỉ thẳng bảo cứ đi phía trước. Lúc này trong đầu tôi cũng chưa định đi về đâu. Xe chạy quãng người xe ôm lại hỏi đi đâu. Tôi bảo đi ra đầu thành phố, chỗ đường quốc lộ.

Tôi nhảy lên chiếc xe khách chạy ra hướng Bắc đầu tiên tôi thấy, tiền xe hết 100 nghìn khi xe dừng lại Nha Trang mờ sớm. Trong túi tôi giờ chỉ còn gần 200 nghìn. Đến Nha Trang tôi ghé vào nhà người quen, định hỏi mượn tiền. Vào được một lúc thấy bất an, tôi lộn cửa đằng sau đi ra ngoài đường, nhảy xe ôm ra đường cái, lại thấy xe đi Quãng Ngãi, tôi lên xe luôn. Đang đi thì người quen ở Nha Trang nói có công an đến nhà họ. Tôi đoán rằng tôi phải qua khỏi địa phận miền Nam sẽ không bị gây khó dễ nữa. Vì Bộ Công an chia khu vực, phần phụ trách miền Nam chẳng mấy khi gặp tôi, nên họ thấy tôi vào Nam bèn tìm mọi cách giữ, để tranh thủ khai thác thông tin về những anh em blogger miền Nam.

Đến Quảng Ngãi, tôi chỉ còn đủ tiền mua vé tàu về đến ga Vinh, để tránh nghi ngờ vì đi người không ra Bắc, tôi làm quen với một người bộ đội. Xách giúp đồ anh ấy lên tàu. Xuống đến Vinh tôi vào nhà người bạn mượn tiền và đi xe khách về nhà. Tôi viết câu chuyện hành trình bị giữ trong Nam trên blog của mình.

Mùa hè năm sau, tháng 6 năm 2011 tôi đi máy bay vào Sài Gòn để dự buổi họp của truyền thông Dòng Chúa Cứu Thế Sài Gòn, tôi có bài phát biểu tham luận sẽ đọc ở buổi họp. Trước khi đi có một người giáo dân liên tục hỏi bao giờ tôi đi, bao giờ tôi lên máy bay. Ngồi trên máy bay tôi nghi hoặc tại sao anh ta hỏi tôi nhiều như thế, khi lý do anh ta đưa ra là hỏi chỉ để nhờ tôi vào đó mua một cái đĩa phim phong thánh cho Đức Giáo Hoàng Paul II, trước đây có bao giờ anh ta hỏi chuyện tôi mấy đâu. Tôi chợt nhớ ra Giáo Hoàng Pau II mới chỉ xét phong thánh chứ chưa được phong thánh. Máy bay đến nơi, người đó lại gọi điện hỏi tôi đến chưa. Tôi trả lời điện thoại xong, giở hành trang lấy bản tham luận định đọc ở buổi họp xé làm nhiều mảnh. Tháo sim khỏi một máy điện thoại hay dùng. Kiểm tra cuộc gọi đi gọi đến, tin nhắn của máy còn lại.

Ra đến ngoài cửa sân bay tôi thấy ngay một tốp an ninh gặp năm ngoái đứng sẵn có Huy, Thành, Hùng, Kiên và vài người nữa. Họ có đến 8 người, sán lại tôi bắt tay, rồi tự đỡ hành lý của tôi, quàng vai, nắm tay kéo tôi lên một chiếc ô tô họ chờ sẵn. Ngồi trên xe, tôi hỏi.

Thế định bắt đấy à, đây chưa làm gì nhé.

Huy trả lời.

Ai bắt anh làm gì, lâu không gặp mời đi cà phê thôi.

Cán bộ Hùng cười nói.

-Tại lần trước anh bỏ về đột ngột, anh em chả kịp chào nhau, giờ mới phải gặp.

Tôi nói.

Lần trước ông bảo giữ đồ để tôi phải làm việc, tôi chấp nhận mất đồ thì không làm việc nữa. Thế là dứt điểm, còn lần này tôi vào đây chả làm gì cả, tôi có việc phải đi.

Họ không nói gì, tôi quay sang nhìn an ninh Kiên đầu trọc bảo.

À cái thằng này, mày lừa tao nhé, lần trước mày bảo mày là an ninh Đà Nẵng sao giờ mày ở đây?

Kiên cười trừ, không nói gì.

Lần trước đó vài tháng, cuối năm 2010 tôi đi cùng luật sư Huỳnh Văn Đông vào Đà Nẵng. Đông nhận bào chữa cho giáo dân Cồn Dầu trong vụ cưỡng chế đất của chính quyền. Tôi làm trợ lý cho Đông. Nói là trợ lý nhưng thực ra làm đủ mọi việc từ đi lo ăn uống ngủ nghê cho đến cả ngồi đọc hồ sơ, bàn bạc tìm luận cứ bào chữa. Lúc phiên tòa diễn ra, công an Đà Nẵng bắt tôi tại cổng tòa. Nói là cần kiểm tra giấy tờ, họ đưa tôi về trụ sở công an, hỏi han loanh quanh đến chiều khi phiên tòa xong mới cho tôi về. Hôm đó Kiên trọc ngồi đó giới thiệu là công an quận ở Đà Nẵng.

Giờ thì lại thấy Kiên trọc ở đây với nhóm an ninh Sài Gòn này.

Tốp an ninh đưa tôi đến một đồn công an. Dẫn tôi lên gác và lấy đồ của tôi ra khám xét máy ảnh, máy tính, máy quay phim. Tôi cười nhạt.

Dạo này càng ngày càng không có luật nữa, tự nhiên lôi người ta về đồn công an, tự nhiên khám xét đồ, tự nhiên giữ người.

Một cán bộ an ninh quay ra cười nói.

Với ai còn thắc mắc, chứ anh biết quá rồi, an ninh đâu cần luật.

Người ta khám đồ kỹ lưỡng xong, dường như họ chưa tìm thấy cái muốn tìm, họ mở máy tính của tôi và xem xét mọi nơi. Chán chê rồi một cán bộ an ninh trắng trẻo trạc bằng tuổi tôi hỏi giọng Bắc.

Anh vào đây dự buổi họp truyền thông Chúa Cứu Thế phải không?

Tôi lắc đầu. Họ vặn.

Trên trang mạng Dòng Chúa Cứu Thế có thông báo là anh sẽ dự cuộc họp, vậy anh không vào dự họp thì là gì?

Tôi trả lời.

Các ông có bằng chứng là tôi trả lời với họ là sẽ đến không?

Anh an ninh già tóc bạc nói giọng Bắc nhìn tôi, sau này tôi biết ông ta tên là Trần Tiến Tùng, trung tá an ninh phòng PA35 Công an TPHCM, ông Tùng gằn giọng hỏi.

Thế anh vào dự buổi truyền thông này, bài tham luận anh định đọc ở buổi họp đó đâu? Trong chương trình họ nói là anh sẽ có một bản tham luận đọc ở đó.

Tạ ơn Đức Mẹ chỉ bảo đường lành (tôi thầm thốt

tên tác phẩm tiểu thuyết của văn hào lỗi lạc là một vị linh mục người Rumani, văn hào C. V Gheorghiu, người đã có một loạt những tác phẩm về bản chất cộng sản như Giờ Thứ Hai Mươi Lăm, Lối Thoát Cuối Cùng, Đức Mẹ Chỉ Bảo Đường Lành… và tôi thầm cười nghĩ đến bản tham luận ở đâu đó trong khu sân bay cùng với chiếc điện thoại mà lưu nhiều số điện thoại liên lạc, tôi đã tắt máy và tháo sim bỏ vào thùng rác). Tôi lắc đầu nói.

Tôi nói rồi, họ mời, chưa chắc tôi đã đến dự, anh thấy đó, không có bằng chứng là tôi nhận lời. Cũng chính vì vậy tôi không soạn bài phát biểu, tham luận hay cái gì cả. Anh xem điện thoại của tôi (một cái còn giữ lại) có số liên lạc với ai liên quan đến buổi truyền thông đó không.

Khi đẩy điện thoại ra cho ông ta xem, tôi chợt nhớ người giáo dân kia gọi tôi liên tục trước khi đi vào số máy ở điện thoại này. Và cả khi tôi xuống sân bay, từ lúc tôi bị an ninh đưa về đây đã gần hai tiếng anh ta không gọi gì nữa. Tôi cố mở cuộc gọi đến, đẩy số anh ta gọi cho ông Tùng xem và nói.

Đây, chỉ có một người giáo dân này gọi tôi liên tục để hỏi có vào Sài Gòn nhờ mua đĩa. Anh có thể gọi anh ta để kiểm tra.

Trung tá Trần Tiến Tùng xem điện thoại, ông ta bỏ qua những cuộc gọi liên tục của người giáo dân kia để xem các cuộc gọi khác. Ông ta đặt máy điện thoại tôi xuống bàn, không hỏi gì. Để cho người trẻ tên

Tuấn hỏi tôi tiếp dự định tôi vào đây, đi đâu, làm gì.

Tôi kể sẽ đến nhà người họ hàng xa, và nhờ họ dẫn đi chỗ nào có sới đánh gà chọi để xem. Vì gà chọi ngoài Bắc đánh không đeo cựa sắt như gà chọi miền Nam. Nên tôi rất muốn tò mò muốn xem như thế nào, bởi tôi rất đam mê món gà chọi nhau ấy.

21 giờ đêm 4 người an ninh dẫn tôi vào khách sạn cách đồn công an vài chục mét. Họ nói tôi phải ở đây làm việc tiếp, tạm thời không được liên hệ với ai ngoài họ, mọi nhu cầu ăn uống cần gì họ sẽ lo. Nếu không chấp hành họ sẽ có biện pháp mạnh, họ để lại 2 người với tôi trong khách sạn cùng với đồ ăn uống. Hai người an ninh này tôi đều gặp ở lần bắt trước, một người tên Huy, một tên Thành. Thái độ của họ lần trước cũng như lần này đều mềm mỏng, họ chỉ là người canh chừng không phải điều tra, cho nên nhiệm vụ họ giữ tôi làm sao yên ổn là được.

Sáng hôm sau Huy và Thành dẫn tôi đi ăn sáng, lúc ăn xong Huy mua thuốc lá và nước cho tôi rồi bảo.

Hôm nay anh phải làm việc với anh Long, hy vọng sẽ nhẹ nhàng.

Lại là trung tá Long Tiết Canh, nghĩ vậy tôi chặc lưỡi. Sở dĩ trung tá Long có tên Tiết Canh, tức món ăn bằng máu tươi là do anh em blogger trong Sài Gòn đặt, bởi bản tính hung hăng và sẵn sàng cho quân dưới quyền dùng bạo lực để trấn áp, đánh đập blogger. Tôi biết Huy nhắc nhở với thiện cảm tốt cho tôi, vì nếu tôi bị đánh bầm dập gì, thì với trách nhiệm trông chừng tôi anh ta ít nhiều cũng phải chăm sóc. Lần trước tôi bị đau dạ dày, anh ta phải điện hỏi bác sĩ rồi đi mua thuốc cho tôi uống.

Tôi được đưa vào đồn công an, lên tầng hai vẫn là phòng họp của công an phường. Lát sau trung tá Long xuất hiện. Tôi nhìn khuôn mặt lưỡi cày và cặp mắt diều hâu dữ dằn với dáng đi hung bạo của ông ta, tôi mỉm cười.

Dường như thấy cái nhìn và nụ cười của tôi có vẻ sẵn sàng chế giễu mọi điều tồi tệ sẽ xảy ra. Trung tá Long cầm tập hồ sơ đặt lên bàn, anh ta đặt bàn tay lên vai tôi vỗ vỗ nói.

Hiếu à, khỏe không em. Lần trước anh em mình hơi nóng tính vì không biết nhau, lần này mình làm việc nhẹ nhàng không có gì đâu em.

Ông ta đi cùng hai người trẻ, họ ngồi xuống bàn, ông Long ra lệnh cho hai người trẻ kia.

Lấy máy tính Hiếu ra xem đi.

Họ lấy máy tính của tôi ra xem, một lúc lắc đầu bảo không có gì. Ông Long hỏi.

Hiếu có mail chứ?

Tôi gật đầu.

Trung tá Long.

Mở ra cho xem được không?

Tôi gật đầu, mở máy tính, cắm usb 3g vào mạng. Mở hộp thư.

Trung tá Long xem các thư gửi đến, ông ta mừng rỡ reo.

A thư của Hoàng Cơ Định đây, mày có quan hệ với Hoàng Cơ Định đảng Việt Tân đây, thư đây, xem mày trả lời gì.

Tôi mỉm cười, vì cái bộ dạng tử tế của ông Long không giữ được lâu, cái vẻ hòa nhã ban đầu mà ông ấy cố gắng tạo ra không phải bản chất của ông ấy đã khiến tôi mỉm cười, giờ nó bộc lộ vèo một cái đột ngột cũng chẳng khiến tôi bất ngờ. Tôi cười vì ông ấy không giữ được nó lâu hơn.

Tôi nói lạnh lùng.

Cái thư đó chưa mở ra xem, ông mà mở ra xem là ông chịu trách nhiệm đấy. Vì thư người ta gửi đến cho tôi là quyền của họ, tôi không thể cản được. Cũng như hòm thư người ta để ngoài cổng, ai bỏ thư quảng cáo, thư mời gì đó thì ta không thể ngăn được. Còn nếu ta mở hòm thư, lấy thư bóc ra, thấy nội dung xấu, mà ta vẫn mang vào nhà cất thì có thể là tội tàng trữ. Còn thư này chưa mở. Nếu ông nhấn vào mở thì phải lập biên bản là ông mở thư.

Trung tá Long nhìn tôi nảy lửa.

Được, tao sẽ không mở, mày cho biết quan hệ thế nào với Hoàng Cơ Định, tại sao ông ta gửi thư cho mày?

Tôi trả lời.

Tôi có lần đưa lên mạng địa chỉ mail của mình để quảng cáo xin tìm việc, từ đó có nhiều thư gửi đến cho tôi, thư quảng cáo, rao vặt, giới thiệu việc làm, bán vé máy bay, dịch vụ du lịch… tôi nghĩ ông Hoàng Cơ Định thấy mail của tôi thì ông ấy gửi cũng quảng cáo gì đó.

Sự thực thì tôi cũng chẳng quan hệ gì mật thiết với ông Hoàng Cơ Định, thư của ông Định cứ toàn hỏi thăm gia cảnh nào là cháu khỏe không, nào là bé nhà cháu ngoan không…. quanh đi quẩn lại thư nào ông Định cũng chỉ hỏi thế. Nên tôi chán không buồn mở cả một loạt thư sau của ông Định nữa. Bởi vậy nên khi cho trung tá Long xem thư, có đến chục cái thư ông Định gửi mà tôi không mở xem.

Trung tá Long xem kỹ các danh mục thư, ông ta quay lại hỏi.

Chắc mày còn hộp thư nữa, còn hộp thư nào mở tôi xem.

Tôi trả lời.

Chắc ông muốn tôi mở đến hộp thư nào có lợi cho công việc của ông, lúc ấy ông mới tin tôi là không còn hộp thư nào nữa. Tôi nói luôn, tôi chỉ có hộp thư đấy thôi là nhớ tên và nhớ mật khẩu. Còn bao nhiêu hộp thư khác quên cả tên cả mật khẩu rồi.

Trung tá Long ngẫm nghĩ, quay sang hỏi lại về việc vào Sài Gòn, đến nhà thờ dự lễ truyền thông, bản tham luận đọc dấu ở đâu. Phần y hệt như trước đó trung tá Trần Tiến Tùng đã hỏi. Không có gì mới hơn, trung tá Long hỏi đến việc tôi đi châu Âu đến Đức.

Ai mời đi?

Tôi không biết, cái tên nước ngoài dài lắm, tổ chức văn học gì đó ở Berlin.

Đi sang đó làm gì?

Đọc truyện ngắn mình viết.

Sau đó sang Pháp gặp Vũ Thư Hiên, và được ông Hiên cho máy quay phim, thế từ lúc về có liên lạc gì lại với ông Hiên không?

Không liên lạc gì.

Tại sao ông ấy cho anh máy, mà về lại không liên lạc hỏi thăm gì?

Tại vì tôi biết trước sau các ông cũng hỏi, vì các ông nghĩ là người ta cho tôi phương tiện, sau đó sẽ liên lạc để chỉ đạo tôi hoạt động này nọ. Nên tôi nhận máy xong là về tôi không liên lạc với ông Hiên nữa. Như cờ bạc người ta gọi là ăn non ấy.

Có tiếng chân người đi cầu thang lên, trung tá Long ngừng hỏi nhìn ra. Trung tá Trần Tiến Tùng và cán bộ Tuấn đến. Họ ngồi quanh bàn lặng lẽ. Cán bộ Tuấn nói.

Sếp đến bây giờ.

Tất cả ngồi im lặng, không ai nói gì, tôi hút thuốc

nhìn ra ngoài cửa sổ. Lát sau có tiếng trung tá Tùng nói.

Hiếu quay lại, ngồi ngay ngắn nào.

Tôi quay lại, thấy thượng tá Tuấn đang vào. Căn phòng im lặng, không ai cử động gì. Trung tá Tùng tóc bạc cúi đầu nhìn bàn tay mình đang đặt trên bàn, ông ta còn nhiều tuổi hơn cả thượng tá Tuấn chỉ huy của ông. Trung tá Long nhìn sếp vẻ sẵn sàng chờ lệnh.

Thượng tá Tuấn lại ngồi xuống cái ghế đầu bàn, tháo kính ra lau. Tôi nhìn ông ta mỉm cười vì thái độ này tôi đã gặp lần trước, tôi còn đoán ông ta đeo kính, cất khăn đi rồi và mới bắt đầu nói. Y rằng ông ta cất khăn, đeo kính mới nói.

Chắc anh không cần nói, em nhìn anh cũng biết anh là ai?

Tí nữa thì tôi không ngăn nổi mình cười phá lên, vì tôi nghĩ trong đầu thượng tá Tuấn sẽ nói câu đó. Một câu nói mà tôi gặp ông ta lần thứ hai chưa nói ra đã thấy rồi. Thế mà các thuộc hạ dưới quyền ông người già tóc bạc như ông Tùng, người xấp xỉ tuổi ông ta như trung tá Long và một lô các người khác nữa làm việc bao năm nay với ông ta, họ im lặng kính cẩn như lần đầu tiên nghe thấy sếp nói việc mới mẻ.

Tôi cười thành tiếng không to lắm.

Anh Tuấn nói câu này lần thứ hai, lần trước anh cũng nói vậy.

Thượng tá Tuấn bất chợt mất vẻ lạnh lùng, uy quyền, anh ta ấp úng.

À, à ừ nhỉ.

Tôi quyết định phá vỡ vẻ uy quyền của ông ta đang tràn ngập căn phòng này, tôi bồi câu rất bỗ bã.

Trông anh Tuấn bảnh bao thế này, chắc là có bồ bịch gì mới là lượt thế, lúc nào cũng phong lưu, sếp to mà lại đẹp trai, tóc cứ đen nhánh thế kia thì lắm em theo lắm.

Lướt nhanh các khuôn mặt cán bộ dưới quyền ông Tuấn, tôi thấy mặt trung tá Long dại đi, ba người khác ngỡ ngàng nhìn tôi, còn ông Tùng cúi đầu cố dấu nụ cười mỉm, cán bộ trẻ Tuấn quay mặt đi nhìn ra ngoài. Có lẽ họ không ngờ tôi nói với sếp họ một cách dân dã như đường phố.

Thượng tá Tuấn mím môi, anh ta đắn đo cách xử trí ở tình huống mà anh ta cũng bất ngờ. Nhất là trước mặt thuộc cấp. Thật ngạc nhiên, anh ta từ tốn nói.

Hiếu à, em biết là cái răng cái tóc là góc con người, mình ăn mặc gọn gàng là điều nên làm. Nhất là cán bộ nhà nước, đâu phải cứ ăn mặc đẹp là có bồ bịch gì đâu..... .

Thượng tá Tuấn nói dài về trang phục, dường như ông ta nói cho cấp dưới ông ta nghe là chính, vì khi nói ông nhìn họ, còn họ người cúi đầu, người tỏ vẻ khâm phục ông ta nói hay. Khi ông ta nói gần hết về trang phục, tôi bồi thêm câu nữa.

Nhưng mà nghe nói anh giàu, nhiều đất lắm, người ta thấy anh đi với một bà chuyên buôn đất, có phải không ạ, có mảnh nào rẻ em mua chuyển nhà vào đây ở cho vui cùng các anh.

Thượng tá Tuấn lần nữa ngó người, ông ta nhìn đám quân mình, thấy nụ cười trên mặt mấy đám lính. Ông ta không vẻ nghiêm trang nữa mà bắt đầu nói bỗ bã theo cách của tôi.

Mày cứ nghe linh tinh, tao làm cán bộ đất cát có gì, đây tử vi, mày là thằng biết xem tử vi thì thấy (sao mà ông nghĩ tôi biết xem tử vi, hay ông ta đọc Đại Vệ Chí Dị thì nghĩ tôi biết xem nhỉ?). Tử vi tao cung này, lấy đâu ra đất. Còn tao cũng là con người như bao người bình thường, tao cũng có quan hệ bạn bè, thậm chí là bạn học cũ, họ làm nghề này nghề kia, nhưng việc bạn bè gặp nhau đâu có liên quan gì đến công việc. Mày chỉ nghe mấy đứa nó nói láo, nhất là cái con Tân (Blogger Tạ Phong Tần sau này chị bị bắt và kết án 10 năm tù vì tội viết blog mà nhà nước cho là chống phá chính quyền).

Thượng tá Tuấn đang nói thao thao, dường như ông thấy đang sa đà quá vào chuyện đâu đâu, ông ta dừng phắt lại, nhìn tôi hỏi.

Thế nào, mày đã nhớ vợ nhớ con chưa?

Nhớ rồi.

Thế có muốn về không?

Có ạ.

Thế về mà ngoài kia (Hà Nội) có biểu tình hôm chủ nhật tới, thì ở nhà hay ra đó xem?

Có ra xem ạ.

Ra xem thấy biểu tình có tham gia không?

Ra xem mà thấy có biểu tình mà không tham gia thì ở nhà cho xong, ra làm gì anh.

Thượng tá Tuấn có vẻ thất vọng vì câu trả lời của tôi, ông ta nói với lính.

Điện thoại Hiếu đâu, đưa cho nó gọi về nhà.

Trung tá Long đứng dậy nhanh nhẩu tìm điện thoại đưa cho tôi. Tôi nghĩ vui, giá mà quát tiếng to kiểu như - đưa kiểu đấy à - thế nào Trung tá Long cũng giật mình hốt hoảng. Tôi cầm điện thoại đang bấm số. Thượng tá Tuấn nói.

Gọi về báo nhà là sức khỏe tốt, mọi việc bình thường. Nói ngắn gọn thế thôi.

Tôi bỏ máy xuống bàn, như kiểu không muốn gọi nữa và nói.

Bị công an bắt vào đồn, thì phải bảo là đang bị bắt, sao lại gọi là bình thường. Nếu gọi thế thì thôi em không gọi nữa.

Thượng tá Tuấn nhìn tôi, thấy tôi có vẻ cũng không muốn gọi thật. Ông ta hỏi.

Thế không muốn báo cho nhà yên tâm à?

Không, cho lo cho quen đi, đời còn nhiều lần bị thế này nữa.

Thượng tá Tuấn lắc đầu.

Vậy thôi, giờ về chỗ ngủ, cứ đợi lệnh nhé.

Tôi nói.

Anh là cấp to ở đây rồi, việc này anh quyết định chứ ai mà còn đợi lệnh nữa.

Thượng tá Tuấn đứng dậy nói.

Mày cứ nghĩ là tao to lắm , việc của mày phải ban giám đốc TP quyết định. Cứ ở đây đi.

Tôi lầu bầu.

Anh giữ thì có, ban giám đốc CATP làm gì biết em là ai.

Thượng tá Tuấn phẩy tay ra hiệu bảo tôi đừng nói.

Còn gì nữa, ban giám đốc CATP còn chưa chắc việc mày còn phải xin kiến bộ (Bộ công an) nữa ấy. Chúng tao đâu có quyền gì, mày tưởng bọn tao cứ thích giữ ai là tự bọn tao giữ à.

Tôi lại nhớ đến Kiên trọc, có lẽ thượng tá Tuấn nói đúng, Kiên trọc lúc ở Đà Nẵng, lúc ở đây. Chắc hẳn Kiên trọc là quân số của Bộ Công An mới hoạt động rộng như vậy, tôi nghĩ đến người giáo dân đã gọi điện hỏi tôi liên tục khi trước. Anh ta ở ngoài Bắc, chưa vào Nam bao giờ. Có lẽ vai trò Kiên Trọc ở sân bay là liên hệ với anh giáo dân để biết được giờ tôi đến, cho hội an ninh ở đây đón long. Lúc đưa tôi về đến đây xong, mấy hôm nay không thấy Kiên trọc đâu.

Thượng tá Tuấn đi về trước, trung tá Long, Tùng và mấy người nữa lát sau về. Chỉ còn Huy và Thành ở lại trông tôi. Họ đưa tôi về khách sạn nghỉ. Hôm sau chủ nhật không làm việc gì, đến hôm thứ hai Huy nghe điện rồi nói.

Anh Hiếu à, sếp duyệt để anh về. Giờ anh làm cho em cái cam kết là không viết hay kể cho ai những chuyện làm việc ở đây.

Tôi hỏi.

Ờ được, mày đưa anh cái giấy tạm giữ, hay căn cứ nào là anh phải làm việc ở đây, thì anh sẽ không nói gì. Chứ giờ bọn mày bắt anh, chả có giấy tờ gì chứng tỏ anh bị bắt hay làm việc với công an, bắt thì âm thầm không ai biết, sao anh phải cam kết cơ chứ. Còn anh nói thẳng, ở đây xảy ra những gì với anh, anh viết đúng thế, nếu cam kết vậy thì anh cam kết. Còn không thì thôi, bỏ vụ cam kết này đi. Nếu không vừa lòng sếp mày, thì anh ở đây tiếp, giờ anh cũng chả có gì vội. Về Hà Nội biểu tình cũng xong rồi. Giá cam kết hôm trước nữa để được về đi biểu tình thì có khi anh cũng cam kết để về.

Tôi leo lên giường, lấy điều khiển ti vi mở xem. Huy và Thành bàn bạc với nhau, gọi điện nói chuyện với ai đó. Lát sau họ quay lại bảo tôi mang đồ đạc ra sân bay. Họ đưa tôi đến cửa làm thủ tục và dặn dò.

Lần sau vào, anh gọi bọn em nhé.

Tôi trả lời.

Tao không dại nữa, lần sau vào tao sẽ đi tàu hay xe khách cho mày không biết.

Thành cười.

Đúng đấy, anh cứ đi xe khách hay tàu, đừng có mà đi máy bay. Bọn em biết thì kiểu gì cũng phải đón anh. Thà chả biết thì còn không sao.

26.

Mùa hè năm 2011 những cuộc biểu tình của người dân Việt Nam phản đối hành vi xâm lược của quân đội Trung Quốc trên vùng biển đảo Việt Nam diễn ra liên tiếp. Tôi tham gia gần như đầy đủ các cuộc biểu tình. Các cuộc biểu tình diễn ra vào ngày chủ nhật hàng tuần. Mấy cuộc đầu không có gì gay cấn. Cảnh sát quay phim và chụp ảnh chúng tôi. Rồi vào ngày thứ bảy, chính quyền địa phương kéo đến nhà đòi hỏi phải chấm dứt biểu tình với lý do gây ồn ào đường phố. Không thuyết phục được họ dùng lệnh triệu tập tôi lên trụ sở công an vào mỗi sáng thứ bảy để ngăn chặn tôi tham gia biểu tình. Lần sau đến ngày thứ sáu trong tuần, tôi đi ra khỏi nhà tìm đến nhà người quen ở nhờ, đợi chủ nhật thì tham gia biểu tình.

Cuối tháng 7 năm 2011 bỗng nhiên tôi thấy quanh nhà mình có nhiều thanh niên lạ mặt đứng ngồi trước cửa. Tôi lấy máy chụp ảnh và quay phim ghi lại hình ảnh của họ, biển số xe gắn máy và xe ô tô. Tôi ra khỏi nhà đi, họ đi theo như hình với bóng. Cũng thời điểm đó nhiều thanh niên Công Giáo ở Vinh và Thanh Hóa bị bắt đột ngột, trong số những người bị bắt này có quen biết tôi ở thời gian tôi hay đến các nhà thờ giao tiếp với một số giáo dân và linh mục. Cuộc bắt bớ diễn ra tới tận tháng 10, tổng số người bị bắt đến 14 người tất cả. Thấy bất an tôi đến nhà thờ Thái Hà tại quận Đống Đa, Hà Nội xin linh mục chánh xứ cho ở nhờ để nghiên cứu kinh Thánh.

Ở nhà thờ vài hôm, một sáng vắng người tôi đi dạo ở trước cổng nhà thờ, phát hiện bên ngoài tốp thanh niên hay đứng cửa nhà tôi xuất hiện. Họ ngồi quán nước trước cổng nhà thờ. Khi tôi đi ra thì họ đi theo, tôi tăng ga xe gắn máy thì nghe đằng sau tiếng xe của họ cũng rú ga. Tôi chạy vòng để quay lại nhà thờ. Họ đuổi đằng sau hô – cướp, cướp…

Rất may tôi mới ra khỏi nhà thờ đoạn ngắn nên vòng lại cũng nhanh. Tôi vào lại nhà thờ họ đứng ngoài nhìn, không vào theo vì trong nhà thờ rất đông người. Tôi không xuống sân nhà thờ ban ngày nữa. Tôi ở im bên trong dùng máy ảnh và máy quay ghi lại hình ảnh họ. Chuyển đi dạo ban ngày sang ban đêm, một đêm mưa tôi định về nhà vì nhớ con. Nghĩ rằng trời mưa thì họ không có chỗ trú sẽ rút đi. Ra gần cổng nhà thờ tôi bỗng thấy chiếc xe ô tô taxi đậu im lìm, tôi bỗng thắc mắc sao đêm hôm chiếc xe này lại ở đây nơi rất vắng khách. Tôi quay vào lấy máy ảnh ra chụp, rồi lên phòng đối chiếu hình dạng biển số xe.

Thật bất ngờ, đây chính là chiếc xe cũng hay đậu trước cửa nhà tôi, giờ tôi đến nhà thờ thì chiếc xe lại đậu đây. Mấy tháng trước ở nhà, khi không thấy đám theo dõi bằng xe gắn máy đâu. Tôi tưởng họ bỏ rồi, ngó qua cửa sổ thấy chiếc xe taxi đậu im lìm, đã nghi vấn dùng máy ảnh chụp lại. Giờ so sánh mới thấy vẫn chiếc xe đó ở đây.

Tôi quyết định không ra ngoài một thời gian, ở lì trong nhà thờ biên tập lại những truyện ngắn đã viết, quyết định in. In sách trong một chế độ kiểm duyệt khắt khe, đầy an ninh, mật vụ là điều khó với người khác, nhưng những mối quan hệ xã hội từ thời trẻ đã giúp tôi thuận lợi. Chỉ cần dùng số điện thoại khác nhắn đi, liên hệ qua những hòm thư mới. Những người bạn cũ và mới đã giúp tôi in được cả ngàn cuốn sách. Một thuận lợi nữa cuốn sách này đã được phát hành bên Mỹ trước. Tôi chỉ xin lại mẫu bìa y chang để người ta tưởng nó in ở bên Mỹ chứ không phải ở Việt Nam. Cuốn sách có tên Đại Vệ Chí Dị có nghĩa là "những câu chuyện kỳ quái ở nước Vệ". Tôi không phải động tay đến cuốn sách nhiều, những người bạn của tôi đã giúp tôi từng khâu khác nhau. Những người làm ở công đoạn này không biết người ở cộng đoạn khác. Khi ngàn cuốn sách in xong, chúng được chia làm ba nơi cất giữ và đồng loạt tuần sau được chuyển đến người đọc qua những trung gian với cách rối rắm để khó phát hiện nếu lần ngược lại sách từ đâu ra. Ngay tuần đầu tiên dù phải phát hành, vận chuyển trong bí mật đã có 400 cuốn được chuyển đi.

Tuần sau nhận thấy sách đã có sự bàn tán, tôi ngừng không phát tán nữa. Để im một tháng, rồi chuyển nhỏ lẻ 10 cuốn một kín đáo đến những nơi thực sự tin tưởng.

Tốp an ninh bên ngoài cổng nhà thờ đã thay đổi người, chỉ còn lại một tên cũ đeo kính cận là từ nhóm trước. Rồi đám theo dõi ít dần chỉ còn ba người, thời gian sau còn hai, rồi rút hẳn. Ngày 27 tháng 11 năm 2011 trên mạng lại có lời kêu gọi biểu tình. Lần biểu tình này là để kêu gọi quốc hội ra luật biểu tình. Từ khi thành lập nhà nước này đến nay, chính quyền ra đủ mọi luật nhưng luật biểu tình thuộc quyền lợi của nhân dân thì chưa bao giờ có, mấy lần quốc hội bàn đến rồi lại gác lại. Công an thì cứ vin vào cớ không có luật biểu tình để bắt và giải tán thô bạo những người biểu tình. Mọi lần đi biểu tình tôi đều mang theo máy ảnh, máy quay phim để ghi hình, lần này tôi đi người không đến trung tâm thủ đô, khu vực Hồ Gươm.

Sáng chủ nhật cuối thu, trời trong xanh, mát mẻ. Thời tiết rất đẹp để những người dân thủ đô đi dạo. Mình cũng như thế, tôi đi bộ từ nhà đến gần hàng phở Thìn ngồi uống cà phê ung dung 1 mình, ngắm thiên hạ đi qua đi lại, người quen nhiều lắm. Cả an ninh lẫn bạn biểu tình, nhưng làm như không biết gì ai, bởi bây giờ mới 8 giờ 30, còn quá sớm để chào hỏi nhau.

Gần 9 giờ đối tượng theo dõi tôi từ lúc ở nhà thờ ngó vào quán xem tôi còn ở đó không. Đối tượng đi theo tôi gần cả năm nay, lúc ở Nghĩa Tân, lúc ở Hàng Buồm, rồi Thái Hà và Hồ Gươm, quen đến nỗi cũng chả bận tâm. Gần đến giờ, tôi đứng dậy trả tiền quán đi sang bên đường, hai tay đút túi cứ tà tà đi giữa hè đường.

Đang đi đến chỗ đối diện tượng đài Lý Thái Tổ thì gặp Phạm Văn Phương, Phương Bích, Lê Dũng, Lã Dũng và ông anh trai. Cũng chả nói chuyện với ai, tôi đút tay vào túi đi bộ loanh quanh ngó tình hình bỗng thấy xôn xao, ngoái lại thấy Phương bị một đám thanh niên lôi lên xe buýt, tiếp đó Lê Dũng bị lôi lên tiếp. Bắt xong bọn bắt người nhìn quanh tìm ai bắt nốt, lúc đó có một thằng đeo kính đen (thằng này tôi có ảnh) gọi bọn bắt người kia lại chỉ vào tôi. Bọn kia lao tới, tôi gỡ kính cho vào túi áo khoác sợ sẽ rơi vỡ, 4 thằng kia bám cánh tay tôi lôi đi, tôi bảo bỏ ra để anh tự lên xe. Chúng buông ra, tôi vẫn hai tay đút túi đi lên xe buýt chuyên dùng để bắt người biểu tình, chậm rãi như hành khách.

Đúng là tôi không làm gì để bị bắt thế, có bao nhiêu sếp công an đủ mọi cấp từ quận đến thành phố, bộ công an ở đấy, họ nhìn thấy tôi đứng yên. Nhưng cái thằng chỉ điểm bắt tôi dường như nó thù hằn cá nhân, vì mấy lần đi biểu tình nó quay phim tôi, tôi thì giơ máy chụp ảnh lại. Giờ nhân lúc hỗn loạn nó chỉ bọn choai choai bắt mình.

Lên xe buýt thấy chị Phương, Đoan Trang, Dương Thị Xuân, Lã Dũng, Trương Dũng, Lưu Đức, Phương, ông anh trai và mấy người nữa. Phương đang bực bội kể việc bị mấy thằng đạp vào ngực. Lê Dũng thì nói về lòng yêu nước bị xúc phạm, còn Trương Dũng thì luôn mồm mắng bọn bắt người. Xe buýt đi nhanh kinh khủng, có xe còi hụ dẫn đường, xe buýt lấn trái, phải, vượt, chèn xe khác... Ngồi trên xe mà phát hoảng cho những người đi xe máy dưới đường.

Xe buýt đến trại Lộc Hà - đây là trại phục hồi nhân phẩm dành cho gái làm tiền - Tôi than:

- Ôi đi ủng hộ thủ tướng ra luật biểu tình mà lại vào trại phục hồi nhân phẩm.

Mọi người bị lùa xuống xe vào một khu đất có những căn phòng nhỏ, có giường chiếu. Công an bảo ngồi chờ ở đấy. Công an canh gác hai đầu, không cho ra. Đề phòng sắp tới sẽ cam go tôi đi vệ sinh, lúc vệ sinh ra nhìn cái bể nước có song sắt chắn người không chui lọt, nhìn mãi khiến mấy tay công an nhìn mình như thắc mắc tôi đang nhìn gì mà kỹ thế. Sau đó tôi chui vào một phòng, kiếm giường nằm. Mở điện thoại ra xóa sạch tin nhắn gọi đến, tin nhắn gọi đi rồi vắt tay lên trán nằm đợi. Bên ngoài sân Lê Dũng nói thằng Gió tù quen rồi, nên nó ngủ ngon thế, giường cán bộ nhé. Lê Dũng nói làm tôi bực quá dậy ra sân nói:

- Đây là khu giam phạm nhân nhé, các ông nhìn kỹ đi, cửa phòng chỉ có chốt ngoài không có chốt trong, bể nước hàn song sắt kín, cửa sổ song sắt nhưng lại chắn thêm bằng tấm nhựa trong dày để không đưa được cái gì ra, vào.

Mọi người xem lại, mới à lên, hóa ra là bị vào khu giam biệt lập. Đâu phải nơi làm việc nào hay phòng của cán bộ nào. Đây là khu để giam những người lang thang, gái mại dâm, trẻ em đánh giày, người ăn xin. Mỗi đợt sắp đến ngày quốc khánh hay kỷ niệm cách mạng thành công. Chính quyền lại huy động công an đi bắt những người như thế về đây nhốt lại, cốt để cho thành phố có bộ mặt đẹp đẽ, không có cảnh người ăn xin, đói khổ, vô gia cư.

Lê Dũng, Phương, chị Xuân Bích nhao nhao phản đối với đám công an trẻ gác cổng, họ phẫn nộ giãi bày về yêu nước, về luật pháp, nhưng đám kia nín thinh. Lê Dũng cứ hỏi sao bắt tôi, lý do đâu... chả ai trả lời anh. Thương anh ấy hỏi nhiều mà đám công an canh gác cứ lặng thinh, tôi ra khỏi giường và bảo Lê Dũng: thôi em đóng vai trả lời, cho anh hỏi. Tôi thấy cái bàn làm việc, và cái ghế của công an bỏ đó nhảy tót lên ghế ngồi, đập bàn ầm cái, hất hàm hỏi Lê Dũng.

Nào thắc mắc gì nói đi.

Lê Dũng hỏi:

- Sao bắt tôi vào đây?

Trả lời:

- Thích thì bắt.

Lê Dũng:

- Bắt tôi luật gì?

Trả lời:

- Luật R2011.

Lê Dũng:

- Là luật nào giải thích đi?

Tôi chỉ tay vào mặt Lê Dũng quát.

Luật R2011 là luật rừng năm 2011, quốc hội chưa thông qua nhưng vẫn được thi hành.

Lê Dũng gân cổ cãi.

Dựa vào cái gì để thi hành chứ.

Tôi đứng dậy nói :

- Dựa vào đây (tôi chỉ vào dùi cui điện của đám công an đứng bên) mày thấy chưa, nói nữa chúng tao dí điện chết mất xác mày luôn. Chúng tao có vũ khí, thích làm gì là làm, mày còn muốn hỏi nữa không.

Đám công an thấy tôi diễn kịch với Lê Dũng, họ trừng mắt nhìn, rồi lôi Lê Dũng đi làm việc. Tôi ngồi khoanh chân trên cái ghế rung đùi thì thấy xe buýt thứ hai tới, thằng Quân (luật sư Lê Quốc Quân) thò tay ra vẫy vẫy tôi. Đám công an trại Lộc Hà bèn lôi tôi đi bảo làm việc luôn, vừa ra đến nơi đọc tên, cái tay sếp bảo.

- Ơ sao đưa vào đây, trường hợp này làm với bên an ninh cơ mà.

Lại bị dẫn vào, các cảnh sát trẻ làm nhiệm vụ áp giải, canh gác ngạc nhiên, chứ tôi thì không. Vì lúc nằm trong phòng giả vờ mệt mỏi nằm chờ, lúc đó tôi đã xóa hết những dữ liệu trong điện thoại, nhét thẻ nhớ vào trong bật lửa Zippo, lục ví xem có giấy tờ gì đốt đi, sau đó nằm chờ tình huống sẽ như diễn ra như thế này.

Tôi quay vào trong nằm, nghe tiếng gọi tên. Tôi nhìn tên an ninh gọi tôi thấy quen quen, nhớ ra cách đây 3 năm hắn đã đi theo tôi ở vụ xử giáo dân Thái Hà hồi năm 2008. Tôi hỏi khinh miệt.

À giờ lên chức, không phải đi theo dõi nữa à?

Tên an ninh trừng mắt nhìn, tôi nhìn lại thách thức.

Có 3 người nữa ở đó, họ hỏi tôi rất nhã nhặn:

- Anh là anh Hiếu phải không?

Tôi gật đầu. Họ bảo anh theo chúng tôi. Vừa lúc ấy anh Tâm gọi điện từ Sài Gòn ra báo anh chụp ảnh ở lãnh sự quán Trung Quốc, bị bọn nó giật mất máy ảnh trước mặt bao nhiêu công an. Buồn thế! cho anh ý mượn cái ống kính hơi đắt tiền (quà của một người bạn cho mình), đành bảo thôi anh ơi! Coi như thua bạc đi. Ba người kia không cho nghe điện thoại nữa, họ giằng điện thoại trên tay tôi. Khám người thu thêm cả ví, bật lửa, thuốc lá dẫn tôi vào một cái xe ô tô con. Xe chạy vòng vèo qua cầu Chương Dương, lên chân cầu Thăng Long, rẽ sang Phạm Văn Đồng ra Phạm Hùng rồi vào Hà Đông, đi trên xe hết 1 tiếng thì vào tới số 6 Quang Trung - Hà Đông. Cơ quan an ninh điều tra của CATP Hà Nội.

Tôi bị bàn giao cho 3 người khác, những người này dẫn lên trên gác, đến cạnh phòng phó thủ trưởng điều tra an ninh tên Hùng thì có một phòng tổng hợp, tôi bị đưa vào đó.

Họ hỏi mấy lần ăn cơm để đi mua, tôi lắc đầu từ chối, bảo thôi mệt không ăn, họ cứ nhắc đi nhắc lại chuyện ăn cơm, tôi nhất quyết không. Họ nói tôi không chịu ăn, rồi sau này lại nói công an không cho ăn. Tôi cười nói lại rằng chưa bao giờ tôi nói hay viết cái gì không đúng về công an cả. Họ cười nhạt.

Tôi bảo muốn uống nước trà, họ đi pha và sau đó ngồi chờ. Chờ cái gì tôi không nóng lòng, ngồi nhấp nháp trà nhìn những người vây quanh mình. Im lặng, không ai nói gì, tôi cũng không hỏi gì, chỉ lặng lẽ nhấp trà, hút chậm từng hơi thuốc, nhìn ra cửa sổ về phía xa, đoán xem cái tòa nhà cao tầng đằng kia có phải tòa nhà Kengnam không.

Nửa tiếng sau, một người đàn ông cao to, mặt mũi thông minh, sáng sủa bước vào. Anh ta ngồi đối diện tôi, hỏi một lần nữa về chuyện ăn uống, cố gắng mời tôi ăn chút gì đó. Nhưng tôi bảo không muốn ăn, chỉ xin cốc nước đá. Không có đá, tôi uống nước thường.

Phần bắt đầu, anh ta hỏi họ tên, nhân thân, quan hệ anh chị em ruột.

Anh ta hỏi tiếp. Tôi lắc đầu nói:

- Từ sáng đến giờ, tôi bị đưa đi bao nơi, gặp bao người, tôi chưa có ý kiến. Giờ anh nói làm việc, tôi có ý kiến tôi bị bắt vào đây vì lý do gì?

Anh điều tra (tạm gọi là số 1, bởi vì sau sẽ có nhiều anh khác)

- Cơ quan công an TP có bằng chứng cho thấy anh biểu tình tụ tập ở hồ Gươm nên đưa anh về đây?

Tôi hỏi:

- Bằng chứng đâu, bằng chứng nào. Đưa phim hay ảnh đây. Thế nào là tụ tập, thế nào là mất trật tự.

Anh số 1:

- Có bằng chứng chúng tôi mới đưa anh về đây.

Tôi:

- Bằng chứng chưa ngụy tạo xong à, đưa luôn đi. Này nhé, tôi từ xa đi lại, hai tay đút túi, không hò hét, không có băng rôn, khẩu hiệu, tôi chỉ lặng lẽ đi không chuyện với ai. Lúc bị bắt tôi đang đứng dựa ghế đá riêng một mình.

Anh số 1:

- Giờ chúng tôi là cơ quan điều tra, đang làm rõ đúng sai, anh cứ trả lời.

Câu hỏi 1:

- Vì liên quan đến chuyện này, anh cho biết đêm qua anh ngủ ở đâu, đi bằng gì ra bờ Hồ, anh kể quá trình đi đến những đâu, gặp ai?

Trả lời:

- Tôi điên mà kể trước đó tôi ở đâu à, ông hỏi luôn cả tuần trước, năm trước tôi ở đâu thì sao, đêm qua tôi đi cờ bạc, bay, lắc, gái gú giờ tôi đi kể với ông à? Tôi chỉ kể từ phần tôi đặt chân đến khu vực bờ Hồ thôi.

Cán bộ 1:

- Được, anh khai từ lúc ra bờ Hồ.

Trả lời:

Sáng 8 giờ 30 tôi ra đến Hàng Dầu, ăn phở Thìn và ngồi uống cafe ngay đó. Đến 9 giờ tôi đi sang nhà vệ sinh bên kia đường, chỗ Trần Nguyễn Hãn. Tôi đi bộ thong dong đến đối diện với bưu điện Thành phố thì bị một lũ côn đồ tóm nách xốc lên xe. Lúc đó là 9 giờ 10.

Cán bộ 1:

- Ai xốc nách anh, anh em ngoài đó bảo anh hai tay đút túi, hiên ngang đi lên xe buýt.

Trả lời:

- Tôi thấy chúng nó xô vào tôi, tôi chỉ tháo kính đút túi cho khỏi rơi, khi chúng xốc nách tôi lôi đi mấy bước thì tôi bảo "để anh đi lên, bậc xe cao kia bọn em xô đẩy như vậy nhỡ ngã tai nạn đấy", họ buông tay ra thì tôi đi lên từ tốn cho khỏi ngã thôi.

Cán bộ 1:

- Anh cho biết anh ra Bờ Hồ với mục đích gì, anh ăn mặc gì?

Trả lời:

- Tôi đi dạo, áo khoác đen, quần bò, giầy da.

Hỏi:

- Anh có thường xuyên đi dạo thế không?

Trả lời:

- Thường xuyên, nhà tôi gần hồ, rảnh lúc nào tôi đi lúc đó.

Hỏi:

- Nhưng có bằng chứng anh đi cùng với nhiều người tuần hành quanh Hồ Gươm?

Trả lời:

- Thế tôi đi ra chợ, ông đi ra chợ, thì tôi và ông và bao người khác là đi cùng nhau à. Ở hồ một ngày có bao đoàn khách tham quan từ xa về, ông đi dạo ở hồ có lúc đi nhanh, đi chậm, kiểu gì cũng có lúc sánh vai với đoàn nào đó. Như thế là đi cùng à?

Hỏi:

- Nhưng mười mấy lần biểu tình trước anh có đi với những người này, anh có tham gia?

Trả lời:

- Nếu ông hỏi về mười mấy lần trước thì tôi có đi biểu tình, còn hôm nay tôi không đi, mà hôm nay là làm việc hôm nay.

Hỏi:

- Không có chuyện ngẫu nhiên, lần trước anh đi biểu tình với họ, lần này anh đi với họ, như vậy là anh có tính chuyện biểu tình.

Trả lời:

- Tôi đề nghị anh không suy luận kiểu lắp ghép như thế, không có căn cứ. Chỉ nói chuyện trên hiện trạng sự việc diễn ra thôi. Lần trước tôi còn máy ảnh, máy quay phim, còn hò hét. Lần này tôi không có ý gì nên chỉ người không đi dạo.

Hỏi:

- Anh có biết thông tin kêu gọi biểu tình trên mạng không?

Trả lời:

- Tôi còn không biết mạng là gì, tôi trình độ chưa hết phổ thông như anh biết đấy, tiền án, tiền sự đầy mình. Kiếm ăn bằng nghề thợ hàn, phu hồ, biết gì về mạng. Thấy người ta cứ nói mạng, mạng nghe loang thoáng vậy thôi.

Cán bộ 1:

- Anh dám làm nên dám nhận, những người khác họ làm, họ nhận cả chứ có sợ đâu, sao anh phải chối như thế?

Trả lời:

- Anh học thì anh biết, giáo trình có dạy "bản chất của tội phạm là chối tội đến cùng". Đến tội phạm nó làm nó còn chối, huống chi tôi không có tội.

Cán bộ 1:

- Anh hiểu biết thế, mà sao lại nói là không có học.

Trả lời

- Tôi bị bắt nhiều, nên kinh nghiệm thế thôi.

Cán bộ 1:

- Khi bị công an thành phố đưa lên xe buýt về Lộc Hà, anh có thấy anh Quân, luật sư Lê Quốc Quân không?

Trả lời:

- À thì ra bọn dân sự bắt người bạo lực ấy là công an thành phố à? Tôi không biết ai là Lê Quốc Quân hết.

Anh cán bộ mang giấy đi sang phòng bên, qua cửa kính mờ ngăn phòng, tôi nhìn thấy có người bên đó, chắc là cho sếp xem bản khai và đợi chỉ đạo. Lúc này vẫn còn 2 cậu canh tôi, hai cậu này lúc mới tiếp nhận tôi ăn nói áp đảo, cục cằn nhưng vào phòng một lát thì dịu dàng mở điều hòa, pha nước, kiếm cái gạt tàn thuốc.

Người ta thường hay đột ngột bỏ đương sự ngồi chờ như vậy để đương sự sốt ruột, bồn chồn, sau đó bất ngờ vào hỏi tiếp. Bài này tôi thuộc lắm, cho nên tôi đứng dậy xếp ghế vào nhau và lấy áo đắp, ngủ được chừng nửa tiếng.

Cán bộ 1 quay lại với tập giấy, đưa mình xem, đó là bài viết của ai đó có ký tên là Người Buôn Gió. Có mười mấy bài viết, trong đó có bài thơ *Trẻ Con Ăn Học Để Làm Gì* có đoạn:

Học đi con
Học đi mà trả nợ
Quê hương ta một dải
Chúng nó bán hết rồi.

Và có bài viết tên là **Bài Ca Chế Độ Độc Tài** có đoạn:

Những chế độ độc tài sớm hay muộn đều bị diệt vong, bởi chúng đi ngược lại với quyền lợi chính đáng của dân tộc. Sở dĩ có những chế độ kéo dài được bởi chúng biết cách thay đổi màu sắc để phù hợp hoàn cảnh. Hơn nữa chúng giỏi việc tuyên truyền nhồi nhét vào đầu óc người dân, bưng bít thông tin. Hãy xem bài ca Ăng Ka Vĩ Đại một bài hát mà trẻ em Căm Pu Chia bắt buộc phải thuộc lòng dưới thời Pol Pot:

Trước cách mạng chúng em sống cực khổ như súc vật.
Chúng em đói rét và khổ đau.
Chỉ có da bọc xương, gầy guộc, đáng sợ
Tối chúng em ngủ trên nền đất.
Ngày đi xin ăn, kiếm thức ăn trong thùng rác.
Hôm nay Ăng Ka mang đến cho chúng em sức sống.
Và hôm nay chúng em được làm người
Ôi ánh sáng cách mạng đầy ấm no, bình đẳng, tự do tỏa sáng vinh quang.
Ôi Ăng Ka chúng em kính yêu Người
Nguyện đi theo con đường cách mạng của người.

Tôi xem qua rồi trả lại, kêu không biết gì về những

cái thứ mà anh gọi là tài liệu này. Anh cán bộ 1 hỏi tôi biết Người Buôn Gió không? Tôi bảo không biết nó là thằng nào. Anh cán bộ nói tôi xem kỹ lại tài liệu đi, tôi bảo xem làm gì chứ, đầu óc một thằng vô học, phu hồ như tôi đọc những thứ này tiêu sao nổi. Tôi chỉ thích xem ca sĩ hở quần lót, cướp giết hiếp trên báo chính thống thôi.

Anh cán bộ vừa ghi lời khai vừa nói:

- Thế là cái gì cũng không biết à?

Trả lời:

- Đúng không biết, không trả lời. Làm gì có chuyện bắt khi người ta đi dạo, về đây lại hỏi sang chuyện khác. Tôi trả lời anh thì chuyện đến cả năm cũng không hết. Tóm lại tôi nói rồi, tôi chỉ trả lời việc từ 9 giờ hôm nay thôi. Việc khác tôi sẽ không biết, không trả lời.

Tôi quay mặt ra, tỏ vẻ không muốn trả lời gì nữa.

Một cán bộ nữ đi vào, cô ta cầm tập hồ sơ dày đến nửa gang tay. Đặt lên bàn, trên phần bìa có chữ hồ sơ Bùi Thanh Hiếu. Tôi đã từng nhìn những tập hồ sơ về mình như thế, mỗi nơi họ đều có một bộ riêng từ cấp bộ đến cấp phường, từ nam, trung, bắc... có lẽ bộ hồ sơ ở đây là đầy đặn, phúc hậu nhất.

Tập hồ sơ ấy không dùng đến, cũng chả mở ra. Bởi tôi đã nói không làm việc, không trả lời về những gì khác từ 9 giờ sáng ngày hôm nay.

Một tốp người nữa vào. Họ ngồi chật phòng. Cán

bộ 1 giới thiệu những người kia.

Cán bộ 2 già nói:

- Tôi nghe mọi người nói Hiếu là người sắt đá lắm.

Tôi cười:

- Chắc không thế đâu anh ạ.

Tôi cười vì biết, tí nữa sau câu đấy sẽ có đoạn đang hỏi cung chen vào câu khác là tưởng anh sắt đá thế nào, chứ anh làm mà anh không dám nhận thì vớ vẩn quá. Thôi vào công an thì chớ nhận anh hùng, cứ em hèn, em nhát, em chối cho nó lành.

Cán bộ 3 giở giấy tờ, anh ta cao, gầy dáng nhanh nhẹn, hoạt bát, lúc này cán bộ 1 nói:

- Anh Hiếu, giờ cán bộ kỹ thuật sẽ kiểm tra điện thoại của anh, đề nghị anh mở máy lên.

Tôi đẩy tất cả tư trang của mình trên bàn ra trước mặt, nói rành rọt:

- Các anh dùng vũ lực, đưa tôi về đây, giờ thì tự mà lấy điện thoại làm gì thì làm, tôi không đưa cho các anh, không chứng kiến, không xác nhận. Tôi chỉ nhận điện thoại này là của tôi, còn anh làm gì trong đó, tôi không xác nhận vì đây là thư tín cá nhân. Trong đó có thư tình, có tin tôi dọa chém giết ai, chửi bới ai... tôi phản đối cách các anh bắt tôi về đây, cũng như phản đối tính pháp lý khi anh kiểm tra điện thoại thuộc về thư tín cá nhân của tôi.

Các cán bộ nói:

- Anh không ký, tôi gọi người làm chứng.

Trả lời:

- Việc của các anh, các anh muốn làm gì thì làm.

Tôi không nhìn, không nghe họ làm gì với hai cái điện thoại của mình. Có chăng là những tin nhắn sau này, còn lúc trước xóa hết rồi còn đâu. Lát sau họ chép ra được 3 tờ giấy, đi ra ngoài gọi một người thanh niên vào. Giới thiệu anh này là dân, đến đấy làm chứng. Anh kia giới thiệu tên địa chỉ rồi chuẩn bị ký vào giấy thì tôi nói:

- Làm chứng thì phải mở điện thoại ra, đối chiếu từng tin nhắn, cuộc gọi, giờ giấc. Định ký luôn à, không cần đọc, không cần biết gì à? Đây là giấy vay nợ mấy tỉ đấy, xem lại đi hẳng ký.

Anh cán bộ 1 anh bảo cậu kia xem điện thoại đi. Rồi họ quay ra hỏi cung tôi tiếp.

Cán bộ 2 hỏi, cán bộ 3 ghi.

- Anh cho biết từ blog Nguyễn Xuân Diện có lời kêu gọi biểu tình hôm chủ nhật 27-11-2011, anh có biết và có tham gia không?

Tôi mím môi vì tức giận, cố nén bình tĩnh. May sao ngay từ đầu tôi đã nói không biết về mạng, về blog. Không phải mình hèn không dám nhận, mà vì nếu nhận thì phải trả lời những câu hỏi liên quan đến người khác, có khi là hại người ta. Tôi hít hơi dài bĩnh tĩnh rồi mới nói rõ từng câu:

- Theo như tôi biết, thì cán bộ điều tra khi lấy lời khai của đương sự, bị can, người làm chứng phải ghi rõ câu trả lời, không được thêm bớt từng dấu chấm, dấu phẩy. Đúng thế không ạ?

Các anh cán bộ đều gật đầu. tôi nói:

- Vậy thì đề nghị các anh ghi rõ câu trả lời của tôi; Tôi phản đối câu hỏi này của cán bộ điều tra vì có tính dẫn dắt, định hướng. Tôi đã nói không biết in te net thì làm sao tôi biết được blog là gì, Nguyễn Xuân Diện là gì?

Các cán bộ nói lao xao, đây là câu hỏi của chúng tôi, anh không trả lời, hay trả lời không biết, chúng tôi có kết luận gì đâu. Tôi đòi hỏi họ phải ghi câu hỏi theo trình tự, không được gộp lại. Đầu tiên phải hỏi tôi có vào mạng không, có đọc blog Nguyễn Xuân Diện không, rồi tiếp đến là có đọc bài kêu gọi biểu tình không, rồi đến có tham gia không. Tôi phản đối cách hỏi gộp này vì dễ làm người ta thường trả lời câu cuối là không tham gia, nhưng vô tình bao hàm việc xác nhận là blog Nguyễn Xuân Diện kêu gọi biểu tình. Một câu hỏi rất hiểm, bởi tâm lý người trả lời thường chỉ lo cho bản thân mình, họ nói không tham gia là xong. Nhưng sẽ để lại ý nghĩ rằng có lời kêu gọi biểu tình trên mạng của Nguyễn Xuân Diện nhưng tôi không tham gia ủng hộ. Chính vậy mà tôi cảm thấy tức giận.

Tranh luận cuối cùng thì thống nhất câu trả lời của tôi là:

- Tôi không đọc mạng, không biết in te net là gì, không biết blog Nguyễn Xuân Diện thế nào.

Câu hỏi tiếp theo:

- Anh có tham gia biểu tình ngày 27-11-2011 tại Hồ Gươm không?

Tôi lại lằng nhằng:

- Anh cho tôi định nghĩa thế nào là biểu tình, biểu tình là cầm khẩu hiệu, hô hét, đi lại nhảy múa hay là ngồi ghế đá một mình là biểu tình. Nếu ngồi ghế đá là biểu tình thì ngày 27-11-2011 thì tôi có tham gia.

Cán bộ 2:

- Chúng tôi không có trách nhiệm giải thích cho anh, anh phải hiểu.

Trả lời:

- Ơ thế tôi không hiểu định nghĩa về biểu tình, sao tôi trả lời được anh?

Cán bộ 3:

- Anh cứ nói là không được rồi.

Trả lời:

- Vậy thì không

Hỏi:

- Anh có quen Nguyễn Xuân Diện không?

Trả lời:

- Không?

Hỏi:

- Anh quen Lê Quốc Quân không?

Trả lời:

- Không

Hỏi:

- Anh quen Nguyễn Hữu Vinh không?

Trả lời

- Không

Cán bộ nói, thế là không tất à. Cán bộ 3 cười nói giễu:

- Anh kém hơn mấy ông kia, mấy ông kia các ông ý làm các ông ý nhận hết. Những ông dân chủ đều nhận việc mình làm, đấy, làm chính trị thì phải có bản lĩnh thế người ta mới nể.

Tôi trả lời:

- Tôi không nhận những gì để ảnh hưởng đến người khác, hơn nữa tôi chỉ là người dân thường, lao động chân tay, học thức hạn chế như hồ sơ cá nhân thể hiện. Và tôi không phải là nhà dân chủ, tôi chỉ là dân đen, hay ngứa mồm miệng tán láo mà thôi.

Tất nhiên thì chả cần cơ quan an ninh, khối người dân đều biết tôi là chủ blog Người Buôn Gió cũng như là bạn của mấy lão to mồm Nguyễn Hữu Vinh, Nguyễn Xuân Diện, Lê Quốc Quân, và điều nữa là tôi cũng chả ra bờ Hồ để đi dạo một mình.

Nhưng có điều là đang trên đường đi đến chỗ biểu tình. Những biểu hiện từ khi tôi đi đến lúc bị bắt không chứng minh được dấu hiệu đi biểu tình. Cho nên việc bắt là vô lý, mà đã bắt vô lý thì cũng chả việc gì phải trả lời những câu hỏi khác.

Anh cán bộ 3 hỏi:

- Nếu anh vô tội, tại sao anh để yên cho người ta bắt anh đi, tôi nghe kể anh không có phản ứng gì?

Trả lời:

- Bởi vì tôi có xem một đoạn phim, tôi rút ra được vài kinh nghiệm trong trường hợp đó. Anh hỏi thế là suy luận, chả nhẽ tôi không có tội thì tôi buộc phải vùng vẫy, la hét, thanh minh sao?

Anh cán bộ 2:

- Xem phim gì?

Trả lời:

- Thật ra đó là một chương trình giáo dục trẻ em trên truyền hình, ban giám khảo có một thượng tá công an, 2 giáo sư. Họ đặt câu hỏi cho học sinh cấp 2 rằng - Nếu trong trường hợp bị một tên côn đồ tấn công, đe dọa buộc phải làm theo ý hắn thì các cháu làm gì? Một học sinh trả lời là sẽ hô hoán mọi người giúp, một học sinh khác thì bảo sẽ mưu trí lừa hắn để thoát ra... một học sinh thì mặt buồn thiu trả lời khiến khán giả bật cười chế nhạo, cậu bé nói - Cháu mà bị thế, anh ý nói gì cháu nghe tất, bảo đưa cái gì cháu có cháu cũng đưa tất. Kết thúc ông thượng tá công an đứng lên tổng kết. Ông ấy nói rằng cái cậu bé mà nói đưa tất, nghe theo hết là đúng nhất. Vì không thể mạo hiểm tính mạng trong trường hợp gặp côn đồ như vậy. Còn việc đồ bị mất thì còn cơ hội công an tìm lại, chứ mất mạng rồi thì...

Mấy anh cán bộ gật gù:

- Hay, đoạn phim hay, bởi thế anh rút ra bài học đúng không?

Trả lời.

- Đúng, đó là bài học trên phim, còn bài học nữa là ông Trịnh Xuân Tùng vì giao thông không đội mũ bảo hiểm, bị ông Vũ văn Ninh cũng là công an TPHN đánh chết vỡ sọ. Ông Ninh già thế, bao năm trong nghề còn thiếu tự chủ vậy, huống chi các cậu thanh niên trẻ ngoài hồ Gươm bắt tôi.

Các cán bộ cười, lắc đầu:

- Nhưng đoạn phim anh kể thì hay đấy. Anh cho biết anh đi biểu tình bao nhiêu lần ở Hồ Gươm?

Trả lời:

- Tôi đi nhiều lần.

Cán bộ 3:

- Đấy rõ là lần nào biểu tình anh cũng đi, thế mà lần này có biểu tình anh cũng ra đó, mà anh không nhận là sao?

Trả lời:

- Nếu anh làm việc về những lần trước thì tôi có nhận tôi đi biểu tình chống Trung Quốc xâm lược Việt Nam. Còn lần này thì không, vì tôi mới chỉ đi ra đến nơi, chưa kịp có hành động gì gọi là biểu tình thì bị bắt. Nếu các anh để tôi thêm chút nữa thì tôi nhận. Pháp luật chỉ làm việc trên những gì diễn ra thực tế, không thể suy luận trong đầu hay khi nó chưa diễn ra, nhất là không có bằng chứng. Càng không thể kết luận những lần trước tôi đi biểu tình, lần này tôi cũng đi biểu tình được.

Cán bộ 3:

- Anh biết gì về Phạm Chính, Lã Việt Dũng, Nguyễn Lân Thắng...

Trả lời:

- Tôi không biết gì về họ.

Hỏi:

- Sao cái gì anh cũng không biết, bọn anh vẫn đi với nhau mà?

Trả lời:

- Đến Người Buôn Gió (nhấn mạnh) tôi còn không biết, vậy thì tôi còn biết ai?

Cán bộ cười.

- Chúng tôi có bằng chứng hết, nhưng việc hỏi anh là hỏi anh thôi, anh trả lời không biết cũng được.

Trả lời:

- Nếu các anh muốn hỏi về điều gì, xin giải quyết xong lý do bắt tôi ngày hôm nay. Sau đó các anh có thể đưa tôi về nhà, đưa giấy triệu tập nói rõ lý do là làm việc với cơ quan an ninh về quan hệ với Nguyễn Hữu Vinh, về Lê Quốc Quân, về Nguyễn Xuân Diện hay về blog Người Buôn Gió. Có thể tôi sẽ xác nhận và trả lời blog của tôi, những người kia tôi có quen... Nhưng hôm nay thì tôi không trả lời bất cứ câu hỏi khác ngoài việc từ 9 giờ sáng hôm nay.

Cán bộ 3:

- Vậy là có giấy triệu tập, anh sẽ đi.

Trả lời:

- Tôi đã nhận nhiều giấy triệu tập, chưa bao giờ tôi không đi cũng như chưa bao giờ không đi đúng giờ.

Các cán bộ bảo nhau:

- Thế thì làm giấy triệu tập.

Nói xong họ đứng lên đi hết, còn lại hai cậu bảo vệ, canh gác ngồi lại với tôi.

Lát sau cán bộ 1 quay vào nói:

- Anh Hiếu này, anh ăn gì đi, trời tối rồi, ngay bên kia có bánh mì ngon lắm, tôi gọi 5 phút họ mang vào đây.

Trả lời:

- Thôi, có gì chốc nữa tôi ăn.

Mấy cán bộ kia vào, pha thêm ấm trà, nói chuyện

với tôi về cái nhìn, quan điểm trong vấn đề thời sự xảy ra tại thủ đô, biểu tình chống Trung Quốc, đòi đất ở Thái Hà. Về biểu tình chống Trung Quốc thì quan điểm tôi là yêu nước, hoan nghênh. Về chuyện đòi đất Thái Hà thì quan điểm của tôi rằng có mượn thì người ta mới đòi, xưa nay không ai đi đòi nợ người không vay mình.

Các anh cán bộ trích dẫn nhiều điều luật, nghị định để thuyết phục rằng tôi đã sai. Tôi nói rằng đây là quan điểm của tôi là thế, các anh hỏi tôi trả lời. Còn quan điểm, luật lệ của các anh tôi cũng xin nghe và không có ý kiến gì hết.

Gần 7 giờ tối. Các cán bộ tới tấp điện thoại của gia đình... con chưa về được, anh còn đang làm... em đón con đi anh bận. .

Tôi ngồi thái độ nhởn nhơ. Cán bộ hỏi:

- Anh cứ thế này mãi, vợ con không sốt ruột à, còn việc nhà chứ.

Trả lời:

- Vợ con tôi quen rồi.

Hỏi:

- Chắc là vợ anh đồng tình với anh, chứ không đời nào vợ anh cho đi làm thế.

Trả lời:

- Vợ tôi chán tôi rồi, không nói gì tôi nữa.

Các cán bộ nói:

- Thôi anh về chăm lo gia đình, làm ăn, đừng dây vào mấy cái chuyện này. Giải quyết được gì đâu, chỉ gây xáo trộn, rối loạn trật tự xã hội...

Tôi chả nói gì, cứ ngồi nghe họ giảng đến 7 giờ tối. Cán bộ rút hết, hai cậu canh gác dẫn tôi xuống dưới, đến phòng của một phó thủ trưởng an ninh điều tra khác, thấy thằng Quân đi ra, mặt nó đỏ gay, mồm miệng cáu gắt. Cán bộ dẫn tôi nói với người đi cùng.

- Thôi tránh nó ra, sang phòng này.

Họ lôi tôi lại phòng của phó thủ trưởng cơ quan an ninh điều tra, hình như tên Khanh thì phải. Bảo ngồi xuống ghế, một cán bộ lấy ra hai tờ giấy cầm trước mặt hỏi.

- Anh có phải Bùi Thanh Hiếu, ở 22 Phất Lộc không?

Trả lời:

- Đúng

Cán bộ nói:

- Anh nghe quyết định phạt hành chính. Công an quận Hoàn Kiếm... phó công an quận... Tuấn... ra quyết định xử phạt hành chính... tội tụ tập, gây rối... hình thức cảnh cáo.

Cán bộ đọc xong cất giấy luôn. Tôi vớ tay định giằng nói:

- Anh cho tôi xem chứ, để tôi biết rõ ai ra quyết định tôi kiện.

Cán bộ:

- Anh về Hoàn Kiếm hỏi.

Tôi luống cuống với cái giấy bút trên bàn nói

- Anh cho tôi xem, để tôi ghi lại chi tiết, không thì anh đọc tôi nghe.

Cán bộ xếp hồ sơ đi thẳng, tôi đứng dậy hấp tấp hỏi cán bộ Khanh.

- Thế không ký biên bản phạt hành chính à, anh bảo anh kia đưa tôi xem biên bản nào.

Anh Khanh quay lưng nói:

- Về quận hỏi, ở đây chúng tôi không biết.

Anh đi luôn.

Tôi bỗng thấy không còn ai quanh mình. Trụ sở công an vắng tanh, tôi mò mãi trong tòa nhà mới thấy lối ra cổng. Mà từ lúc tôi từ phòng đấy đi ra cổng chính chả có ai, cơ quan công an gì mà để đương sự đi tự do thế. Thậm chí ra đến cổng chính có barie có mấy người gác ngồi bên trong. Họ quay mặt đi, tôi đi ra chả thấy ai hỏi. Đứng ở cổng nhìn quanh lại thấy "đuôi" ở hè đường. Quay lại nhìn vào trong thấy thằng Quân đi tong tẩy ra, nó bắt tay rồi ôm mình, khoác vai ngay trước cổng công an hỏi han làm việc với an ninh thế nào. Tôi ghé tai nó bảo:

- Tôi vừa bảo đéo quen biết gì ông, thế mà ra khỏi cổng hai thằng lại thế này.

Quân bảo.

- Tôi không trả lời gì hết, không nhận gì hết.

Tôi

- Thế mà công an bảo tôi là ông nhận hết là đi biểu tình, hài thật.

Hóa ra tôi cả Quân là hai thằng về cuối cùng của ngày hôm ấy. Đi tới đầu đường đã thấy anh em, chiến hữu ngồi cả đống, đủ mặt Nguyễn Xuân Diện, Nguyễn Hữu Vinh, Phạm Chính, Lã Dũng, Lê Dũng, Kim Tiến, Lân Thắng, Phương Bich... cả lũ ôm nhau. Người cười, kẻ rớm lệ. Qua đường một ngày căng thẳng.

27.

Tôi thấy tình hình cũng đã yên ắng, hết tháng 12 tôi ăn Tết ở nhà thờ xong thì về nhà. Cũng không thấy bị theo dõi gì suốt mấy tháng. Đầu tháng 2 năm 2012 tôi mua vé máy bay sang Thái Lan thăm mấy người giáo dân Cồn Dầu đang tị nạn chính trị bên đó. Những người giáo dân Cồn Dầu sau vụ chống lại hàng trăm cảnh sát trang bị khiên, gậy để cưỡng chế đất năm 2008. Giờ họ trốn khắp nơi, người sang Mã Lai, nhóm đông sang Thái Lan bỏ lại nhà cửa ruộng vườn. Khi mua vé máy bay tôi dặn người bán vé bán cho loại vé nếu không lên máy bay vì bất cứ lý do vẫn được trả lại tiền. Không mang hành lý ký gửi, chỉ có một ba lô khoác vai trong đó có một bộ quần áo và mấy bao thuốc lá, gói trà.

Đến trước cửa làm thủ tục xuất cảnh, tôi chìa hộ chiếu ra. Người an ninh lơ đãng gõ tên tôi lên máy tính. Mặt anh ta thoáng biến sắc, anh nói tôi chờ một lát. Tôi nhìn quanh thấy dòng người ở các ô cửa làm thủ tục khác cũng dừng lại. Thời gian chậm chậm trôi, mọi người xếp hàng nhìn nhau không hiểu chuyện gì xảy ra. Người an ninh nhìn tôi cười, anh ta bảo đợi chút. Tôi cũng cười.

Có hai người an ninh mặc cảnh phục đến, họ lấy hộ chiếu và vé máy bay của tôi và bảo tôi đi theo họ. Trên đường đi họ bảo tôi có hành lý ký gửi không. Tôi lắc đầu. Họ đưa tôi vào một căn phòng khuất nẻo ở trong khu ga hàng không. Một người lấy ra tập giấy trắng và cây bút, để lên bàn và ra lệnh.

Anh bị cấm xuất cảnh, anh hãy trình bày những việc làm vi phạm pháp luật của anh từ trước đến nay.

Tôi cầm bút kéo giấy lại trước mặt, ngước mắt hỏi vẻ sợ sệt.

Dạ anh cho tôi hỏi . Tôi trình bày từ thời gian nào?

Người an ninh nghĩ một lúc rồi nói.

Tất, từ trước đến nay vi phạm gì khai tất ra đấy.

Tôi mỉm cười, tôi hỏi câu đấy để đánh giá anh ta thuộc bộ phận nào. Nếu anh ta ở bộ phận chuyên môn về tôi, thì anh ta chắc chắn biết để bảo tôi khai từ thời gian nào. Ít ra cũng là thời gian từ lúc tôi viết blog về những chuyện xã hội, đời sống. Còn bảo khai tất lẽ nào tôi khai cả những chuyện cách đây 30 năm, lúc bé tí tôi đã trèo lên xe gạo của hợp tác xã lương thực ăn cắp gạo.

Tôi quẳng bút toẹt cái lên bàn, vắt chân lên nhau, ngả người ra ghế hỏi.

Các ông đùa à. Các ông là cái gì mà bảo tôi khai.

Hai người an ninh sững người vì thái độ đột ngột thay đổi của tôi, một người vẫn mạnh giọng.

Chúng tôi có quyền bắt anh phải khai những gì anh vi phạm.

Tôi nhìn họ, cười giễu cợt, tôi nói.

Các ông chả có quyền gì lấy lời khai. Việc của các ông là an ninh cửa khẩu, nếu tôi bị cấm xuất cảnh thì việc các ông là lập biên bản về việc đó. Nếu trong thông báo của cơ quan an ninh nào đó có kèm theo phát hiện ra tôi là bắt giữ, thì tôi ngồi đây đợi các ông còng tay hoặc cẩn thận các ông gọi điện hỏi cơ quan đó có bắt tôi không thì các ông bắt mà lập công. Khai gì mà khai, vớ vẩn, đâu phải việc các ông.

Hai người an ninh nhìn nhau, rồi họ ra hiệu cho nhau ra ngoài bàn. Lúc sau có một an ninh khác vào mang tôi chén nước trà và thuốc lá. Anh ta bảo tôi đợi một lát chỉ huy đến.

Chỉ huy là một vị thượng tá, ông ta đến gần, nói thân thiện.

Anh Hiếu à, chúng tôi không bắt anh khai báo gì đâu, anh nói đúng, chúng tôi chỉ có trách nhiệm lập biên bản việc dừng xuất cảnh thôi. Anh biết luật cũng dễ cho chúng tôi, đấy chúng tôi chỉ biết có lệnh cấm thì chúng tôi không cho anh đi. Nhiều người họ bị cấm cứ tranh luận với chúng tôi. Họ biết đâu là chúng tôi đâu có cấm họ, bộ phận khác ấy chứ.

Tôi ngồi chờ họ làm biên bản, trong biên bản chỉ nói tôi bị dừng xuất cảnh, do PA67 CATPHN đề nghị. A67 nằm trong khối an ninh bảo vệ chính trị gồm nhiều A. Đơn vị A67 là đơn vị chuyên trách về những thành phần phản động trong nước. PA là cấp dưới của A. A67 cũng là đơn vị đã đưa hồ sơ đề nghị lên Bộ Công An bắt tôi hồi tháng 9 năm 2009. Tôi cầm tờ giấy và nhận ra các cuộc bắt bớ những giáo dân Công Giáo do A67 thực hiện. Bởi họ nghĩ tôi có liên quan đến những giáo dân đó, họ đã theo sát tôi suốt đến khi cuộc bắt bớ chấm dứt ở người thứ 14 trong đúng đêm Noel. Chắc họ không thấy tôi cùng hoạt động gì với những người giáo dân bị bắt, đã chuyển hồ sơ của tôi xuống cấp PA. Tôi thở phào, ít ra cũng may mắn là tạm thời không bị cấp an ninh cao nhất theo dõi số phận mình.

Trong tờ biên bản không nói sẽ dừng xuất cảnh tôi đến khi nào.

Tháng 3 năm 2013 tôi nhận giấy mời của ông thị trưởng thành phố Weimar, Cộng hòa liên bang Đức. Ông thị trưởng thay mặt thành phố có nhã ý mời tôi đến Weimar để tham quan thành phố và sáng tác văn chương. Nhận được giấy vừa vui vừa buồn. Vui vì mình có vinh dự được vị thị trưởng thành phố của một cường quốc biết đến thân phận. Buồn vì biết chắc chắn sẽ không đi nổi vì sẽ chặn lại. Nhưng vì trong tờ giấy dừng xuất cảnh không nói thời hạn bao lâu nên tôi vẫn đi làm thủ tục visa.

Không đứng cùng đoàn người xếp hàng chờ làm visa ở đại sứ quán Đức tại 29 Trần Phú, Hà Nội. Tôi đi đến cổng chính bấm chuông xin gặp ông trưởng phòng xét visa của đại sứ. Ông trưởng phòng ra đón, đưa tôi vào trong đến tận phòng làm visa, ông bảo tôi ngồi đợi, lấy nước cho tôi uống. Trong phòng có hai người Đức đang làm việc, họ cắt, dán ép visa lên hộ chiếu. Họ dùng kính lúp soi giấy tờ rất tỉ mỉ. Nhìn họ làm tấm visa ở đây rất nhẹ nhàng nhưng ở ngoài cánh cổng này bao nhiêu người đang xếp hàng đợi có nó. Phải bao nhiêu thời gian, giấy tờ chứng minh, đi lại xin xác nhận rồi chờ phỏng vấn xếp hàng mới được tấm visa vào nước Đức. Có nhiều người thất vọng ra về. Ở ngoài cổng làm visa đó nhiều người quay ra với bộ mặt mừng rỡ, người đi ra mặt buồn thiu.

Tự tay ông trưởng phòng cắt ảnh tôi dán lên visa và ép máy. Ông cầm cái visa từ máy ép lên thổi phù phù như cho nó bớt nóng, rồi đưa cho tôi. Ông đưa tôi ra cổng, chúc tôi may mắn.

Về nhà tôi nhờ bạn cầm vi sa và tiền mua vé máy bay đợi tôi ở khách sạn nào đó gần sân bay quốc tế. Tôi dặn khi nào tôi gần đến sẽ điện thoại cho, hãy mua vé cho tôi chuyến bay bất kỳ nào cũng được miễn là nó rời Việt Nam. Tôi bảo bạn tôi đừng sốt ruột vì có lẽ phải chờ tôi đến vài ngày. Dặn dò xong, tôi đi ra đường quốc lộ, đón xe lên cửa khẩu Lạng Sơn. Trong đầu tôi hình dung những gì sắp đến, trên đường đi tôi nhớ kỹ mọi chi tiết.

4 giờ 30 chiều ngày 4 tháng 5 năm 2012 tôi đến trước ô cửa phòng xuất nhập cảnh đồn biên phòng chìa giấy thông hành. Lúc này không có khách qua, bốn cán bộ trong phòng đang nói chuyện, một người uể oải cầm giấy thông hành, chả buồn nhìn tôi, anh ta quay sang nói chuyện tiếp. Lúc sau anh ta mới giở cuốn sổ thông hành gõ tên vào máy tính. Mặt anh ta biến sắc, nhưng anh cố gắng lấy lại vẻ tự nhiên rất nhanh. Giả vờ gọi một người đến xem hộ, anh ta đi vào trong. Người đến trông hộ nhìn máy tính rồi nhìn tôi một giây với cái nhìn rất lạ. Rồi anh ta bảo ngồi chờ ở ghế đằng kia, trong tầm quan sát của anh ta.

Tôi ngồi ung dung chờ, nhìn một tốp người đến làm thủ tục che kín khuất tầm nhìn giữa tôi và cơ quan xuất nhập cảnh. Thầm nghĩ, giờ chỉ tích tắc là tôi biến mất khỏi tầm nhìn của họ, không biết đám biên phòng ấy sẽ nghĩ gì khi không thấy tôi nữa. Chắc họ nghĩ tôi không biết gì sắp xảy ra với tôi, nên tôi mới bình thản đợi chờ như vậy.

Nhưng tôi đến đây, làm giấy thông hành, rồi đến cửa xuất nhập cảnh chìa giấy, không phải để thấy khó khăn là trốn về, dẫu biết tí nữa thôi mọi chuyện sẽ trở nên khó lường.

Tôi nhớ về ánh mắt, những ánh mắt chỉ bừng lên một giây rồi trở lại bình thường để che giấu ý nghĩ bên trong.

Cách đây gần 20 năm trong một trại tù, khi đi qua hàng tù đang ngồi bó gối, chợt lăn tăn gợn điều gì, nghĩ đến một ánh mắt lạ trong hàng tù nhìn tôi rất nhanh rồi cụp xuống, ánh mắt của kẻ sắp liều lĩnh. Tôi chột dạ quay người thật nhanh lại và may mắn tránh được cú đâm bằng bàn chải nhựa mài nhọn. Đó là một trong những ánh mắt mà tôi không bao giờ quên.

Còn hôm nay, khi đưa giấy thông hành qua ô cửa cho người cán bộ xuất nhập cảnh, tôi chờ đợi ánh mắt lóe lên bất ngờ của người hải quan biên phòng, quả thật họ đã ánh lên những cái nhìn lạ.

Đoàn người làm thủ tục xuất cảnh đã đi qua, đám hải quan đưa mắt nhìn vẫn thấy tôi ngồi nhàn nhã, không có vẻ sốt ruột, không thắc mắc, cứ như có thể ngồi chờ như vậy đến bất tận.

Những người hải quan đi lại, gọi điện liên tục, một vị thiếu tá xuất hiện, họ hội ý với nhau rồi lại điện đi, điện lại. Hai người đi ra đứng quanh tôi hút thuốc lá nhưng tôi biết đó là canh chừng. Họ có vẻ mất bình tĩnh khi rít thuốc lá và cách thay đổi vị trí đứng.

Tôi đến gần, xin một ngụm nước. Viên đại úy vào phòng lấy ngay ra cốc nước lạnh ân cần đưa cho. Chả có ai ở chỗ này xin nước của cán bộ hải quan vốn rất quyền lực và bận rộn, đáng lẽ anh ta phải trịch thượng hất hàm chỉ ra hàng quán đằng kia, nhưng anh ta đi lấy nước ngay. Có lẽ viên đại úy không nghĩ mình đang làm một điều bất thường. Nhưng việc chỉ tôi ra quán nước khuất tầm nhìn của anh ta là điều chắc chắn anh ta không muốn. Tôi xin nước cũng tiện để thăm dò, nếu anh ta quát chỉ tay tôi ra quán hàng kia như thái độ của các cán bộ hay thể hiện. Thì chắc không có gì tới đây xảy ra với tôi.

Viên thiếu tá cầm hồ sơ, bảo tôi đưa chứng minh thư và nói

- Mời anh lên gác.

Tôi đi lên theo, vào phòng anh ta bật máy lạnh, mời ngồi và hỏi

- Anh có phạm tội gì không?

Câu hỏi y hệt ở sân bay. Tôi nói.

- Tôi không phạm tội với nhân dân, đất nước này, còn với ai đó thì tôi không thể biết, nhất là con mụ hàng xóm và lão chồng nó.

Viên thiếu tá thông báo tôi bị cấm xuất cảnh dưới mọi hình thức và nói sẽ tiến hành lập biên bản. Anh ta nhìn thái độ tôi, thấy tôi vẫn cười nói.

- Vâng anh cứ lập biên bản và nói rõ lý do, cho tôi xin một bản. Cứ đúng luật anh làm.

Anh ta hỏi định sang Trung Quốc làm gì, tôi nói có lẽ tôi không cần trả lời anh, vì việc đó chưa xảy ra, nhưng anh hỏi tôi xin nói. Vợ chồng lão hàng xóm chỗ nhà tôi hơn 70 tuổi rồi, suốt ngày chỉ nhòm ngó nhà người khác, tôi sang Trung Quốc mua bao cao su các loại hấp dẫn về vất vào nhà vợ chồng đó. Để họ có việc mà làm, đỡ đi nhòm ngó nhà khác.

Anh ta lắc đầu, thở dài rồi bảo.

- Thôi đó không phải việc tôi, hỏi anh thế thôi, anh có lệnh cấm xuất nhập cảnh của Cục xuất cảnh Bộ Công An. Tôi làm đúng thủ tục thôi.

Tôi hỏi.

- Tôi có được nhìn lệnh không, có được biết cấm từ ngày nào đến ngày nào không?

Anh ta nói thác.

- Tí nữa tôi cho anh biết.

Tôi lại mỉm cười, sẽ chẳng bao giờ có chuyện anh ta cho tôi biết. Tí nữa anh ta sẽ kiếm cớ khác. Lệnh cấm xuất cảnh sẽ là điều bí mật, không bao giờ người bị cấm được biết ngày nào hết hạn. Ở sân bay người ta cũng không nói, chỉ nói là ngắn thôi không dài đâu, mấy bữa ấy mà.

Nhưng ở đây cách làm việc sẽ không chặt chẽ bằng sân bay, ở đó sân bay người ta quen thuộc và rành nghiệp vụ vì làm việc với quốc tế, và tầng lớp khác. Còn ở cái cửa khẩu rặt con buôn qua lại hàng ngày này, thỉnh thoảng có vài đối tượng hình sự trốn truy nã, hoặc vài tên Trung Quốc lưu manh, chuyện giấy tờ không kín kẽ được. Chính vì thế tôi chọn nơi đây để đưa giấy thông hành thử xem có tìm hiểu được gì về mình không.

Viên thiếu tá giơ tờ giấy cấm để nhìn, dưới ánh sáng bóng đèn ne-ong mờ xuyên qua giấy, với kỹ năng đọc sách nhiều, tôi đọc ngược và thấy được điều cần biết.

... *cấm xuất cảnh đến ngày 22/07/2014...* .

Một nhiệm kỳ của ai đó kết thúc thì lệnh cấm cũng kết thúc, tôi buồn và vui lẫn lộn. Buồn vì lệnh cấm lâu quá, nhưng vui là đã không phí công sức để biết được. Nhiều người như tôi bị cấm mà không biết đến bao giờ. Họ bị tạm dừng một lần, lần sau vẫn nghĩ đơn giản là chỉ bị ngăn lần ấy, họ mua sắm đồ, thu xếp nhà cửa công việc, mua vé máy bay, đặt khách sạn... làm bao nhiêu thứ cho việc đi. Đến nơi lại bị cấm về, có người khóc tức tưởi ở ngay sân bay bên cạnh đống đồ đã mua.

Còn tôi thì đã biết, thậm chí còn biết được cả cơ quan nào đã bảo Cục xuất nhập cảnh đứng ra phát lệnh cấm nữa. Từ nay tôi khỏi phải mất tiền mua vé máy bay đi nữa.

Viên thiếu tá biên phòng ghi chép vào biên bản cấm xuất nhập cảnh, có 2 người đàn ông mặc thường phục lặng lẽ vào phòng ngồi hai bên tôi. Tôi đang nhắn tin điện thoại thì một người trẻ giơ tay gạt điện thoại nói.

- Anh không được dùng điện thoại.

Tôi quay sang thấy một cái nhìn uy hiếp dọi thẳng vào mắt tôi. Cái nhìn của một người qua trường lớp chính quy, thường những người ra trường chưa lâu, chưa có độ từng trải mới áp dụng bài học ở trường là tạo cái nhìn để uy hiếp đối tượng. Những lão làng trong nghề an ninh họ thường có thái độ nhẩn nha, lợt phợt như đội bóng Ý rồi bất ngờ đưa ra đòn hiểm.

Tôi nhìn lại và nói rành rọt.

- Anh không biết em là ai, vì ở đây ai cũng mặc sắc phục, nhưng anh nói thế này, anh không bị bắt quả tang khi phạm tội, không có lệnh khởi tố, truy nã. Em động vào người anh hay tài sản của anh đều là vi phạm pháp luật. Anh dùng điện thoại đến khi nào những cán bộ biên phòng phụ trách ở đây ra lệnh cấm. Và ở đây chỉ có cán bộ biên phòng mới có quyền ra lệnh. Những lệnh đúng với pháp luật.

Tôi nhìn sang viên thiếu tá biên phòng, anh ta dường như không muốn phiền phức vì việc của anh ta sắp xong. Nên anh ta không nói gì, tôi tiếp tục nhắn tin dòng cuối cùng cho người bạn đang đợi ở sân bay.

Viên thiếu tá biên phòng đọc biên bản dừng xuất cảnh, tôi đọc thấy cũng vẫn là biên bản dừng xuất cảnh, chẳng nói cấm và thời giam tạm dừng là bao lâu. Tôi ký xong và hỏi xin một bản, anh ta nói sẽ đưa cho công an tỉnh sau khi bàn giao tôi sang bên đó. Thì ra những người mặc thường phục đó là an ninh tỉnh Lạng Sơn, những người tôi chả lạ gì qua cách ăn mặc và thái độ của họ.

Biên phòng và an ninh làm giấy bàn giao người. Công nhận là chặt chẽ, ở đây tính mạng công dân được coi trọng, cho nên bên nào bên đó làm rất chi li về thủ tục.

Những người an ninh tỉnh đưa tôi ra sân, có hai chiếc ô tô con 4 chỗ loại đẹp đậu sẵn. Tôi được mời ngồi vào xe sau, ghế sau có hai người ngồi bên. Tôi cũng quen với kiểu ngồi này nhiều lần. Lên xe tôi nói.

- Lúc nào gần đến chỗ bán thuốc lá, các anh mua hộ tôi bao thuốc Vi Na, tôi vẫn có quyền, nhưng nếu tôi đi ra mua cũng phiền cho các anh.

Người bên trái gật đầu, nói với người bên phải.

- Tí nữa gần đoạn rẽ vào, nhớ mua cho anh ấy bao thuốc.

Chiếc xe đi trước mở đường, và hai chiếc xe chui vào một căn nhà khuất sau đường ở thị xã biên ải. Căn nhà không có biển hiệu gì, không có vẻ gì là một cơ quan nào hết. Tôi xuống xe nhìn căn nhà, người chỉ huy đám an ninh nói.

- Anh chắc không lạ gì những căn nhà kiểu này?

Tôi gật đầu.

- Cơ sở của an ninh.

Người chỉ huy nói.

- Anh biết thế, mình dễ làm việc hơn.

Trong căn nhà hai tầng, tầng dưới chỉ có một bộ bàn ghế và một chiếc giường cá nhân, một ti vi và nhiều báo công an nhân dân. Người ta hỏi tôi uống gì, tôi xin uống trà. Họ lập tức pha trà xong thì thuốc lá người đi mua cũng đem về.

Họ xúm quanh tôi, hỏi chuyện gia đình. Rồi tất cả xem phim, đọc báo… những người an ninh tỉnh này chu đáo và lịch sự nhưng chắc đã có ai bảo họ làm vậy. Có cậu trẻ hỏi anh làm gì mà phải bị cấm. Tôi nói anh không biết, nhưng mới rồi anh biết có người dùng tên anh viết bài gì trên mạng, chắc làm cơ quan an ninh phiền lòng. Cậu ta hỏi tên tôi rồi tra ở điện thoại. Lát sau lắc đầu nói.

- Thì ra là một người viết khá nổi tiếng, là anh sao anh không nhận?

Tôi lắc đầu nói.

- Anh trình độ 10/12, năm nào sức học cũng trung bình. Tiền án, tiền sự toàn lưu manh vặt vãnh, em bảo anh ăn cắp anh biết, chứ viết lách thì anh cũng không tưởng tượng được. Chắc ai đó lấy tên anh thôi. Làm cơ quan an ninh nhầm thành anh.

Một cậu trẻ khác nói chen vào, giọng hằn học, cách nói thì trình độ cậu ta chỉ là đi lính nghĩa vụ hết hạn được đôn lên qua lớp trung cấp nào đó rồi được phân về đây làm. Cậu ta nói.

- Mình muốn góp ý gì, trước nhất mình phải tốt cái đã đúng không, rồi mới đi góp ý người khác.

Tôi phân tích nhẹ nhàng.

- Em nói đúng một phần, nhưng giờ anh xấu, em xấu. Anh nói em, và em nói anh. Thế mới đúng là phê bình và tự phê bình. Chứ anh đợi anh tốt, em đợi em tốt thì mới được phê bình người kia. Hóa ra chúng ta ngầm bao che cho nhau cái xấu cho nhau sao. Có khi mình xấu mình không nhận thức được, mà mình chỉ nhìn thấy ở người khác, mình phê phán họ và họ cũng phê phán mình. Như thế có phải là giúp nhau sửa chữa, tiến bộ không tốt hơn sao?

Cậu trẻ không nói gì nữa, còn những người lớn thì họ không quan tâm lắm. Họ chỉ hỏi chuyện mình về đường phố Hà Nội, chỗ mua bán, giải trí. Đến bữa cơm cùng ngồi bàn ăn với họ, có bia, thịt gà, lòng xào, thịt bê xào... Người chỉ huy nói:

- Thôi anh em tỉnh lẻ chỉ có thế này, giờ bất ngờ cũng không chuẩn bị được, anh ăn tạm cùng anh em, có nào dùng vậy.

Cơm xong lại ra bàn uống trà, họ mời nước ân cần rồi nói.

- Chúng tôi đợi dưới kia lên đây để bàn giao anh, họ đi từ 5 giờ chiều, chắc sắp lên đến đây rồi. Giờ anh lên gác có điều hòa, làm việc với chúng tôi một ít để có bút tích của anh nhé. Biết đâu sau này gặp lại.

Hai người an ninh dẫn hắn lên gác, một người bật điều hòa rồi ngồi xem phim. Một người hỏi cung. Người hỏi cung là cậu trẻ lúc đầu ngăn hắn hút thuốc, cậu ta đẹp trai, cười rõ tươi nói.

- Thế này anh nhé, anh chắc chả lạ gì làm việc rồi, có khi để anh tự hỏi tự trả lời còn nhanh hơn. Thôi tôi chỉ hỏi quá trình anh lên đây thế nào, đi xe nào ở dưới kia lên, lên đây mấy giờ, gặp ai, rồi đến đoạn qua cửa khẩu mấy giờ, định sang bên kia làm gì?

Tôi trả lời, đây là việc đơn giản, vì hắn từ nhà đi đã

biết sẽ phải trả lời những câu hỏi này. Cho nên đi một mình, không gặp người quen nào ở xứ này, chỉ gặp xe ôm, cò làm giấy thông hành, quán cà fe. Tôi chìa số điện thoại của lái xe, cò, địa chỉ quán và nói họ có thể xác minh.

Cậu trẻ ghi đủ và cười hoài nghi.

- Không thể tin được là anh đi lên đây chỉ đơn giản thế này. Chả lẽ vì mấy bao cao su anh không mua dưới đó lại lên đây sang kia mua?

Trả lời.

- Mua dưới kia ngại người quen thấy, sang bên này lắm mẫu mã cho cả người cao tuổi dùng nữa.

Lấy lời khai chữ ký xong, anh ta nói tiếp.

- Giờ làm biên bản xác nhận là anh ở đây từ 5 giờ chiều đến 10 giờ đêm được đối xử tốt, không có đánh đập, xúc phạm danh dự nhé, thì cứ thật thế nào thì anh nói thế. Phần bọn em công an tỉnh thì thế thôi.

Tôi đồng ý, chỉ ghi trong biên bản là tôi phàn nàn về việc bị giữ chân (không phải bắt) 5 tiếng đồng hồ rất vô lý, ngoài ra tôi được đối xử tốt về tinh thần cũng như vật chất.

Chỉ huy an ninh tỉnh Lạng Sơn đọc biên bản hài lòng nói.

- Thật ra chúng tôi không có việc gì với anh, anh lên đây đi biên giới, không gặp thành phần, đối tượng nào có vấn đề ở địa bàn. Chúng tôi chỉ đợi dưới kia lên bàn giao anh theo đề nghị của họ.

Tôi thắc mắc.

- Sao các anh phải mất công thế? Việc của dưới kia kệ dưới kia, sao mà anh phải giữ trông tôi cho mất thời gian.

An ninh tỉnh nói.

- Thì họ nhờ mình lúc này, mình lúc khác lại nhờ họ. Thôi anh thông cảm cứ ngồi đây chờ.

Tôi nhìn đồng hồ nói.

- Thế này nhé, tôi không phải là tội phạm hay chưa xác định là tội phạm. Giờ này con tôi còn thức chờ tôi về, nên để tôi gọi điện bảo vợ tôi cho con ngủ.

Cậu an ninh gật đầu, nói.

- Anh nói vừa phải thôi nhé.

Tôi gọi về, nói bị cấm xuất cảnh, giờ đang làm tường trình và tắt máy.

Anh ta đi xuống, người còn lại đang xem phim quay ra gọi hắn.

- Anh ra giường mà nằm xem phim.

Tôi nằm trên giường xem phim, người an ninh còn lại xoay cái điều hòa cây đứng về phía tôi rồi nói.

- May là có một cái này ông ạ, chúng tôi ở đây cũng thiếu thốn đủ thứ, phó phòng mà xin mua điều hòa còn chưa được duyệt đấy ông ạ, ai biết cho chúng tôi khổ thế nào đâu… .

Có nhiều tiếng xe ô tô ồn ào, người an ninh xem phim đi xuống lát sau lên nói.

- Mình ông mà dưới kia lên cả chục người đấy, chắc toàn người quen của ông thôi. Tí gặp là biết.

Tôi hình dung trong bao người an ninh đã làm việc qua với tôi, ai sẽ đến đây. Cuối cùng tôi nghĩ đến người an ninh có khuôn mặt sáng sủa tươi tỉnh đã hỏi cung tôi ngày 27/11/2011.

Tiếng cửa mở, tôi không quay ra cũng biết là anh ta. Khi nghe tiếng gọi, tôi trở người quay lại thấy anh ta đang cáu kỉnh, cái cáu không phải của kẻ quyền uy mà cái cáu của người bị làm phiền bởi một người quen. Anh ta gắt.

- Ông biết ông đang là loại gì, mà ông mò đi lung tung, đêm hôm không cho người ta nghỉ. Đang ở nhà ôm vợ con phải đi lên đây gặp ông.

Giấy tờ lại được giở ra, vẫn những câu hỏi đi làm gì, đi thế nào, gặp ai...

Trả lời hết xong, anh ta gắt.

- Ông ... đi gì nói thật đi, ông có gì trong người bỏ ra, mang theo bao nhiêu tiền, đưa ví đây, còn giấy tờ gì, hộ chiếu có không đưa nốt đây.

Tôi đưa hết, kính, đồng hồ, 2 điện thoại, chứng minh thư, giấy thông hành, ví, máy ảnh.

Anh ta xem xét kỹ chiếc ví, rồi bực bội.

- Ông làm đéo gì mà chỉ có mấy cái đồng bọ này thì

đi đâu, ông sang đó mua gì mà chỉ có ngần ấy tiền. Còn tiền giấu đâu không?

Tôi đứng dậy cũng bực nói.

- Tôi và ông làm việc với nhau nhiều, chuyện có gì trong người chưa bao giờ tôi nói dối, ông không tin tôi cởi quần áo.

Tôi định lột quần áo thì người trẻ khác ngăn lại, anh ta gắt.

- Ông... manh động thế, chúng tôi hỏi thế chứ ai bắt ông cởi quần áo, ai khám người ông, không có thì thôi chứ sao lại làm thế.

Tôi ngồi xuống, an ninh lại hỏi sao chỉ có mấy trăm ngàn. Tôi bảo thì mục đích chỉ mua mấy cái bao cao su rồi đi về. Có định đi đâu hay mua gì nữa mà mang nhiều, mà làm gì có nhiều mà mang theo.

Họ bảo tạm thu hết tất cả đồ, giấy tờ, chỉ để lại cho tiền để đi về, không thì lại lang thang ở đây có chứng minh thư lại làm thông hành rồi lại đi. Tôi hỏi luật nào thu đồ.

An ninh nói.

- Luật gì ở đây mà ông hỏi, tôi thu làm gì, giữ để ông phải đi về thôi. Ông làm cái giấy tự nguyện giao nộp đồ cho tôi giữ hộ.

Tôi lắc đầu.

- Đây không viết được. Ông thu giữ thì ông cứ thu, tôi không làm.

Họ thu máy ảnh, điện thoại và giấy tờ. Làm biên bản, tôi hỏi.

- Luật thì ông giữ đồ tôi, thì tôi phải có biên bản, đàng này biên bản ông cầm nốt thì tôi lấy chứng cứ gì kêu ông trả đồ.

An ninh gắt gỏng.

- Ông làm việc với tôi, lạ gì nhau, tôi lấy của ông làm gì, ông về Hà Nội lên gặp tôi thì tôi trả. Ông cứ vớ vẩn luật liếc lằng nhằng.

Lúc này một người đàn ông trung niên khoảng 56, 57 tuổi đi lên. Khuôn mặt lầm lì, tôi cảm giác được vầng sát khí tỏa trên mặt con người ấy, mặc dù không phải là dễ nhận. Như trong truyện kiếm hiệp nói về một thanh đao từng qua nhiều trận chiến, gây sát thương cho bao nhân mạng, sát khí tụ lại trên thanh đao lạnh đến rợn người. Gương mặt, dáng đi của con người đó làm tôi thấy nhiều thân phận, nhiều cuộc đời, nhiều án tù đã đọng dấu lại trên con người đó. Những cuộc ly tán gia đình, người tù, kẻ tội, những đau thương của bao gia đình dường như lảng vảng trên con người ông ta.

Có lẽ tôi cũng chỉ là một số phận nhỏ nhoi, một thân phận, một cuộc đời và một án tù phảng phất trên gương mặt con người ấy.

Không phải là đơn giản mà cả chục người dưới xuôi đêm hôm lên đây. Tôi biết thêm điều nữa về số phận mình, như một con chim nhìn thấy những cánh cung của các tay thiện xạ lão làng. Có điều tôi chưa chết, bởi quá nhiều cây cung dương lên, người này chờ người kia bắn trước.

Đám dưới xuôi kéo thẳng về, để lại những người an ninh tỉnh ngỡ ngàng. Khi những người kia đi hết, họ gọi tôi uống chén nước chia tay, rồi bảo tôi đi đi.

Tôi đi ra không nhìn lại, đường tối om. Trời đã quá 12 giờ đêm, không còn nóng nực, mát mẻ dễ chịu. Không điện thoại, không giấy tờ tùy thân, đi bộ một mạch dài trên con đường quốc lộ vắng vẻ thênh thang từ thị trấn vào thành phố, đi mãi mới gặp một xe taxi chạy trên đường. Tôi đứng vẫy, người taxi dừng lại mở hé tí cửa kính hỏi đi đâu.

Tôi bịa ra câu chuyện vừa cãi nhau với con bồ, giận quá bỏ về thành phố. Người lái xe cho lên, tôi ý tứ ngồi ghế trước, cởi áo để anh ta thấy tôi không có gì. Những người lái xe taxi đêm hay gặp cướp, nên họ rất cảnh giác.

Một giờ đêm vào thành phố tôi trả tiền và đi ra phía bờ sông. Ngồi dựa lưng vào hành lang cây cầu sắt và nhắm mắt ngủ, đợi chuyến xe khách sớm nhất về dưới xuôi.

Tôi thông báo lại cho phía người liên lạc với thị trưởng Weimar rằng tôi không đi nhận học bổng được. Xin hãy dành suất này cho người khác, tôi xin cám ơn tấm lòng tốt của thành phố Weimar và những người liên quan đã cố gắng dành cho tôi học bổng này.

Biết bao giờ, ngày nào đó tôi sẽ còn trở lại châu Âu để dạo bước trên những con đường lát đá cổ xưa. Nhìn thấy những bông tuyết nhỏ bay li ti như hoa trắng trong màn đêm.

Nỗi buồn về việc bị ngăn chặn đi học, bị tước đoạt quyền đi lại chưa lắng xuống. Ba hôm sau cơ quan an ninh triệu tập tôi lên làm việc. Tôi cầm tờ giấy triệu tập đến nơi, gặp người phải gặp, anh ta tên T. Tôi nói.

Lần sau ông muốn tôi đi, phải ghi rõ là lên làm việc gì nhé. Không là tôi không đi.

T nói.

Thì ghi là lên làm việc đó còn gì?

Tôi.

Tôi đã nói rồi, các ông phải ghi rõ làm việc gì, liên quan đến gì. Ghi lên làm việc, giờ tôi thất nghiệp, bị các ông quấy phá chỗ làm. Không ai nhận tôi làm nữa. Việc làm của tôi giờ là đi đánh cờ ăn tiền. Ông ghi làm việc tôi hiểu nhầm là đi đánh cờ ăn tiền. Mà lúc tôi không có tiền đặt cược để chơi tôi sẽ không đi đấy.

T quát.

Ông ăn nói vớ vẩn, cơ quan anh ninh điều tra đi đùa với ông sao mà cá với cược.

Tôi thản nhiên.

Không đùa thì ghi rõ lý do vào nhé. Tôi nói nốt lần này, tôi không đi lên đây nữa nếu lần sau giấy triệu tập không ghi rõ lý do. Còn các ông muốn làm gì thì làm.

Cán bộ điều tra T lấy ra giấy bút và hồ sơ. Anh ta gật đầu.

Được, lần sau chúng tôi sẽ ghi lý do cho. Giờ anh nghe đây.

Anh ta nói gằn giọng, nhìn thẳng vào mặt tôi rất uy nghiêm, nói .

Anh có biết cơ quan an ninh gọi anh lên đây về việc gì không?

Tôi lắc đầu. Anh ta nghiêm giọng nói.

Hôm nay cơ quan điều tra gọi anh lên làm việc về sách Đại Vệ Chí Dị và blog Người Buôn Gió. Anh có kiến gì không?

Tôi ngẩn người ngạc nhiên.

Ơ! sách nào, blog nào?

T mỉm cười, anh ta lấy ra mấy cuốn Đại Vệ Chí Dị, và tập giấy in những bài viết trên blog Người Buôn Gió đưa cho tôi nói.

Anh xem đi, cái này không phải của anh thì của ai?

Tôi không xem, đẩy trả lại anh ta nói một mạch.

Tôi biết ngay mà, đã bảo ghi rõ lý do để lên khỏi mất công. Tôi tưởng bị gọi lên vì vụ cờ bạc, hay trộm cắp gì. Vì trước đây tôi có cờ bạc, có trộm cắp. Thế tôi mới lên đây. Chứ biết về sách hay blog gì đó thì tôi đã không đến. Ông xem tôi trình độ học vấn thấp tè, toàn làm nghề lao động chân tay. Biết gì về sách hay blog cơ chứ.

T lắc đầu, cười mỉa mai.

Tưởng anh thế nào. Người ta cứ khen anh viết hay lắm, gan dạ lắm. Thế mà không dám nhận, vậy những điều anh viết có nghĩa gì khi anh không dám nhận. Tôi không ngờ anh vớ vẩn thế.

Tôi cười.

Tôi vớ vẩn mãi quen rồi. Tôi cứ thích cái kiểu không làm thì đừng có nhận, mà làm thì lại càng đừng có nhận. Hoặc không làm thì không sợ, đã làm thì càng không sợ. Thôi, tóm lại là không biết, không nhận cho lành. Chả anh hùng gì ở cơ quan an ninh điều tra cả.

Cán bộ T ngả người ra ghế nhìn tôi, anh ta cười nhạt.

Tôi không nghĩ ông hèn thế này đâu, làm gì mà đến mức ông không dám nhận những gì mình viết. Ông hèn thế mà đòi là đấu tranh cho dân chủ, cho này nọ. Mang tiếng lắm, người khác người ta vào đây, làm gì người ta dám nhận. Thế mới là anh hùng. Nào giờ ông nhận đi để làm việc tiếp. Lằng nhằng mất thì giờ rồi chúng tôi cũng có bằng chứng để ông phải nhận.

Tôi lắc đầu, cười nhạt đáp lại.

Các ông mới là vớ vẩn. Cơ quan anh ninh điều tra uy nghiêm, đồ sộ, tượng trưng cho cơ quan pháp luật. Đối tượng đến sợ rúm ró, hèn hạ đến nhũn người. Đó là điều bình thường. Thế nếu đối tượng làm mà không sợ, hiên ngang nhận việc mình làm. Có phải họ coi các ông là những thứ vớ vẩn, kể cả các ông bắt tù họ như bao nhiêu người họ vẫn không sợ, vì họ coi cả cái hệ thống pháp luật của ông và những người như các ông là vớ vẩn. Đằng này tôi sợ, hèn như ông nói. Chứng tỏ các ông còn giá trị, ông lại đi giở giọng bảo tôi hèn. Đúng là các ông vớ vẩn.

Cán bộ T mím môi, mắt giận dữ nhìn. Anh ta lôi ra cuốn Đại Vệ Chí Dị có chữ ký của tôi tặng người bạn nói.

Ông xem, đây có phải chữ ký ông không. Chả chữ ông ký tặng người ta đó còn gì?

Tôi cầm cuốn sách có chữ ký của mình. Tôi biết những cuốn sách này đã đến tay anh ta theo đường nào. Một số cuốn do người cầm sách đã đi nhầm chiếc xe taxi giả mạo của cơ quan an ninh hay đậu trước cổng nhà thờ, chiếc xe chở thẳng người đó đến cơ quan an ninh và bắt họ khai báo về số sách mang theo. Một số sách khác được phát hiện bởi người tôi bảo mang sách đi đã chủ quan để ở giỏ xe máy, lại còn lượn đến những nơi an ninh đang theo dõi rồi mới đi đưa sách sang Bắc Ninh. Cơ quan an ninh đã thu sách của nơi nhận, không thu của người mang đi để tôi không thấy bị động. Cuốn sách có chữ ký là tôi tặng người bạn khuyết tật Nguyễn Công Hùng. Hùng lập một trung tâm dạy nghề cho người khuyết tật, nhiều người lành lặn đến tham gia làm thành viên để giúp đỡ trung tâm. Trong đó có một cậu tên là Lộc. Cậu ta thấy Hùng có sách bèn mượn đọc, mang đến quán cà phê đọc thì bị công an phường mời về đồn. Cái quán cà phê đây lại có một nhân viên là giáo dân nhà thờ làm phục vụ, anh ta chứng kiến sự việc, cũng bị mời về đồn làm chứng. Tôi thì chả tin có việc tình cờ anh ta mượn vì muốn đọc sách, con người anh ta tôi nhìn không phải là người ham đọc sách. Nhất là cuốn sách biết rõ là xuất bản ngầm, anh ta lại mang ra quán cà fe công khai giữa bao người giở ra đọc. Nhất là quán lại có người giáo dân phục vụ quán cũng biết tôi. Cái cách chọn quán để tôi tưởng mọi việc là tình cờ, anh phục vụ cũng tình cờ chứng kiến, nhưng thực ra họ cố cho anh ta thấy, để che đậy Lộc là người của cơ quan an ninh.

Ở cái đất nước này, chỗ nào có người thành tổ chức là có người của an ninh cài vào. Trung tâm dạy nghề cho người khuyết tật của Nguyễn Công Hùng có an ninh bên trong là điều bình thường. Cứ mỗi lần trung tâm có người nước ngoài đến để giúp đỡ, cho quà, thăm hỏi thì Lộc lại mò đến. Thường thì không thấy cậu ta đâu. Tôi đã báo cho Hùng và bày Hùng phương cách thử Lộc . Cuối cùng Hùng ngậm ngùi xác nhận Lộc làm việc cho cơ quan an ninh.

Giờ tôi phải đối phó với cuốn sách có chữ ký của

tôi tặng Hùng. Tôi giở sách nhìn trang có chữ ký của mình nói.

Thế này ông ạ. Trước hết nếu đây là tang vật, chứng cứ thì ông phải nói cho tôi biết nó ở đâu ra, để tôi xem việc thu thập chứng cứ có hợp pháp không đã. Thứ hai ông phải giám định chữ ký này. Có biên bản giám định xác định chữ ký đúng của tôi. Thì trên những cơ sở pháp luật đó chúng ta làm việc. Nhưng thôi, tôi cũng ưu ái ông bỏ qua những đòi hỏi đó.

Tôi ngừng lại nhìn anh ta, cán bộ T cười nói.

Cám ơn ông đã không làm mất thời gian, ông biết luật nhỉ?

Tôi nhìn thẳng vào mắt anh ta, dõng dạc nói.

Đây là chữ ký của tôi.

T với người xuống bàn hồ hởi, cầm giấy bút nói.

Thì đằng nào ông chả phải nhận. Sách của ông thì ông tặng người ta, chuyện bình thường ai viết sách, in ra mà chẳng tặng bạn bè mình vài cuốn.

Tôi lắc đầu.

Này ông, tôi nhận chữ ký của tôi, có nhận sách của tôi đâu. Hai việc đó là khác nhau nhé.

T gắt.

Thì sách của ông, ông mới ký tặng người ta chứ?

Tôi cười.

Nói như ông, thế mấy thằng cầu thủ bóng đá nó in

ra áo, in ra bóng sao. Người ta đến giơ áo xin nó chữ ký, ông bắt nó vì tội không phải áo mày làm ra mày ký à? Cái này họ có sách, mang đến xin tôi ký, thì tôi cứ ký đại cho xong. Biết là sách gì đâu. Hơn nữa ông ra hiệu sách thấy cuốn nào hay, ông mua tặng bạn, vợ, con... ông viết lời thân tặng nhân sinh nhật hay ngày gì gì đó, rồi ông ký tên ông vào. Chuyện đó đầy ở các hiệu sách, đâu phải là hiếm.

T hỏi.

Thế ông giải thích sao về chữ ký của ông trên sách để tôi ghi.

Tôi nói.

Tôi đang đứng ở nhà thờ, đúng hôm lễ chủ nhật, đông người lắm. Có người tôi không biết, không gặp bao giờ đến đưa tôi mấy cuốn sách. Nói là cho tôi, tôi thích sách, nên thấy sách là nhận. Về giờ ra thấy cùng một loại. Thấy không cần thiết giữ tôi tặng cho bạn bè, tiện thể ký tên vào.

Cán bộ an ninh điều tra T ghi, anh ta hỏi tiếp.

Anh có đọc vì anh nói thấy nó giống nhau phải không. Vậy anh cho biết nội dung cuốn sách là thế nào, anh nhận xét sao về cuốn sách?

Tôi đáp.

Tôi thấy cuốn sách nhảm nhí, viết về một nước Vệ thời xa xưa nào đó, như dạng truyện cổ tích. Chả liên quan gì đến ai cả. Một cuốn sách vớ vẩn, vô hại, đọc mất thời gian.

Cán bộ T giở sách ra tìm đến một trang và đọc.

. . nước Vệ năm ấy điêu tàn, đạo đức băng hoại, con giết cha, vợ giết chồng, thầy giáo hiếp học trò, quan lại tham nhũng, cướp bóc nổi lên khắp nơi.

Anh ta ngừng lại nhìn tôi hỏi.

Anh có thấy đoạn này nói về nước ta không?

Tôi cười ngặt nghẽo.

Đấy, tự các ông nhận là Việt Nam nhé. Tôi chỉ biết đây là nước Vệ thời xa xưa, không có trong sử sách Việt Nam. Còn nước CHXHCNVN ta ngày nay như báo đài nhà nước nói. Nước ta ổn định chính trị, xã hội công bằng văn minh, an ninh trật tự tốt, thế giới khen ngợi, không ngừng tin tưởng đầu tư. Nhân dân ta ấm no hạnh phúc, người tốt việc tốt nhan nhản... đâu phải như cái nước Vệ trong sách điêu tàn, đạo đức băng hoại. Tôi thấy cái người viết sách này có chủ định tốt, người ta viết thế để nhân dân ta so sánh. Thấy được xã hội ta hiện nay bây giờ đang sống là tốt lắm rồi, không đau thương như nước Vệ kia. Nhân dân đọc xong sẽ cảm thấy tin yêu đảng và chính phủ đã cho họ cuộc sống tươi đẹp, an bình. Phải tìm người nào viết sách này để khen ngợi, động viên viết nhiều nữa ông ạ.

Tôi vớ tay định lấy ấm nước, T đẩy khay nước giúp lại gần. Tôi châm thuốc lá hút. T hỏi.

Trên phần đầu có lời giới thiệu của người tên là Tưởng Năng Tiến, trong đó có nói anh là tác giả cuốn sách. Đây này, nói rõ Bùi Thanh Hiếu tức Người Buôn Gió...

Tôi nói chặn lại.

Tôi nào biết ai là Tưởng Năng Tiến, Bùi Thanh Hiếu thì họ tên giống nhau đầy, có ghi ngày tháng năm sinh, địa chỉ thường trú không? Mà dù có ghi thế người ta thích người ta bảo là tôi viết, hoặc họ nghĩ nhầm là tôi viết. Ông có bản thảo viết tay không, ông có tóm được tôi đang gõ truyện này ở máy tính không? Tại sao ông đi thu thập chứng cứ vào lời ba hoa của cái ông nào ở tận đâu, mà tôi cả ông đều không biết ông ta là ai, bao tuổi, chả quan hệ gì. Giờ ông ấy viết thằng Nguyễn Minh Triết thì ông đi hỏi thằng Triết à?

Cán bộ T sừng sộ.

Anh gọi ai là thằng, anh gọi chủ tịch nước là thằng à?

Tôi cười.

Đấy nhé, ông nhầm đấy, bảo sao người ta viết Bùi Thanh Hiếu ông suy ra tôi. Tôi gọi mấy thằng Nguyễn Minh Triết sinh năm 8x, gọi chủ tịch nước đâu mà ông vơ vào. Ngay cả con ông Nguyễn Tấn Dũng tên là Nguyễn Minh Triết, kém tôi cả chục tuổi, ông bảo tôi phải gọi nó bằng cụ à? Ông đã biết Triết nào mà ông đã quy chụp cho tôi.

Cán bộ T đứng dậy, anh ta như muốn ra đòn quyết định. Giọng anh ta quả quyết.

Tôi sẽ chứng minh cho anh Hiếu biết, anh chính là Người Buôn Gió.

Anh ta gọi một cậu an ninh trẻ mang máy tính vào, anh ta lệnh cho cậu trẻ.

Mở cái đoạn thằng Hiếu trả lời phỏng vấn lên cho nó nghe, xem nó chối được không?

Một loạt các câu trả lời phỏng vấn của các đài RFA, RFI, BBC, Chân Trời Mới, diễn đàn Paltak... được mở lên. Tôi khoan khoái ngồi nghe, trong khi họ quan sát nét mặt tôi. Thấy đủ, T tắt máy tính hỏi tôi.

Thế nào. Nghe rõ chưa?

Tôi gật đầu vui vẻ.

Máy tính xịn, nghe rõ lắm. An ninh thu âm có khác.

T nói.

Đấy, giọng của anh, chính anh mở miệng nhận với đài anh là Người Buôn Gió. Anh chối nữa được không?

Tôi gật đầu.

Trước tiên lại phải giám định có phải giọng tôi hay không đã. Hà hà hà (tôi cười khoái trá) Gì chứ giám định lại mất 3 hôm. Thôi hôm nay tôi về, khi nào có kết quả giám định ông gửi giấy triệu tập tôi lại lên hầu ông. Hôm nay dừng thế nhé. Rồi có kết quả giám định tôi lại chơi đòn khác, lại mấy hôm khác mới lên. Chả việc gì sốt ruột, chúng ta là Sơn Tinh, Thủy Tinh.

Cuộc chiến này còn dài lắm, ông cũng không nên vội vã. Không làm việc với tôi, thì ông lại đi làm việc với người khác. Ông có được nghỉ đâu, nếu như làm việc với tôi xong, ông được nghỉ ngơi thì lại chuyện khác. Thế nhé, tôi về. Bao giờ có giám định ông gửi giấy triệu tập tôi đến. Nhớ là ghi rõ lý do làm việc nhé.

Tôi đứng dậy, cán bộ T quát.

Ông ngồi đấy. Ai cho ông về mà ông về.

Tôi cãi.

A thế ông bắt tôi à?

Không phải bắt, nhưng làm việc phải nghiêm túc, bao giờ chúng tôi cho về anh mới được về.

Thế là cưỡng ép làm việc?

Anh là công dân, anh phải có trách nhiệm hợp tác làm việc với cơ quan pháp luật. Trong luật quy định như thế, anh không được tùy tiện thích đi về lúc nào là về. Có những vụ án người ta phải giữ lại nhân chứng, cái này anh thừa biết cơ quan pháp luật có quyền.

Tôi ngồi xuống ghế, cười chán nản phân bua.

Hợp tác là khai báo theo sự mong muốn của an ninh điều tra? An ninh hỏi anh có phạm tội không? Nhận có. Thế là hợp tác. Bảo không. Thế là bất hợp tác. Người bị cáo ra tòa còn có quyền tranh luận bảo vệ mình, huống chi đây mới chỉ là gọi lên công an thẩm vấn làm rõ có dấu hiệu phạm tội hay không.

Chả lẽ tôi không có quyền phản bác cho các chứng cứ thiếu chắc chắn đang buộc tội mình bằng lập luận dựa logic?

T ôn tồn, nhẹ nhàng nói.

Thì anh cũng biết, chuyện giám định đâu khó gì, chỉ kéo dài thêm thời gian, không nên làm khó nhau những cái mà ta đều biết là nó có. Giám định xong thì anh cũng phải nhận, giờ anh nhận đi.

Tôi ngọ nguậy trên ghế, ngẫm nghĩ, sau chặc lưỡi.

Thôi thì sợ các ông rồi, sợ cho trót luôn. Đúng là giọng tôi đấy. Nhưng là thế này, tôi thấy nhiều người cứ nhầm tôi là thằng Người Buôn Gió nào. Rồi bạn tôi nó bảo thằng Gió đấy lắm gái mê lắm, thế là tôi nhận bừa để lừa gái. Tôi biết nó là ai đâu. Ông thấy đầy vụ nhận làm ca sĩ, diễn viên, ngôi sao bóng đá. Ở phố tôi có ông giống diễn viên Y cực, người ta nhầm ông ấy cứ kệ, vào quán mời bia uống cứ nốc đầy. Mà ông nghe kỹ đoạn phỏng vấn nhé. Người hỏi nói – Thưa anh Người Buôn Gió tức Bùi Thanh Hiếu anh cho biết… và đoạn tôi trả lời nhé. Tôi không hề xác nhận hay phủ nhận tôi là Người Buôn Gió không, tôi chỉ đi vào câu trả lời. Y hệt cái ông phố tôi, người ta gọi, ôi anh Y đó à, dạo này đang đóng phim gì, em mời anh cốc bia. Thế là ông phố tôi uống tì tì luôn. Ông ấy cũng chả xác nhận hay phủ nhận. Tôi cũng thế thôi, ông kia thì vì bia, tôi thì vì gái, cứ lập lờ thế thôi.

T gật đầu nói.

Được, vậy sẽ ghi biên bản là anh công nhận chữ ký của anh, lý do vì anh ký là để tặng người ta, không phải sách của anh.

Anh ta ghi, xong hỏi.

Anh cho biết cuốn sách này in ra có đúng không, có hợp pháp không?

Tôi lắc đầu.

Trời, tôi là thằng thợ phu hồ. Làm sao biết quy trình một cuốn sách in ra thế nào mà anh hỏi tôi là có biết hợp pháp hay không?

T cười nhạt, anh ta lôi ra một tập giấy quy định việc xuất bản sách. Lần này anh ta chuẩn bị khá tốt. Anh ta nhìn tôi rồi nói.

Vậy tôi đọc cho anh nghe về quy định xuất bản ấn phẩm văn hóa.

Tôi giơ tay.

Thôi, được rồi, tôi công nhận cuốn sách in ra là không đúng luật xuất bản của nhà nước. Nhưng ông biết là tôi đâu có in, tôi làm gì có máy in, máy đóng xén.

T.

Tôi không nói anh in, mà tôi hỏi anh có công nhận cuốn sách này in ra không đúng luật xuất bản của nhà nước quy định hay không?

Tôi gật đầu. Nói cho cùng thì anh ta vẫn chiếm

được thế thượng phong. Cuốn sách từ tay tôi trao cho người khác có ký tặng, sách nội dung tôi đã đọc. Vậy theo chứng cứ đã xảy ra thì tôi đã biết cuốn sách này xuất bản không hợp pháp, nhưng tôi vẫn đưa cho mọi người. Trước mắt tôi đã phạm tội tán phán ấn phẩm không được phép xuất bản. Nếu nội dung người ta xác định là chống nhà nước thì họ sẽ cho thêm tôi một tội nữa nặng hơn. Tôi bắt đầu lo lắng và toan tính trước những bất lợi của mình. Tội tán phát thì không đáng lo lắm, nếu nội dụng không có gì ghê gớm. Nếu cứ gân cổ cãi thì chiều hướng sẽ xấu đi hơn, vì chả lẽ cơ quan điều tra không khép được tôi vào tội gì. Phải nhường một chút nào đó mà mình không thể chối được. Tôi nói.

Anh phải ghi cho tôi là, sở dĩ tôi không hiểu về luật xuất bản, như mọi người đọc sách, mua sách bình thường thì họ không để lắm đến việc xuất bản thế nào? Nay được cán bộ an ninh điều tra tận tình giở luật xuất bản ra hướng dẫn. Tôi mới biết việc mình là sai, tôi sẽ không tán phát cuốn sách này. Nếu ai cho tôi thì tôi sẽ hủy đi hoặc đem nộp cơ quan điều tra.

T gật đầu.

Được, tôi ghi cho anh vì anh không hiểu biết. Sau khi được cán bộ điều tra hướng dẫn, anh đã nhận việc tán phát là sai. Hứa sẽ không làm vậy, nếu có thì sẽ hủy hay đem nộp cơ quan điều tra.

Anh ta ghi, tôi thấy nét mặt anh ta tươi tỉnh, có phần vui vẻ hơn. Đã gần hết ngày, biên bản làm việc ít nhiều nói theo cách của an ninh cũng có hiệu quả. Anh ta đã buộc đối tượng phải nhận tội ở điểm nào đó. Tôi biết anh ta còn sếp cao hơn, anh ta phải mang trình biên bản lên cho sếp xem. Tôi nghĩ ngày hôm nay thế cũng ổn, họ cũng chả dễ gì chấp nhận làm việc mà họ không đạt được kết quả nào đó.

T mang tập giấy đi trình sếp. Lát sau anh ta quay lại hồ hởi nói.

Thôi hôm nay làm việc thế thôi, mai anh lên đây làm tiếp, giờ chúng ta nghỉ?

T đưa tôi ra cổng, tôi đi về nhà, anh ta vào trong. Tôi biết anh ta chưa được nghỉ, anh ta và sếp cùng với đồng nghiệp sẽ ngồi lại nghiên cứu biên bản làm việc. Cân nhắc, phân tích tìm những điểm để ngày mai tiếp tục khai thác, xoáy vào điểm đó để buộc tội tôi. Bọn họ còn có biên bản đặt lên bàn để xăm soi tìm kiếm đoạn nào tôi sơ hở. Còn tôi chỉ có trí nhớ trong đầu, tôi phải nhớ từng câu hỏi, từng câu trả lời trong biên bản để đoán xem họ sẽ xoáy vào đâu. Họ là người chủ động tấn công, còn tôi là người thụ động chống đỡ.

Đêm tôi đọc lại những gì mình viết, giở luật tố tụng hình sự, giáo trình luật tố tụng hình sự, tâm lý học tội phạm đọc và ngẫm nghĩ cả đêm. Tôi thấy ngứa ngáy trên đầu, đưa tay lên gãi tóc. Nhìn xuống trang sách thấy tóc mình rụng lả tả theo mỗi lần gãi tóc. Trên giường, con trai tôi đang nằm ngủ say, chốc nó lại đạp mạnh chân vào chăn như bực tức vì cái chăn làm nó vướng víu. Tôi bỏ sách, lên giường nằm ôm con, ngủ được hai tiếng thì trời sáng. Đánh thức con dậy, cho nó đánh răng, rửa mặt, mặc quần áo, lấy cặp và đi đưa con đến trường. Trên đường đi ghé vào hàng cháo sườn cho cháu ăn sáng. Đưa cháu đến trường, con trai tôi nói.

Chiều bố đón, bố nhớ đóng tiền tham quan cho con nhé. Con chào bố.

Còn thời gian mới đến giờ vào công an làm việc, tôi đến gần trụ sở cơ quan an ninh điều tra CATPHN ngồi hàng nước gần đó. Nghĩ đến bài viết Con Ong, Thằng Bé và Cơn Mưa của mình viết lúc Tí Hớn (con trai tôi) tròn 2 tuổi lấy bút danh tên của cháu là Bùi Minh Huấn.

Con ong lượn mấy hôm trong nhà. Tí Hớn dõi mắt theo con ong đang bay, mặt bợt ra vì sợ. Mỗi lần ong lượn sát xuống gần là Tí Hớn nháo nhào tìm chỗ nấp, Tí Hớn nhảy bổ vào lòng bà rồi nhào ra sau lưng bố, miệng lắp bắp:

Ong đấy, sợ lắm, đốt đấy, sợ lắm.

Ong lượn mấy hôm thì tìm được chỗ ưng ý làm tổ, ngay mép cửa sổ, nơi Tí Hớn hay đứng dòm xuống đường. Thì ra đó là một con ong mẹ đang làm tổ để đẻ. Ong rất chăm và nhanh. Mấy hôm đã được cái tổ xinh xinh bằng ngón tay cái người lớn. Cái tổ có 12 ngăn, trong mỗi ngăn có mẩu trắng bằng đầu que tăm, không biết có phải là trứng không. Hàng ngày buổi sớm ong bay đi, đến chiều lại bay về. Nhưng ong không bay đi cả buổi mất hút, mà nó bay đi một chốc lại tha cái gì về loay hoay bên tổ.

Tí Hớn nhìn ong có vẻ khiếp, nhưng mấy hôm không thấy ong làm gì mình. Tí Hớn mon men đến gần ngước mắt nhìn ong quát.

- Ong, ong!

Con ong giật mình thì phải, nó rời cái tổ bay một vòng. Tí Hớn ba chân bốn cẳng bổ nhào tìm chỗ nấp, miệng la:

- Ong cắn, ong cắn rồi.

Mẹ Tí Hớn bảo bố Tí Hớn:

- Mình dứt cái tổ ong đi, có ngày nó đốt con đấy.

Bố Tí Hớn ậm ừ rồi lặng thinh. Mẹ Tí Hớn thấy mấy hôm cái tổ ong còn nguyên, gắt. Bố Tí Hớn nói:

- Ong nó đang nuôi con, dứt đi tội lắm.

- Để nó đốt con mình thì sao anh...

Bố Tí Hớn chẳng nói gì, ôm Tí Hớn vào lòng nói với con:

- Ong đấy, ong mẹ đang nuôi ong bé đấy Tí Hớn ạ.

Trời mưa, sấm sét ầm ĩ, bố Tí Hớn không thấy ong mẹ về. Bố mở toang cửa sổ nói để cho mát, bố nói thích hơi nước mưa phả vào nhà. Mọi người nghĩ bố lẩn thẩn. Bố ôm Tí Hớn ngồi trông mép cửa sổ. Mưa càng ngày càng ào ạt như thác đổ, sấm nổ rền khiến Tí Hớn rúc đầu vào ngực bố khép nép. Lát sau Tí Hớn ngủ ngon lành trong lòng bố.

Bố Tí Hớn ngồi ôm con trong lòng, ngóng cửa sổ đợi ong mẹ về. Cơn mưa đã tạnh từ lâu. Bố gượng nhẹ tìm thế đứng dậy tay vẫn ôm con. Bố bế Tí Hớn sang phòng ngủ rồi quay lại, pha chè, châm thuốc hút. Ánh lửa lập loè soi thấp thoáng khuôn mặt đầy lo âu, trắc ẩn. Bố nhìn đăm đăm về mép cửa sổ, nhìn vào cái tổ ong có những con ong non như con sâu đang nằm thiêm thiếp ngủ. Nếu ong mẹ không về thì chúng ra sao, nghĩ đến đó bố Tí Hớn rùng mình.

Bố Tí Hớn không phải là người lẩn thẩn mà tại vì bố đang nghĩ đến những cuộc đi, những con người đi mãi không về. Những con người có con nhỏ, có mẹ già, có vợ dại hay cả những con người chưa có gia đình, chưa một lần yêu. Bố thấy trong đêm mưa này, ngoài cửa sổ đẳng kia là những ngọn đồi đất, trên ngọn đồi đó có những nấm mộ của những người sinh ra lớn lên dưới xuôi, họ lớn lên vào đời. Và giông tố cuộc đời đưa họ rời quê hương. Họ sống một cuộc đời cực khổ, tranh giành, đâm chém nhau vì một miếng thịt bằng hai ngón tay, một chỗ nằm gần cửa sổ, ốm đau, bệnh tật. Đủ thứ có ở đó đang dồn lại đưa con người ấy ra đi vĩnh viễn khỏi thế gian. Xác họ vùi trên đồi cằn trong chiếc quan tài bằng thứ gỗ tồi tệ, chẳng được bào cho nhẵn nhụi, cong vênh. Những ngọn đồi mãi nhấp nhô như nước mắt bà mẹ khóc con chảy trên đôi gò má nhăn nheo.

Sáng sau ong vẫn chưa về, bố tần ngần đứng nhìn

tổ ong, Tí Hớn đã dậy đến bên bố. Nhìn theo bố một lúc, Tí Hớn hỏi bố:

- Bố! Bố, ong đâu?

Bố Tí Hớn đặt tay lên đầu con xoa nhẹ, bố nói với Tí Hớn mà như nói với mình:

- Ong chưa về con ạ, ong mẹ không về thì ong con sẽ bị đói đấy, không được ti mẹ, ong con đói.

Tí Hớn làm bộ khóc nhè, trễ miệng kêu:

- Ong con đói, ong con khóc è è!

Đến chiều tối ong mẹ không về, bố Tí Hớn đã biết điều gì xảy ra. Cơn bão hôm qua đã giết chết ong mẹ. Chỉ có cái chết mới khiến ong mẹ không về được tổ với ong con. Bố Tí Hớn thôi không nhìn tổ ong nữa, bố ôm Tí Hớn vào lòng ru, tiếng ru của bố nghền nghẹn như người đang ốm:

- À ơi, con cò mày đi ăn đêm
Đậu phải cành mềm, lộn cổ xuống ao
Ông ơi! ông vớt tôi nao.
Tôi có lòng nào, ông hãy xáo măng.
Có xáo thì xáo nước trong.
Đừng xáo nước đục đau lòng cò con...

Tí Hớn ngái ngủ, khi cơn ngủ sắp tới, Tí Hớn còn lải nhải theo bố câu cuối

- Au òng ò on, au òng ò on.

28.

Nhiều người bạn quen biết viết bloger như tôi đã bị cơ quan an ninh bắt đi đột ngột. Bắt khi gọi triệu tập thế này, bắt bất ngờ khi đang ở nhà hay đi đường... tôi nhớ đến anh Ba Sài Gòn tức blogger Phan Thanh Hải có 3 đứa con nhỏ. Lần cuối tôi gặp anh, vợ anh mang bầu đứa thứ ba. Anh nói sợ không biết mình bị sao thì vợ con anh sẽ thế nào. Vài tháng sau thì anh bị bắt và xử 3 năm tù. Hình ảnh những năm tháng tôi sống trong tù hiện về. Tôi thấy mình mặc áo xám đứng dưới chân con dốc mỗi buổi chiều, gặp những bà mẹ già đi thăm con từ khu thăm gặp phạm nhân về ngang qua đó, nét mặt bà mẹ nào cũng buồn da diết... Tôi chợt nhớ ra khu giam giữ tội phạm an ninh của Bộ Công An trại giam B14 cách chỗ tôi đang ngồi hiện giờ không xa.

Chẳng biết người bạn tù năm nao hay đánh cờ cùng, giờ anh ấy thế nào. Thoắt cái 4 tháng nữa là tròn 3 năm rồi.

Tôi ngồi hàng nước vỉa hè, nhìn dòng người đi lại, bên cạnh tôi là trụ sở cơ quan an ninh, nơi chuyên đưa người ta vào nhà tù. Tôi nhẩm lại bài thơ viết gửi mẹ gần 20 năm trước, lúc tôi đã ở tù được 6 tháng.

Sáu tháng rồi, sao mẹ vẫn chưa quen?
Vắng thằng tư, mẹ thẫn thờ ngơ ngác.
Những đêm dài cửa ngõ chẳng cài then.
Con không về, đêm dài hơn thế kỷ.
Thằng bé nhà bên đặt trùng tên.
Bữa cơm chiều, mẹ nó gọi.
Mẹ con giật mình thảng thốt.
Hiếu con à! Chốn đó sống sao con?

Kinh giải hạn, mẹ tụng dài hơn nữa.
Tiếng Di Đà muốn lay động rèm thưa.
Tuần nhang hết, tuần nhang thêm vơi nửa.
Nhang khói nhạt nhòa.
Tượng Phật vẫn trầm ngâm.

Thời gian ơi! Xin đi nhanh như giấc mơ.
Cho thư con viết, không còn buồn nhung nhớ.
Rồi hôm nao. Hạn trời con qua hết.
Mẹ xem kìa.
Tượng Phật sáng hào quang.

Tôi đi qua cổng cơ quan an ninh, người cảnh sát gác cổng không buồn hỏi giấy tờ. Tôi đi qua những dãy phòng của cơ quan an ninh. Đến cái phòng của T đứng đợi. Có người thấy tôi, gọi T. T đi ra, ngạc nhiên vì thấy tôi đã ở đó, anh ta bảo.

Ông giờ gác cổng còn quen cả mặt, làm thế nào đừng phải đi ra vào đây nhiều thế chứ. Chả lo làm ăn gì cả. Vào trong phòng đợi tôi đi kiếm ấm trà đã.

T mang ấm trà vào, giở giấy tờ ra. Anh ta cắm cúi ghi. Tôi biết đó là tờ hỏi cung mới, phần đầu ghi họ tên cán bộ lấy lời khai, lý lịch đối tượng … anh ta thuộc làu làu đến nỗi chẳng cần hỏi tôi về lý lịch nữa. Tôi uống trà, hút thuốc và đợi anh ta ghi phần thủ tục. Ghi xong, T rút ra tập giấy, anh ta không để lên bàn mà đặt ở đùi mình giở ra xem, tôi loáng thoáng thấy tập giấy có đánh dấu những vệt xanh đỏ ở các dòng chữ, bên ngoài có ghi tắt chữ blhs 88. Tôi hiểu đó là đánh dấu những dòng chữ trong tập giấy vi phạm điều 88 của Bộ luật hình sự. Điều luật này đại khái là tội tuyên truyền, tán phát, làm ra những tài liệu, ấn phẩm chống nhà nước CHXHCN Việt Nam. T ngẩng đầu lên, cười tươi tắn hỏi.

Anh Hiếu, vậy anh có nhận mình là Người Buôn Gió không?

Tôi nhìn anh ta, khuôn mặt khá phúc hậu, nói khách quan anh ta không hề có dấu vết của kẻ ác trên gương mặt. Dù tìm kỹ thế nào thì vẫn phải công nhận anh ta có khuôn mặt tử tế, hiền lành không hề để lại ác cảm nào cho người đối diện. Thật trớ trêu anh ta lại đi làm nghề này. Tôi lắc đầu trước câu hỏi của anh ta. T nói.

Anh không nghĩ rằng dù anh chối thế nào, cơ quan an ninh điều tra cũng chứng minh được anh chính là blogge Người Buôn Gió sao?

Tôi nói nhẹ nhàng, buồn bã.

Tôi biết các anh chứng minh được, nhưng tôi không nhận, vì tôi chờ sự chứng minh đó như thế nào. Tôi muốn biết rõ nghiệp vụ của cơ quan điều tra, ví dụ như có bản xác nhận của công ty viễn thông báo cáo ip, địa chỉ mạng nhà tôi. Hoặc có ai đó khai ra, làm chứng, ghi âm, quay clip tôi là Người Buôn Gió. Ít ra tôi có tù, cũng biết được ai khai báo ra tôi, các anh sử dụng nghiệp vụ kỹ thuật gì. Nếu các anh trưng ra các điều đó tôi sẽ nhận. Và điều tôi biết được đó sẽ giúp được các người khác như tôi tránh được các anh.

T nói.

Chúng tôi chưa cần đưa ra cho anh những cái đó. Giờ anh cho tôi biết, tại sao những câu chuyện có anh và tôi biết ở đây lại được tường thuật đầy đủ trên blogger Người Buôn Gió, rất chi tiết đến cả những câu hỏi. Tại sao hình ảnh của gia đình anh, cá nhân anh có trên đó?

Tôi đáp.

Thứ nhất việc câu chuyện ở đây, có tôi và anh. Như vậy có thể là anh viết nữa với mục đích buộc tôi là Người Buôn Gió. Thứ hai hình ảnh của tôi người ta chụp, người ta truyền nhau. Ai đó lập ra trang Người Buôn Gió và đưa vào.

T giở tập giấy trên đùi, đến một đoạn anh ta xem

rồi hỏi tôi.

Trong cuốn Đại Vệ Chí Dị mà anh đã đọc (anh ta ngẩng đầu nhìn tôi cười mỉa mai) có nói đến đại thần bộ lễ là Khiêm. Đây có phải ám chỉ nói đến bộ trưởng ngoại giao Phạm Gia Khiêm không?

Tôi đáp.

Thứ nhất Đại Vệ Chí Dị không nói đến nước CHXHCN Việt Nam, thứ hai đại thần bộ lễ không phải là bộ trưởng ngoại giao. Còn cái thứ ba, luật phải chặt chẽ như toán học. Vì luật liên quan đến số phận con người, mọi kết quả điều tra chỉ dẫn đến một kết quả duy nhất được chứng minh chặt chẽ bằng bằng chứng. Không thể có hai đáp án. Trường hợp này quá vô lý vì có đến hai đáp án tên Khiêm.

T hỏi.

Chả ông Phạm Gia Khiêm đây còn ông nào?

Tôi nhìn anh ta rồi nói thật chậm.

Còn một bộ trưởng ngoại giao nữa là Ung Văn Khiêm, làm bộ trưởng hồi đầu những năm 60. Như vậy thì ngay cả đến tên Khiêm cũng có hai người, hai đáp án. Tôi không trách anh hỏi tôi dồn vào những điểm bất lợi cho tôi, bỏ qua những chứng cứ gỡ tội. Tôi hiểu anh là cơ quan an ninh điều tra, những cơ quan khác như an ninh văn hóa, an ninh bảo vệ chính trị nội bộ, an ninh chống phản động trong nước, an ninh tôn giáo... họ thu thập hồ sơ rồi đưa sang cho bên anh điều tra tôi. Với anh tôi ưu tiên để anh gọi chuyện viên văn hóa truyền thông vào đây, ngồi cạnh để tư vấn cho anh về chữ nghĩa trong các bài viết. Anh gọi cái người vạch xanh đỏ đánh dấu vào kia (tôi chỉ vào tập giấy anh ta để dưới đùi) vào đây để tôi đấu lý với họ.

T tự ái, anh ta cáu nói.

Tôi cần gì gọi ai, mấy thứ anh viết tôi làm gì mà không hiểu.

Tôi nói.

Tôi đã trả lời anh, những gì trong cuốn sách không phải do tôi viết. Còn nội dung của nó tôi đọc tôi không hiểu gì cả, tôi chả biết nước Vệ là nước nào, những câu truyện trong đó xảy ra ở đâu, thời điểm nào. Tôi không trả lời nữa về nội dung cuốn sách, anh muốn nội dung cuốn sách là phản động, là chống chính quyền thì anh tự nhận xét. Còn với tôi thì cuốn sách đó là vô hại, không nói xấu hay chống phá ai. Tôi sẽ trả lời chung cho các câu hỏi của anh về chi tiết từng phần trong cuốn sách là như thế.

Chúng tôi ngồi im, cuộc đối đầu đã trở nên căng thẳng. Tôi cần phân tích xem cơ quan an ninh muốn gì. Họ muốn khép tội để bắt tôi hay khép tội rồi để treo lơ lửng đó khi cần sẽ bắt. Nếu tôi nhận là tác giả cuốn sách, thì rõ hẳn tôi vào thế hoàn toàn bất lợi. Họ có thể khủng bố, bắt bớ, triệu tập hay làm bất cứ thứ gì họ muốn, vì tôi đã vào thế thụ động hoàn toàn. Nhưng nếu tôi cứ căng thẳng chối bay biến, có lẽ với bản tính kiêu ngạo và quyền lực trong tay họ có thể bắt luôn và khép tội chả cần đến tôi có nhận tội hay không. Chỉ với từng ấy bằng chứng gián tiếp tòa án của họ đủ kết tội tôi. Tòa án Việt Nam đâu cần bằng chứng trực tiếp, chỉ cần vài bằng chứng gián tiếp mơ hồ là họ cũng kết tội được. Truyền thông và báo chí sẽ nhào nặn những chứng cớ gián tiếp thành trực tiếp thuyết phục được dư luận.

Tôi quyết định đưa ra lời đề nghị với T.

Bây giờ tôi nhận cuốn sách này là tôi viết, anh có bảo đảm rằng có phiên tòa xét xử không? Nói thật ra tòa bị xử đi tù tôi không ngại. Tôi chỉ ngại nhất các anh cứ vin vào chuyện này, nay gọi, mai gọi rồi dùng biện pháp này nọ kéo dài thì tôi mệt lắm. Ra tòa tù vì tội viết sách tôi chẳng sợ đâu. Tôi chối vậy là để các anh lựa chọn bắt thì bắt luôn cho rồi. Tôi biết với những chứng cớ gián tiếp này các anh có thể xử được, bao nhiêu vụ vẫn thế mà.

T vẫn ngồi nghĩ. Nói thêm về chứng cứ gián tiếp và trực tiếp rất quan trọng trong luật tố tụng. Chứng cứ gián tiếp ví dụ như một người nhìn thấy anh đi ra khỏi căn phòng, sau đó người ta phát hiện trong căn phòng bị mất đồ đạc. Trong vụ mất đồ này người nhìn thấy anh ra khỏi căn phòng là chứng cứ gián tiếp. Nhưng nếu người đó nhìn thấy anh vào phòng lấy cái vật đó bỏ túi thì lại là chứng cớ trực tiếp. Chứng cớ trực tiếp là bằng chứng buộc tội thuyết phục nhất, còn chứng cứ gián tiếp chỉ là bổ sung cho chứng cứ trực tiếp được chắc chắn. Nhiều người bị cơ quan an ninh hỏi cung, khi an ninh mới đưa ra những chứng cứ gián tiếp thì người đó đã khai nhận ngay. Mà lời khai nhận là chứng cứ trực tiếp thuyết phục nhất sau khi được bổ sung những chứng cứ gián tiếp. Như vụ anh đi ra khỏi căn phòng, có người khai thấy anh đi ra, và anh nhận anh lấy đồ ở căn phòng đó thì khỏi còn gì để nói nữa. Yếu tố khách quan cấu thành tội phạm đầy đủ và rõ ràng. Trẻ con nó cũng kết tội được đừng nói đến tòa án.

T trầm ngâm một lúc, anh ta nói.

Chúng tôi đang điều tra xem mức độ thế nào. Mới đưa ra tòa hay không. Nếu thấy có đủ yếu tố thì tất nhiên sẽ đưa ra tòa. Theo đúng luật. Giờ mới đang điều tra, anh phải thành khẩn thì có gì khi xét xử, đó là điểm giảm nhẹ tội cho anh.

Tôi cười thầm, thế là chả có chuyện đưa tôi ra tòa vì viết cuốn sách này. Nhìn tập giấy vạch xanh đỏ của bên an ninh văn hóa tư tưởng nào đó đưa cho cơ quan an ninh điều tra tưởng sẽ là căng. Nhưng kiểu này có lẽ cơ quan an ninh điều tra cũng chưa muốn đưa tôi vào tù vì vụ sách vở này. Thủ trưởng của các cơ quan an ninh Hà Nội là người thân thiết với Phật Giáo Hà Nội. Hình như ông ta không ưa tôi lắm, vì tôi thân thiết với bên Công Giáo như là một tín đồ. Ông ta cũng ghét Lê Quốc Quân bạn thân tôi. Tôi và Quân nhiều lúc đi cùng nhau từ tỉnh này sang tỉnh khác, đến văn phòng, cơ quan nào tiện thấy tôi rảnh là Quân kéo tôi đi cùng. Cái đám an ninh theo dõi tôi và Quân cùng một đội, đến gần 20 người cứ luân phiên đổi nhau đến mức tôi thuộc cả dáng người. Nghĩ ra thì tôi dây dưa đủ các nơi, an ninh theo dõi hồ sơ tôi cũng mệt. Chỗ nào tôi cũng có mặt, cũng tham gia ít nhiều.

Tôi đã hình dung được cơ quan an ninh điều tra lần này chưa muốn xử gắt với mình. Vậy thì họ đang muốn gì? Nếu tôi căng thẳng chối bay biến tất cả, tiếp liệu có đẩy họ phải dùng biện pháp bất chấp pháp luật không? Xử tù một bloger viết bài chính luận như Tạ Phong Tần, Nguyễn Văn Hải, Phạm Thanh Nghiên... họ đã xử nhiều. Tôi là bloger nhưng tôi viết truyện nhiều hơn, mà truyện tôi thì nội dung giấy trắng mực đen ra tòa xử cũng khó. Nước Vệ là nước quái nào mà Việt Nam tự nhận vơ vào rồi xét xử người ta nói xấu mình chứ. Xử thế thì quá là nước CHXHCN Việt Nam này tự nhận mình là nước Vệ trong truyện của tôi.

T quay lại những câu hỏi tôi nhận sách ở đâu, được bao nhiêu cuốn, cho những ai. Tôi khai có người tự dưng đến cho 5 cuốn, một cuốn tôi giữ ở yên xe. Một cuốn tặng ông cha bề trên giáo xứ Thái Hà, một cuốn tặng ông Giám mục Ngô Quang Kiệt, một cuốn tặng ông Giám Mục Nguyễn Thái Hợp. Cơ quan an ninh không tin thì triệu tập các vị ấy lên đây hỏi.

Cán bộ an ninh điều tra T gạt đi.

Thôi, thế ghi là tặng người không quen biết, nhận của người không quen biết. Ông chơi khó thế, chả lẽ vì cuốn sách vớ vẩn này mà chúng tôi viết giấy triệu tập các ông kia lên đây.

Tôi cười thầm, nhớ lại vụ năm 2009 cán bộ an ninh của Bộ Công An hỏi tôi về tấm hình tôi chụp cùng với Giám Mục Cao Đình Thuyên, tại sao tôi lại chụp ảnh riêng với cụ Thuyên. Tôi trả lời đang đứng ở sân, nói chuyện mấy người giọng Bắc, cụ Thuyên thấy vậy gọi lại hỏi han. Chắc cụ thấy khách xa đến cụ hỏi thăm về gia đình, con cái. Anh an ninh già của Bộ Công An lúc đó đập bàn quát.

Nói láo, bao người ông ấy không gọi, sao lại gọi anh?

Tôi đáp.

Ông đi mà hỏi cụ Thuyên nhé. Còn ông đánh xổ số bao giờ chưa, ông hỏi kiểu này như hỏi thằng trúng số là bao nhiêu người mua vé số không trúng, sao riêng mình mày trúng. Ai chả lời được.

Tất nhiên là anh an ninh của Bộ Công An không thể nào mời được cụ Cao Đình Thuyên đến đối chất là chụp ảnh với tôi kỷ niệm gặp gỡ sau khi hỏi thăm sức khỏe gia đình tôi.

Lần trước hỏi về vụ kêu gọi biểu tình của trang mạng Nguyễn Xuân Diện, tôi đã bắt bẻ T là cán bộ điều tra phải ghi rõ lời khai của đương sự từng dấu chấm, dấu phẩy. Cho nên lần này T không ghi đúng lời khai của tôi, anh ta phải nói trước là sẽ ghi là tôi tặng sách cho người không quen biết. An ninh Hà Nội nhạy cảm hay biết rõ bản chất lươn khươn của tôi hơn an ninh Thành phố Hồ Chí Minh. Ở trong thành phố Hồ Chí Minh, khi an ninh hỏi cung tôi, tôi trả lời dông dài chỗ nọ, chỗ kia làm họ tưởng khai thác được mạch nước ngầm. Cứ thế họ xoáy vào để khai thác mạch nước đi đến đâu. Mạch nước của tôi đi mất mấy ngày đến chỗ bãi cát ngấm xuống đất hết. Trả lời dông dài cần phải có một tư duy phong phú, tưởng tượng ra sự việc, nhưng cần chặt chẽ không sơ hở và có logic. Nếu không sẽ ảnh hưởng, liên quan đến người khác. Nhờ trời tôi có trí tưởng tượng rất oái oăm. Chả thế mà anh an ninh Thành phố Hồ Chí Minh sau một tuần hỏi cung liên miên đành thốt lên làm việc với tôi tuy thái độ tôi tốt, nhưng hiệu quả chẳng có gì.

Chắc chắn T đọc kỹ và nghiên cứu kỹ về tôi, nên anh ta không bị tôi dụ vào những câu chuyện vòng vèo tưởng như là có gì đó mà thật ra sẽ không có gì. Cái này tôi bị anh ta bắt được bài, anh ta gạt phắt luôn chuyện ghi tên những vị kia vào biên bản cho chấm dứt ở đó. Quyết định của anh thật sáng suốt, nếu để tên các vị kia thì anh ta sẽ phải hỏi tiếp tôi quan hệ thế nào với các vị ấy, quan hệ từ lúc nào…. như thế chắc 3 tháng nữa mới quay lại việc cuốn sách này.

T nói.

Như vậy qua quá trình làm việc với cơ quan an ninh điều tra, anh Hiếu đã nhận có tán phát cuốn sách này. Anh Hiếu cũng được cơ quan điều tra giải thích việc làm này là sai trái. Hứa sẽ không tiếp tục tán phát. Nếu có ai cho anh sẽ giao nộp cho cơ quan điều tra?

Tôi chữa.

Ông phải ghi rõ là tôi thấy nội dung cuốn sách không có gì vi phạm pháp luật Việt Nam, chỉ là những câu chuyện tầm phào của tác giả không rõ tên, đã viết ra. Tôi đọc thấy nội dung của nó là giải trí nên mới đem tặng người khác. Sau khi được cán bộ an ninh điều tra giải thích cuốn sách này về mặt xuất bản không có giấy phép của cơ quan chức năng, tôi nhận thấy việc tán phát một cuốn sách dù nội dung không độc hại, nhưng không có giấy phép xuất bản là điều không đúng. Tôi cam đoan không tán phát nữa.

T gật đầu.

Được, anh cam đoan không tán phát nữa là được. Những điều anh đề nghị thêm tôi sẽ ghi cho anh.

Anh ta vừa ghi xong, đưa giấy cho tôi đọc lại để ký.

Đm, ông đúng là coi trời bằng vung, vừa viết sách, vừa tán phát, lại còn rao bán công khai trên mạng. Ai mà chấp nhận nổi, ông làm gì cũng phải biết có các cơ quan pháp luật chứ.

Tôi cầm biên bản, không đọc lại, ký xoẹt vào những chỗ cần ký, như chỗ giáp lai, chỗ khóa lời khai, chỗ ký chặn. T hỏi.

Hiếu tin cơ quan an ninh thế, ký chả cần xem, nhiều ông khác soi từng chữ chán chê.

Tôi cười nói.

Lúc ông ghi, tôi nhìn cây bút chuyển động, mỗi lần ông nhấc lên là một chữ, tôi đếm lần nhấc bút khớp với từng chữ khai. Nên không cần đọc nữa.

Tôi đẩy trả biên bản làm việc cho T. Anh ta thu xếp giấy tờ, đứng dậy nói.

Mai 8 giờ 30 anh lên đây làm việc tiếp.

Tôi không đứng dậy, ngồi im một chỗ, tôi nói.

Mai tôi đưa con tôi đi biển Cửa Lò, cháu đang nghỉ hè, nhân dịp ngày nghỉ 1 tháng 5, tôi đã hứa với cháu. Tôi sẽ không đến đây, ông thích thì chúng ta làm việc tiếp cho đến mai.

T trợn mắt nhìn tôi, anh ta quát.

Ông phải lên, chúng tôi sẽ viết giấy triệu tập ông.

Tôi cười.

Ông viết luôn giấy triệu tập lần 3 đi, đưa luôn bây giờ đi (triệu tập lần 3 không đi là áp giải cưỡng chế). Mai cứ đúng 7 giờ 30 tôi ra cửa, cho người đứng đó mà bắt. Tôi không đi là không đi.

T nói.

Được, ông ngồi đó tôi đi viết giấy triệu tập.

T đi một lát quay lại, chắc anh ta xin chỉ thị cấp trên xong. T nói nhẹ nhàng.

Thế này, mai ông phải lên đây làm việc. Nhưng ông đã nói là đưa con đi chơi, một năm có đúng ngày nghỉ lễ. Tôi cũng không muốn cản trở. Thôi ông viết cho tôi cái cam đoan là mai ông đưa con đi đâu, thời gian nào, đến nơi ở chỗ nào và ông cam đoan thời gian đi nghỉ từ 29 tháng 4 đến 1 tháng 5 không gặp những người đã từng bị cơ quan an ninh làm việc. Đến khi về lên làm việc tiếp với cơ quan an ninh điều tra.

Tôi làm giấy cam đoan xong, về nhà mượn xe ô tô chở luôn con đi trong đêm hôm ấy vào Cửa Lò.

Ngày mùng 2 tháng 5 tôi về đến nhà, đã thấy có giấy triệu tập lên cơ quan an ninh làm việc vào sáng hôm sau. Nội dung lại về cuốn sách. Người ta quy tội nội dung cuốn sách là phản động. Tôi thì cãi lại là nó không nói đến nước CHXHCN Việt Nam. Tôi bênh vực trên quan điểm của người đọc. Đấu lý mãi, tôi cùn bảo.

Mà ông bảo sách phản động việc ông, tôi chỉ nêu trên quan điểm người đọc, chứ sách tôi viết đâu mà tôi phải thanh minh.

T nói.

Ừ thì trên quan điểm người đọc, mà anh đọc anh lại cho người khác, nên anh phải có trách nhiệm làm việc với cơ quan điều tra về nội dung. Nội dung xấu mà anh lại đưa cho người khác xem thì rõ là anh phạm tội còn gì. Chả cần nói đến chuyện anh là tác giả hay không. Chỉ cần thế là đủ.

Cãi nhau cả ngày từng mẩu chuyện, đến mấy chục mẩu chuyện Đại Vệ Chí Dị. Có vẻ nếu cứ thế thì chả bao giờ dứt. Cuối cùng tôi cũng nản quá, tôi đành chấp nhận thua cuộc. Tôi nói.

Thôi thế này, tôi thấy chuyện này không phản động. Nhưng viết cứ thế này người ta suy diễn, cho nên tôi nghĩ "người nào" là tác giả cuốn sách này không nên viết thế nữa.

T sững người, rồi anh ta cười rõ to, ném cây bút lên bàn anh ta thốt.

Đm hay, ông quá thông minh, cuối cùng ông cũng hiểu chúng tôi muốn gì? Thông minh thật, quá thông minh.

Trên cương vị người đọc Đại Vệ Chí Dị, tôi phải viết một bản nhận xét đại loại nội dung sách không rõ ràng, không nói cụ thể về đất nước nào, nhưng người đọc dễ hiểu lầm và suy diễn. Theo tôi tác giả không nên viết sách loại này nữa.

Tôi buông bút nhìn tờ giấy, mặt buồn thiu, như vừa chối bỏ đứa con dứt ruột đẻ ra. T vẫn cười đắc thắng nói.

Chúng tôi cũng chỉ muốn ông đừng viết Vệ viếc gì nữa, rách việc ra.

T thu tờ giấy tôi viết, cầm đọc, nét mặt vui tươi. Giọng còn giễu cợt nhấn mạnh cái đoạn tôi viết "trên cương vị người đọc". T bảo ông cẩn thận, lắm chữ thế, thôi thế này cũng được rồi. Về lo làm ăn, con cái nhé, viết lách làm quái gì cho nó mệt than. Thiếu gì cái viết mà ông không viết.

Từ đó tôi ít viết Đại Vệ Chí Dị, vài tháng tôi mới viết một bài. Tôi hiểu nickname Tom Cat trên mạng cảnh báo những lời có thật. Tom Cat cảnh báo Cù Huy Hà Vũ, Trương Duy Nhất và tôi làm cơ quan an ninh khó chịu về những hành động, bài viết thế nào. Nếu không chấm dứt sẽ bị xử tội. Tiến sĩ Cù Huy Hà Vũ bị bắt ngay sau khi Tom Cat nói, đúng y chang về những vấn đề mà tiến sĩ Vũ phát biểu. Còn tôi bị Tom Cat cảnh báo về ba hành vi. Một là viết sách Đại Vệ Chí Dị, hai là quan hệ với nhà thờ, ba là hăng hái đi biểu tình. Tôi giảm viết Đại Vệ Chí Dị, giảm ít đến nhà thờ, còn biểu tình thì năm đó chưa xảy ra. Hầu như tôi đã xa lánh những gì cơ quan an ninh cảnh cáo.

29.

Có tin đồn trên mạng ngày x hàng ngàn dân oan sẽ kéo về Hà Nội. Công an đến tận nhà sáng sớm gõ cửa đưa giấy triệu tập và đề nghị tôi theo họ đến cơn quan an ninh.

T nói.

Dạo này anh có tiến bộ, Đại Vệ Chí Dị vẫn viết, nhưng mà ít, từ hôm ở đây về viết có 2 truyện thôi nhỉ? Thế cũng đáng ghi nhận. Giờ anh cho tôi biết về quan hệ của anh với Lê Quốc Quân?

Tôi cười nhìn T nói.

Ông ạ, tôi có thể bỏ cuộc vì nguyên nhân nào đó. Nhưng tôi không bao giờ trở cờ hay phản bội anh em của mình. Dù cho bạn bè của tôi có làm gì đi nữa. Tôi có thể ngừng quan hệ với họ, chứ không bao giờ khai báo gì để họ phải vào tù. Việc tôi làm, tôi chịu, tôi sẽ không đánh đổi án tù của mình lấy án tù của người khác. Ông đừng bao giờ đề cập với tôi chuyện này. Cũng đừng nghĩ tôi không viết Đại Vệ Chí Dị nữa nghĩa là tôi sợ tù, các ông dấn thêm bước nữa ép tôi. Nếu các ông như vậy, tôi sẽ về viết tiếp, đi các nơi tiếp tục. Các ông bắt được thì cứ bắt tù.

T cười nói.

Anh không làm gì nữa là tốt rồi, chúng tôi đâu cần anh phải trở cờ gì. Thế dạo này gia đình thế nào?

Câu chuyện loanh quanh về gia đình, T cũng tâm sự về gia đình mình. Đến trưa thì T bảo về. Cuộc làm việc cốt để ngăn chặn tôi không cho ra chỗ dân oan biểu tình.

Thật ra tôi chẳng biết Quân làm gì mà an ninh hỏi kỹ vậy. Ngày trước tôi là dân giang hồ xã hội đen. Sư phụ của tôi dặn rằng khi thấy người khác có vẻ gì bí mật hãy tránh xa họ, đừng lại gần nghe, đừng nhìn . Trừ khi nào mình cùng làm với họ thì hãy để hết mọi thứ, tìm hiểu hết chân tơ kẽ tóc. Còn nếu không chung vụ với họ, thì hãy tránh xa luôn. Phòng khi mình lỡ say rượu, lúc cao hứng kể ra chuyện của họ làm gì. Hoặc khi công an bắt mình, tra khảo mình không giữ nổi lại tuôn ra thì hại đến họ. Tôi luôn nhớ lời dặn ấy, không bao giờ lại gần những ai có việc gì mà mình không liên quan đến. Những việc Quân làm tôi không hề biết, khi đi với nhau chỉ nói những chuyện bình thường không có gì nguy hại đến ai.

Dạo đó Quân thuê văn phòng gần nhà tôi. Buổi trưa Quân hay vào nhà tôi ăn cơm cùng. Cơm chỉ có thức ăn xoàng xĩnh nhưng Quân chẳng nề hà, ăn xong nằm ngủ. Bên ngoài những an ninh theo dõi Quân đứng vật vờ các ngả. Quân bảo tôi làm lái xe cho Quân. Tôi bảo không vì tôi và nó là bạn. Thường tôi vẫn chửi nó ngu, bây giờ tôi đi làm thuê cho nó. Chả lẽ lái xe chửi sếp thì còn ra gì. Quân bảo.

Thì ông cứ chửi tôi cũng được chứ sao. Xưa nay có ông chửi tôi mà tôi vẫn chơi với ông, duy nhất ông là thế đó. Con người tôi đàng hoàng, đâu phải để ai cũng chửi tôi được.

Quân làm về tư vấn đầu tư và xếp hạng tín nhiệm doanh nghiệp, đôi khi thiếu người đi thẩm định đánh giá công ty nào đó còn hoạt động hay không. Lúc đó Quân nhờ tôi đi, tôi làm khá tốt, hồ sơ, thông tin thu thập đầy đủ. Quân nài nỉ tôi làm cho Quân.

Ông đằng nào cũng không có việc gì, tôi thì thiếu người. Ông làm gì cũng tốt như lái xe, trợ lý, thẩm tra doanh nghiệp hoạt động. Mà ông đi cùng tôi đỡ lo, vừa rồi bọn nó đánh tôi ông cũng phải lao đến đấy. Giờ có ông làm tôi đỡ lo. Tôi trả lương ông mấy việc luôn.

Tôi lắc đầu nói.

Ông vẫn ngu, bảo sao tôi chửi ông. Người khác làm cho ông không sao. Mình tôi đã là mối lo của bọn an ninh, mình ông cũng vậy. Giờ hai thằng làm cùng nhau, chúng nó biết được là mình làm gì. Đời nào nó để yên cho thằng Lê Quốc Quân và Bùi Thanh Hiếu sóng đôi với nhau. Chúng nó một mất mười ngờ. Tôi làm cho ông thì nó quy kết công ty ông là hang ổ phản động. Nó cho cả công ty chết mất ngáp luôn.

Quân thở dài không nói nữa. Mấy hôm sau Quân đến nhà lúc tối. Tôi mở cửa sổ nhìn xuống đường, Tí Hớn mở cửa sổ đằng khác rồi gọi tôi.

Bố ơi, có phải những người kia không?

Tôi nhìn theo Tí Hớn chỉ, đúng là những người an ninh theo dõi nhà tôi, chắc họ đi theo Quân. Tôi nói với Quân về những gì tôi làm việc với cơ quan an ninh, kể cả chuyện họ hỏi tôi về Quân. Tôi bảo.

Chúng nó không theo dõi tôi nữa rồi, nhưng ông thì vẫn bị, như thế ông nằm trong chuyên án của chúng nó. Giờ công việc ông thế nào rồi.

Quân kể công ty đang bị thanh tra thuế. Tôi khuyên Quân đóng cửa giải thể công ty, đi vào nhà thờ tu dưỡng một thời gian. Quân nói.

Mấy cái việc của ông, thì ông nghe chúng nó không làm, không viết chả sao lắm. Chứ tôi còn cả công ty gây dựng bao năm, bỏ sao được.

Tôi hỏi Quân.

Ông đọc bài "Nuôi án" và bài "Tất cả chúng ta đều ở trong rọ" của tôi rồi chứ?

Quân vỗ đùi khen.

Hay, hay tuyệt.

Tôi nói rầu rĩ.

Chúng ta như con gà, họ để chúng ta làm có tiếng với dư luận, cũng như nuôi béo con gà. Rồi nhân dịp lên chức, dịp phục vụ đối ngoại như kiểu nhà có giỗ, có đám cưới. Họ lôi chúng ta ra thịt. Nếu chúng ta trốn trước hôm giỗ, hôm cưới một hôm vào rừng, họ đi tìm thì cũng thấy thôi, nhưng sẽ mất cả ngày. Lỡ mất ngày giỗ, ngày cưới. Họ sẽ bỏ qua và đợi dịp khác. Chẳng bao giờ đang nhiên không dịp gì cả họ bắt chúng ta. Họ cứ để chúng ta nói, viết và làm thế như nuôi béo chờ dịp. Những người cộng sản bản chất họ là vậy. Ông nghe tôi tránh lúc này đi.

Quân ầm ừ cho qua chuyện.

Mấy tháng sau Quân gọi tôi ra quán cà fe, vừa gặp nhau nó hớn hở nói.

Chúng không theo tôi nữa rồi, sáng nay tôi không thấy đứa nào theo. Đi lượn mấy vòng cũng thế.

Tôi bỏ Quân đó, đi quanh một vòng quan sát. Lúc quay lại gật đầu công nhận không có an ninh bám theo. Quân cười tươi rói nói.

Đấy, có gì đâu mà ông cứ lo, thuế má tôi giải trình hết với cơ quan thuế rồi.

Tôi lạnh lùng cắt ngang.

Ông trốn luôn vào nhà thờ đi, dặn vợ con tiền nong, tài sản thế nào thì về dặn luôn đi. Chỉ vài ngày nữa là chúng nó bắt ông, không quá ba hôm nữa đâu.

Quân há mồm ngạc nhiên.

Sao lúc này ông lại nói thế?

Tôi nói.

Mỗi vụ ngừng theo dõi có tính chất khác nhau. Có vụ hồ sơ đã xong, quyết định chuyển giao cho bên điều tra xét xử. Bọn ngoại tuyến không phải theo dõi nữa. Vì chứng cứ đã đủ không cần thu thập. Vụ ông là thế, nên ông đừng nói nhiều nữa, chuồn gấp đi, tôi nói tha thiết với ông đấy.

Quân dãy nảy.

Chứng cứ cái gì, tôi làm tôi biết, chúng nó không thể có chứng cứ nào bắt tôi.

Tôi lắc đầu.

Chúng nó xoáy vào những chứng cớ mà nó biết ông sẽ chứng minh được. Để ông chủ quan, còn những chứng cứ khác nó không hỏi ông, hay chứng cứ nó tạo ra, những cái đó chúng nó dùng kết tội khiến ông bất ngờ. Ông làm sao mà biết được. Ông nghe tôi né đi. Vào nhà thờ cho lành, chúng nó không dám xông vào bắt đâu. 6 tháng nữa yên thì mò ra.

Quân bác lại.

Ông cứ lo xa, tôi vào đó sao được, còn vợ con, gia đình nữa.

Tôi can.

Ông vào đó, vợ con ông còn đến thăm, nhìn thấy nhau. Ông bị bắt thì có muốn nhìn thấy con cũng chả được. Nghe tôi đi. Chỉ ba ngày nữa là chúng nó bắt ông đấy, hồ sơ giờ đang trình viện kiểm sát cũng nên.

Quân lắc đầu.

Ông nói thì tôi ghi nhận, để tôi xem thế nào đã.

Chúng tôi chia tay nhau, tôi nhìn Quân leo lên xe ô tô. Tôi biết nó sẽ không nghe theo lời tôi. Những điều tôi nói chỉ là linh cảm theo suy luận của tôi, cũng chẳng có gì chứng minh thuyết phục được Quân nghe theo.

Không phải là 3 ngày như tôi đoán, nửa tháng sau Quân bị an ninh Hà Nội bắt vì lý do "trốn thuế".

Quân có nhiều bài viết nêu rõ quan điểm chính trị bất đồng với Đảng Cộng Sản, những gì Quân viết và làm đều ôn hòa và dân chủ. Quân vẫn nghĩ nếu bị bắt thì sẽ bị bắt vì tội bất đồng quan điểm với chính quyền. Về thuế má, Quân là một chuyên gia tư vấn, xếp hạng doanh nghiệp, Quân chắc chắn phải làm chu đáo nghĩa vụ nộp thuế của mình cho nhà nước. Nhưng chứng cứ mà an ninh tạo ra thì Quân lại chủ quan không nghĩ họ có thể bất chấp làm như vậy.

30.

Bà đại sứ Đức ở Hà Nội mời tôi đến nhà riêng ăn cơm, cùng với vài nhân vật đấu tranh cho quyền con người và thân nhân của một số người bị bắt vì quyền tự do ngôn luận. Tại nhà riêng bà đại sứ có sự hiện diện của ông Quốc vụ khanh người Đức mới sang Việt Nam. Ông quốc vụ khanh nói sẽ đề cập đến chuyện tôi bị ngăn cản đi Weimar nhận học bổng. Tôi cám ơn, nhưng cũng không hy vọng gì.

Tôi đi vào Vinh cùng với bloger Nguyễn Lân Thắng, Thắng hay đi biểu tình ở Hồ Gươm nên chúng tôi quen nhau. Tôi vào Vinh dự lễ tang của người bạn thân Nguyễn Công Hùng, hôm đó cũng có phiên tòa xử mười mấy thanh niên Vinh vì tội hoạt động khác chính kiến với nhà cầm quyền.

Chúng tôi vào đến thành phố Vinh lúc 10 giờ 30, thành phố Vinh chìm trong cái giá lạnh và mưa. Hai thằng chúng tôi vội vã vào ngay cái khách sạn nhìn thấy đầu tiên. Tôi làm thủ tục đặt phòng, trình chứng minh thư. Tôi nói với lễ tân cho buồng 3 người, một người nữa sẽ đến. Lễ tân hỏi chứng minh thư, tôi đưa CMT của mình và hỏi thêm - có cần của 2 người kia không?

Cô lễ tân nhìn tôi ngạc nhiên, chắc cô nghĩ tôi thuê khách sạn lần đầu. Thường thì ở khách sạn nào cũng thế, một người trình chứng minh thư là đủ. Bởi thế cô nhìn tôi thông cảm và nói không cần. Chả lẽ cô ấy nói không cần mà tôi lại cứ đưa cô ấy bắt phải nhận, thế thì cũng lạ, tôi đành phải để mọi việc diễn ra theo lệ thường.

Khi vào phòng, tôi nhìn cửa không có chốt bên trong. Thế này người ta có thể xộc vào. Tôi nói có tìm được cái gì gài chốt không nhỉ? Thắng vào khách sạn đã vội giở đồ đạc, tôi tìm không thấy cái gì để chốt nên cũng thôi. Đổi phòng thì không được vì chỉ còn phòng này có 3 người, được cái phòng sát ngoài nên có thể đứng ban công hay bên trong nhìn qua cửa quan sát.

Sự mệt mỏi vì quãng đường khiến tôi lơ là những thứ lặt vặt ấy như thủ tục chứng minh thư, chốt cửa. Tôi vào nhà tắm xả nước nóng, cơ thể rã rời. Tôi cần phải ngủ.

Trương Văn Dũng đến, chúng tôi mỗi thằng một giường. Chăn ấm, nệm êm, tắm rửa xong, nằm trên giường ăn gói mì tôm, uống trà, hút thuốc... rồi tôi chìm vào giấc ngủ.

Khoảng 1 giờ đêm, có tiếng con gái gọi cửa. Cô ta bảo mở cửa cho vào có việc. Lân Thắng nằm bên ngoài bước tới cửa, tôi nói:

- Không được mở, đêm hôm con gái gọi, mở lỡ có chuyện gì khó thanh minh.

Thắng không mở, tôi bước ra gần cửa nói vọng với cô gái bên ngoài:

- Em xuống đi, có chuyện gì mai gặp, bọn anh không có chuyện gì với em để mở cửa.

Cô gái nói.

Em quên đồ, anh cho em vào lấy rồi ra ngay.

Tôi kiên quyết.

Quên đồ thì mai lấy, bọn anh toàn đàn ông, không thể cho em con gái vào được, nhỡ có ai bảo bọn anh hiếp dâm thì sao?

Cô gái nài nỉ.

Đồ của em quan trọng, em cần phải lấy ngay.

Tôi bảo.

Em mời công an đến đây, bọn anh mới mở cửa.

Ngay tức khắc có tiếng mấy người đàn ông:

- Chúng tôi là công an đây, đề nghị mở cửa.

Tôi mở cửa. Hai người cảnh sát và hai người đàn ông thường phục bước vào, một số cảnh sát khác đứng ngoài hành lang. Người đàn ông áo đen xưng là trưởng thôn đi vào giữa phòng, chống nạnh nhìn quanh rồi hỏi chúng tôi về giấy tờ tùy thân. Tôi hỏi anh kiểm tra gì, ông ta nói kiểm tra giấy tờ vì không đủ. Tôi hỏi nếu đủ thì sao, ông ta nói vì thiếu hai người nếu có đủ chứng minh thư thì thôi. Tôi gọi người khách sạn ra trước mặt ông ta để hỏi họ.

Tôi đã hỏi cô trước khi thuê phòng, là 3 người có cần 3 chứng minh thư không, cô nói chỉ cần một. Giờ tại sao lại có công an kiểm tra. Cái thứ hai cô đưa công an đến đây sao lại lừa tôi là mở cửa để cô vào lấy đồ?

Cô gái lí nhí không trả lời rõ. Tôi bảo người đàn ông áo đen.

Ông hãy làm việc với khách sạn, xong đúng sai thế nào tôi mới làm việc với ông.

Người đàn ông to giọng.

Họ sai, các anh cũng sai, tại sao các anh không đưa đủ giấy tờ cho họ.

Tôi nói.

Ông nói cũng phải đúng thực tế, tôi bảo đưa, họ nói không cần. Thế tôi cứ vất đó mà họ không nhận mất thì sao? Việc này ông làm với họ đi.

Ông ta quát.

Anh phải trình giấy cho tôi xem.

Tôi quát lại.

Ông lùi ra ngoài, ra ngay cửa. Ở đây có cảnh sát mặc sắc phục, ông là gì mà quát lấn át mọi người, hoạnh họe vớ vẩn. Ra ngay tức khắc, tôi không nói chuyện với ông. Tôi thuê phòng này hợp lệ, khách sạn kinh doanh hợp lệ. Căn phòng này tạm thời tôi thuê cũng như tư gia của tôi, ông đang xâm phạm bất hợp pháp. Mời ông ra ngay.

Mấy người cảnh sát can chúng tôi ra. Một người đeo hàm đại úy nói với tôi ông ta là cấp chỉ huy. Ông ta cũng dịu giọng vào nói nhẹ nhàng.

Tôi chỉ kiểm tra giấy tờ, anh có đủ thì thôi, có gì đâu mà anh làm to tát thế.

Tôi hỏi thôi là không có gì nữa chứ. Ông ta nói là có giấy tờ là thôi không có vấn đề gì nữa, ông ta sẽ đi.

Tôi bảo hai người bạn đưa giấy tờ, nhưng tôi nói người đàn ông mặc thường phục đó lui lại, để người cảnh sát quân hàm đại uý có biển tên là Trương Bá Quang nên nhận giấy tờ. Họ cầm giấy tờ rồi đi xuống, chúng tôi chờ không thấy họ quay lại tôi bèn đóng cửa và ngủ tiếp.

2 giờ đêm, lại có tiếng gõ cửa xưng công an. Tôi mở cửa, lần này thì đông người hơn, cảnh sát, an ninh, thường phục đủ loại đến hơn chục người. Một người đàn ông thường phục có dáng chỉ huy oai vệ đi vào đòi kiểm tra hành lý chúng tôi. Tôi hỏi lý do gì kiểm tra. Ông ta nói rằng vì chúng tôi sơ suất không trình đủ giấy tờ ban đầu, cho nên họ nghi vấn, giờ có giấy tờ đủ rồi nhưng công an vẫn muốn kiểm tra.

Chúng tôi cãi về việc đã trình đủ, và khách sạn không yêu cầu, việc tôi thuê căn phòng này có giá trị như tư gia của tôi trong thời gian tôi thuê, mọi việc sách nhiễu, kiểm tra đều không đúng luật. Ngoài ra công an làm vậy là gây khó khăn, cản trở cho doanh nghiệp khách sạn khi người ta kinh doanh có giấy phép, đóng thuế.

Và tôi nói ông ta mặc thường phục, không có tư cách gì đòi hỏi khám xét và hoạch họe chúng tôi. Mấy người quân hàm trung tá, thiếu tá bảo đó là sếp của họ. Tôi nhìn ông ta hơn mình nhiều tuổi, nên gọi bằng anh xưng em.

Tôi hỏi ông sếp là anh định kiểm tra đồ của em hay khám xét. Nếu là kiểm tra các anh phải có văn bản thành lập tổ công tác liên ngành, toà án, viện kiểm sát... làm theo chuyên đề, nghị định, thông tư... chứ không thể mình là công an kiểm tra ai cũng được. Nhất là trong trường hợp không bắt quả tang phạm tội, không có tố giác có căn cứ, không có dấu hiệu nghi vấn vì bọn em đang ở khách sạn giấy tờ đầy đủ. Còn nếu anh định khám xét thì lại càng phải có lệnh bắt, lệnh khởi tố, lệnh khám xét. Đòi hỏi của anh là không đúng pháp luật, cho nên bọn em không nghe theo được. Nhưng (tôi nhấn mạnh) chúng em không có hành vi chống đối, cứ đứng khoanh tay cho anh muốn làm gì thì làm. Kiểm tra, khám xét cứ tự nhiên.

Ông sếp công an (sau này tôi mới biết ông ta là trưởng công an TP Vinh) nói:

- Chúng tôi là công an, có quyền, chúng tôi nói anh phải nghe. Sai trái gì tôi chịu trách nhiệm.

Tôi tức giận khi nghe câu ấy:

- Anh nói anh là công an, anh bảo tôi nhảy xuống sông, qua của sổ này chết tôi cũng phải nghe à, rồi anh chịu trách nhiệm sau à?

Sếp công an loay hoay quay ra rồi quay vào nói:

- Thì chúng tôi yêu cầu kiểm tra, anh không cho thì thôi.

Ông ta tiến vào chỗ giường chúng tôi ngủ cùng với tay xưng là trưởng thôn, họ nhòm ngó đồ đạc chúng tôi. Tôi nói họ:

- Yêu cầu hai anh ra khỏi khu vực nội vụ của chúng tôi đang sinh hoạt. Các anh không được quyền đi qua sau lưng chúng tôi vào chỗ này khi chưa có lý do chính đáng.

Sếp công an đi ra, trừng mắt nhìn tôi. Cái toán người đi theo ông ta im lặng, những người đó nhìn như kiểu nài nỉ tôi là đừng gay gắt với ông ta như thế. Nhưng tôi thì nào biết cái gì, đã thế ông ta ra gần đến cửa tôi còn bắt ông ta quay lại khám đồ chúng tôi. Tôi nói:

- Ông làm công an gì mà tuỳ tiện, đòi khám không được là thôi, thế thì các ông thích quấy rầy là quấy rầy à. Tôi đề nghị ông khám đồ như ông nói, và khám theo đúng luật, lập biên bản nói rõ lý do khám xét rồi tiến hành có nhân chứng. Ông không thể xộc vào đòi hỏi rồi lại đi như thế.

Ông ta đi không nói gì, tôi đứng cửa nói với các bạn:

- Ở đây bị sách nhiễu, không ở nữa, đi chỗ khác.

Ông ta quay ngoắt lại lệnh cho mấy công an trẻ:

- Không cho đi đâu hết, chặn lại ở đây.

Tôi bảo:

- Này thế là ông cản trở quyền tự do đi lại của công dân, cao hơn nữa là giam giữ người trái pháp luật đấy.

Ông ta cứ thế mà đi, Tôi thấy mấy cậu cảnh sát trẻ măng mặc phong phanh đứng ngoài bèn bảo họ:

- Bọn em vào ngủ với anh cho đỡ lạnh, hay thuê phòng bên cạnh, chứ đứng đây cả đêm chịu sao nổi.

Một cậu công an lí nhí:

- Thôi sếp ra lệnh thì bọn em đứng đây thôi.

Bọn tôi vào phòng, mở cửa sổ nhìn xuống đường, xe ô tô đi lại cấp tập, chạy đi chạy lại, rồi hai xe ở lại phong tỏa chắn cửa khách sạn, rất nhiều công an, dân phòng lố nhố đi lại xung quanh.

Tôi lấy chiếc máy ghi hình đã đặt sẵn, cho đoạn phim quay sự việc vừa xảy ra đưa lên mạng.

Xong tôi chui vào chăn ngủ.

Lúc 6 giờ sáng tôi mở mắt, hai người bạn vẫn ngủ

say. Tôi mở cửa ban công nhìn xuống đường nhìn. Trời vẫn mưa lắc rắc và rét buốt. Bên kia đường, bên này đường, hai đầu đường, quanh khách sạn có khoảng 40 dân phòng chia làm mấy tốp, dùi cui, băng đỏ chỉnh tề. Chưa kể những người thường phục đứng quanh họ mà tôi biết đó là những mật vụ.

Một chốc có thêm chiếc xe tải to chở đến 30 dân phòng nữa, họ đổ xuống và đi thẳng vào khách sạn đứng quanh cửa. Những người dân nhìn họ rồi nhìn khách sạn ngạc nhiên như hỏi có chuyện gì. Tôi quay vào pha trà, cầm cốc trà trên tay với điếu thuốc, quấn thêm cái khăn quanh cổ. Tôi đứng ban công hút thuốc, uống trà và nhìn mấy chục người dân phòng đi lại trong giá rét thấy họ thật vất vả. Tôi vất mẩu thuốc đã hết đi, nhấp ngụm trà rời khỏi ban công.

Quay vào tôi gọi hai người bạn đang ngủ say:

- Dậy đi, sắp bắt rồi, có gì thì chuẩn bị đi.

Các bạn tôi dậy nhìn cửa sổ, họ đánh răng, rửa mặt thu xếp đồ. Lúc này tôi thấy cáu với Lân Thắng, nó vốn thư sinh, công tử nên rất lề mề, làm cái gì cũng bài bản đủ lệ bộ. Nhưng mọi cái cũng xong. Chúng tôi ai về giường đấy nằm. Tôi bảo chúng ta ra xe về Hà Nội thôi, Thắng bảo ra thì việc gì phải vội, cứ ngủ thêm tí nữa.

Thế là chúng tôi lại ai nằm giường đó ngủ.

Cửa phòng bật mở thành tiếng động kinh hoàng, hơn hai mươi người đàn ông to khoẻ xộc vào phòng.

Họ quát chúng tôi ngồi im, ai ngồi chỗ nấy. Người trưởng thôn dẫn đầu đầy giận dữ, ông ta có vẻ tức tối với tôi nhất, ông ta xông tới cướp điện thoại trên tay tôi. Nhưng tôi kịp bấm nút tắt nguồn. Lúc này căn phòng chật ních người, tôi không thể nhìn thấy gì ngoài người và người. Một người chửi:

- đm cái bọn phản động này, bắt hết luôn.

Tôi bật cười nhẹ, khiến nhiều người trong số họ ngạc nhiên, và chính câu nói của người kia làm tôi thấy bình thản. Tôi ngồi yên mỉm cười nhìn họ. Chắc nhiều người đi bắt chúng tôi hôm đó ngạc nhiên lắm, vì họ chưa bao giờ nghĩ bắt bất ngờ như vậy mà các đối tượng thái độ thản nhiên như đang chờ đợi vậy.

Họ khoắng hết đồ chúng tôi cho vào hành lý của chúng tôi, lục soát người chúng tôi thấy có tiền họ lại nhét trả vào ví. Rồi họ dẫn chúng tôi xuống tầng, phải đến 30 người bên trong khách sạn và 30 người bên ngoài toàn mặc thường phục. Con số thường phục đến 60-70 người, chưa kể công an và dân phòng. Nhưng công an, dân phòng chỉ đứng cản đường cho những người thường phục thực hiện cuộc bắt bớ kinh hoàng này.

Tôi đã xem nhiều phim hành động, hay phim thời sự về các cuộc bắt bớ. Nhưng tôi chưa thể hình dung mình bị bắt bởi nhiều người đến nỗi chính những người bắt phải rẽ làn người của họ mà đưa chúng tôi ra xe. Có thể họ dùng nhiều vậy vì che khuất tầm nhìn không có ai chụp ảnh được, hoặc có thể họ e ngại người dân Vinh, nơi mà tôi có nhiều bạn bè kéo đến.

Chúng tôi bị tống lên xe chở tù loại đặc biệt, có thùng kín đằng sau, trên xe cứ một người chúng tôi thì hai người thường phục bám tay hai bên. Công bằng mà nói họ chỉ bám tay chứ không bẻ hoặc vặn hay bấu mạnh gì cả, họ chỉ bám nhẹ trong tư thế sẵn sàng khống chế. Xe chạy hú còi, có xe dẫn đường, xe hộ tống, đoàn xe đi qua chỗ toà án Vinh đang xét xử 14 thanh niên Công Giáo. Ba rie chặn đường mở cửa, tôi nhìn qua khe cửa thấy đông người đội mũ trắng đang đứng ở hè đường trước toà.

Xe chở chúng tôi vào công an TP Vinh, khi mở cửa rất nhiều công an, an ninh đứng dưới sân đợi. Họ dùng máy quay phim ghi lại hình ảnh chúng tôi bước xuống xe chở tội phạm. Nhiều người trong số họ nhìn chúng tôi với vẻ tò mò, háo hức ý như kiểu vừa bắt được những tên tội phạm nguy hiểm.

Chúng tôi bị đẩy vào 3 phòng riêng. Họ chỉ tôi ngồi vào ghế. Tôi nhìn cái phòng kiểu hỏi cung quen thuộc, nó giống bất kỳ đâu ở Thành phố Hồ Chí Minh, Đà Nẵng, Lạng Sơn, B14, Hà Nội... Một cái bàn đơn giản nhưng chắc chắn, những cái ghế cũng kiểu đơn giản truyền thống, dưới chân ghế sát tường là cái cùm chân nặng chịch. Tôi nhấc thử cái đế cùm và ngạc nhiên bởi cái cùm của công an TP Vinh nặng và to hơn những nơi nào tôi thấy. Nó là một cái thanh sắt đặc dày 6 cm, bản 12 cm, dài 120 cm, chiếc cùm như là một khối sắt.

Nhưng chúng tôi không bị cùm, cũng không bị động vào người, trong túi tôi còn thuốc lá bật lửa, tôi lấy ra để bàn định hút. Một công an trẻ vớ lấy bao thuốc kiểm tra với bật lửa, xong trả tôi hút. Tôi hỏi có nước uống cho tôi xin, họ lấy nước trà xanh cho tôi uống. Tôi uống trà hút thuốc, còn bên ngoài hành lang, trong phòng công an đi lại rầm rập trao đổi về chúng tôi. Một vị thượng tá an ninh đeo kính trắng vào hỏi:

- Hiếu à?

Tôi gật đầu:

- Hiếu Gió phải không?

Tôi mỉm cười không xác nhận gì cả, dường như vị thượng ta an ninh này biết rõ về tôi. Khi ông ta quay ra ngoài nói ở hành lang:

- Hiếu Gió đấy!

Mấy người khác vào nhìn mặt tôi, có người nói Hiếu Gió viết hay lắm đấy. Ai đó nói vẻ nửa tiếc, nửa trách:

- Viết tốt thế mà không viết báo đàng hoàng, toàn đi viết láo lếu trên mạng.

Người khác nói:

- Thì viết trên mạng được tiền nước ngoài mà.

Tôi lại mỉm cười, viết cho báo nhà nước thì cũng

phải được tiền chứ. Mà sự thật thì viết cho báo nhà nước cỡ như tôi thì chắc chắn sẽ được rất nhiều tiền, được ưu đãi nhiều chế độ vì cứ so ra thì thấy khả năng viết báo của nhiều nhà báo chẳng thể nào hơn được tôi lắm. Tôi có bao giờ viết theo đơn đặt hàng của báo nước ngoài nào để nhận tiền đâu. Thích gì tôi viết lấy, chả lấy ai xu nào, miễn phí. Ai đọc thấy quý thì gửi cho tí trà thuốc nào thì gửi. Tôi không hề đòi, không có gì cũng tốt, tôi vẫn viết như thường để khỏi mang tiếng là viết cốt để kiếm ăn. Đời tôi từng buôn thuốc phiện, đòi nợ thuê, chém mướn, cho vay lãi, cầm đồ, cá độ bóng đá, rồi hoàn lương làm giám đốc công ty quảng cáo, xây dựng... tôi viết blog để kiếm tiền hay không thì ai đọc và biết tôi đều rõ.

Tôi cứ mỉm cười nhiều lần trong ngày hôm ấy. Đến nỗi cậu trẻ tên Diệp hay Tiệp trông tôi phải nói:

- Anh Hiếu lạc quan, yêu đời nhỉ, ngồi trong công an mà cứ tủm tỉm cười suốt.

Tôi tưởng làm việc với an ninh, nhưng không, bên cảnh sát vào làm việc. Hoá ra ban nãy họ trao đổi xem bộ phận nào làm việc với chúng tôi. Sau cùng họ quyết định để phòng cảnh sát điều tra PC44 tỉnh Nghệ An thụ lý do thượng tá Vũ Văn Duệ phó trưởng phòng chỉ đạo, cùng với các điều tra viên cấp cao hàm thượng tá như ông Quang, Hướng, Đồng hỏi cung.

Thượng tá Đồng là người hỏi cung tôi. Mọi chuyện xoay quanh chúng tôi từ đâu đến, giờ nào, đi mấy người, mục đích gì.

Sau đó đến chuyện đêm hôm qua đến lúc bắt chúng tôi về.

Tôi trình bày đầy đủ, họ hỏi về vụ clip tung lên mạng đoạn họ gọi là đoàn công tác đang làm nhiệm vụ. Tôi nói không biết ai quay, ai tung. Họ hỏi quen ai ở Vinh, tôi cũng chẳng quen ai.

Chả mấy chốc đến trưa, thượng tá Duệ đứng giữa sân gọi tôi đi ăn cơm cùng ông. Khi chúng tôi ra sân thì đoàn xe đặc chủng chở phạm nhân đang ở giữa trại. Đáng phải ngăn tôi vào phòng, thì rất đông công an vây quanh xe không cho phạm nhân xuống, dù cửa xe đã mở, họ chờ tôi chậm rãi đi qua. Công an cũng không thúc tôi đi nhanh, họ cũng đứng kiên nhẫn như sẵn sàng cứ đợi như thế đến khi nào tôi đi qua xe tù, mặc dù tôi cố tình đi chậm để chờ đợi nhìn thấy các phạm nhân, nhưng hàng chục người công an đứng khoan thai như thể muốn nói là biết tỏng ý đồ của tôi và họ không hề sốt ruột cái chuyện tôi lần khần .

Thời gian ngưng đọng, tất cả im lặng khi tôi đi qua cửa xe chở phạm nhân.

Tôi nhìn lên xe chỉ thấy một cô gái rất xinh, trắng trẻo, đeo kính trắng mặt bình thản lơ đãng nhìn xuống khuôn viên sân công an TP Vinh, nét mặt cô không hề lo sợ hay sốt ruột gì. Tôi nghĩ cô ấy là nữ cảnh sát mặc thường phục, nhưng tôi cố nghĩ thêm thì nhớ ra cô ấy là một trong mười mấy người bị đưa ra xét xử vì đã gặp hình ảnh của cô ấy trên những thông báo.

Lần đầu tiên dù qua nhiều va vấp, quan sát tôi không phân biệt được giữa công an và phạm nhân. Bởi vì thái độ người con gái đó quá đĩnh đạc, tự chủ và tự nhiên quá thể. Một người con gái đôi mươi ngồi trong xe phạm nhân, qua ô cửa sổ mà như một cô gái đang ngồi ở cửa sổ lớp học hay cửa sổ quán cà fe. À chính xác là quán cà fe đợi bạn đến, đúng rồi, y như thế mới khiến tôi phải nhầm lẫn, bất ngờ. Hình ảnh cô gái khắc sâu ám ảnh tôi vô cùng, nhưng tôi còn phải suy nghĩ về chuyện đang diễn ra với mình lúc này.

Tôi đi cùng thượng tá Duệ và thượng tá Đồng vào phòng ăn của CATP Vinh, mỗi bàn 6 người, tôi thấy Dũng và Thắng mỗi người một bàn ăn chung với các công an khác. Tôi hỏi thêm thức ăn, một thượng uý đứng dậy ra khu bếp hỏi mua. Hoá ra ở đây ăn theo tiêu chuẩn chung 15 nghìn một suất, còn ai ăn thêm thì mua. Mấy người công an ngồi ăn cùng nói ở đây còn ăn tốt hơn chỗ họ. Tôi nhìn quanh phòng ăn chật kín công an, an ninh đang ngồi ăn. Hôm nay ở đây nhiều vậy vì chắc tại họ đến tập trung bảo vệ phiên toà mà nhà nước gọi là xét xử công khai, cấm dân chúng tụ tập đông người theo nghị định 38 CP.

Ăn trưa xong, uống nước và ngồi nghỉ. Lúc hơn 1 giờ đoàn xe chở phạm nhân chuẩn bị đi. Một cô cảnh sát, một cô an ninh rất chuyên nghiệp đứng che luôn cửa khiến tôi không nhìn được ra ngoài. Nhưng tình cờ tôi thấy Lê Văn Sơn đi qua thoáng 1 giây đồng hồ giữa khe hở giữa hai cô gái công an, nó cứng cáp hơn lúc ở bên ngoài, ánh mắt nó nhìn rất kiên định không hề tỏ vẻ lo lắng, sợ hãi.

Chúng tôi nghỉ trưa, đến chiều họ vào hỏi cung qua quýt lại sự việc rồi đưa ra ba cái túi có khoá. Họ bảo chúng tôi bỏ cả túi chúng tôi vào túi đó, rồi khoá lại. Họ cầm chìa khoá còn chúng tôi cầm túi. Đến lúc đoàn xe chở phạm nhân xử sắp về thì họ đưa chúng tôi ra xe inova chở đến khách sạn sáng họ bắt chúng tôi. Cho chúng tôi ngồi ở quầy lễ tân uống nước, ở đây tôi thanh toán tiền khách sạn rồi cứ ngồi đó chơi. Đến 6 giờ chiều trước xe chở chúng tôi lại công an TP Vinh ăn cơm chiều.

Cơm xong chúng tôi nằm xem ti vi, ông Dũng thì cãi bem bẻm gì phòng bên. Tôi và Thắng nằm xem ti vi, đến 20 giờ thì công an bảo chúng tôi dậy đi làm việc.

Tôi đang ở phòng đầu, bỗng bị đưa đi đến phòng cuối. Tôi biết họ không muốn tôi nhìn thấy cái gì đó, có thể là họ để Thắng và Dũng đi đâu, như về trước chẳng hạn.

Tôi làm việc với một đại uý, anh ta hỏi tôi nói không làm việc. Anh ta hỏi lý do, tôi bảo anh ghi vào biên bản là tôi phản đối hỏi cung ban đêm, vì theo luật trừ trường hợp bắt khẩn cấp, bắt quả tang, cần khai thác đồng phạm, không thể trì hoãn... mới được phép hỏi cung ban đêm. Anh ta ngớ người rồi nói tôi cứ trả lời rồi anh ta ghi vào, tôi bảo anh ta ghi vào rồi tôi trả lời. Nói đi nói lại rồi chả làm gì hết. Tôi hỏi anh ta biển tên đâu, anh ta bảo chưa được cấp. Tôi bảo đại uý mà chưa được cấp biển tên là thế nào. Anh ta bỏ tôi đấy đi ra ngoài.

Lúc sau khoảng hơn 9 giờ tối, anh ta vào đọc cho tôi biên bản cảnh cáo về tội cản trở chống đối người thi hành công vụ lúc đêm qua trong khách sạn. Tôi bảo sao không lập biên bản lúc đêm mà sáng nay về đây hỏi mãi giờ mới lập, vì tôi thấy lúc đó công an mới đưa nhân viên khách sạn đến làm biên bản. Anh ta bảo tôi có ký biên bản không, tôi bảo có nhưng cho tôi xin một tờ. Một đại uý an ninh quát tôi là:

- Anh cứ ký rồi có một bản.

Tôi cười nhạt, bảo có một bản trong túi mới ký:

Đại uý an ninh quát:

- Không ký thì thôi, cần gì.

Tôi bảo không cần thì thôi không ký, đó là các ông không cần tôi ký chứ không phải tôi không ký nhé.

Đại uý cảnh sát đi, đại uý an ninh ở lại hằm hè. Hắn nằm trên giường xem ti vi, tôi lên giường khác nằm hắn không cho. Hắn bắt tôi ngồi ghế, tôi kéo ba cái ghế ra nằm. Hình như hắn biết về tôi, nên tỏ vẻ khó chịu. Không như bao nhiêu công an từ hôm qua đến giờ họ đối xử với tôi rất đúng mực, chu đáo. Giờ trong phòng có hắn và một thượng uý an ninh trông tôi, thượng uý thấy việc bắt tôi ngồi cũng không cần thiết, nên chính anh ta kéo thêm ghế giúp để tôi nằm.

Có tiếng xe ô tô, tiếng người đi, tiếng bảo lỡ tàu. Tôi đoán Thắng và Dũng được chở ra ga.

Còn tôi ở lại, tôi thở phào, dù sao hai bạn tôi cũng đã ra. Còn tôi thì không dễ thế được, dù có thả họ cũng chả thế thả tôi ở sân ga. Tôi đâu có số được nhởn nhơ như thế, tôi đã được thả từ Thành phố Hồ Chí Minh thì họ đưa tôi tận cửa phòng bay, ở Lạng Sơn khi tạm thu hết đồ đạc chỉ đủ tiền về, ở Đà Nẵng khi sát giờ bay... đời nào họ thả tôi ở Vinh khi mà ngày mai phiên toà vẫn còn tiếp tục.

Tôi nằm hút thuốc, điếu thuốc cuối cùng, tôi nhờ an ninh mua. Nhưng thực sự đã 12 giờ đêm, không thể mua được nữa. Tôi đang nằm thì có người vào chụp ảnh, tôi bật dậy. Anh ta nói sắp chuyển giao tôi nên chụp ảnh chứng tỏ tôi còn khoẻ, tôi ngồi ngay ngắn cho anh ta chụp bằng điện thoại. Sau đó mấy người vào làm giấy bàn giao với nhau là tôi ở trạng thái khoẻ khoắn. Thượng tá Duệ cầm cặp táp, áo khoác đứng bên ngoài. Tôi hỏi ông là di lý phải không, ông ta cười bảo làm gì có, chú cứ đoán mò. Tôi nói không di lý sao anh cầm hồ sơ của em ở tay kia. Ông ta gật đầu xác nhận.

Sáu người công an đưa tôi lên xe, có hai vị thượng tá, một là phó phòng PC44 tỉnh Nghệ An, một là đội trưởng đội điều tra và các cảnh sát Nghệ An và một an ninh Hà Nội. Xe đi đường mòn 1b, đến Thanh Hoá dừng lại ăn cháo gà, tôi ăn uống đi lại ở quán ăn bình thường, người trong quán đông nhưng nhìn chắc họ chả thể nghĩ tôi là người bị 6 người kia áp giải.

Tôi lúc ngủ say, lúc tỉnh, đến 7 giờ sáng xe vào Hà Đông. Cơ quan an ninh điều tra thành phố Hà Nội, nơi tôi biết chắc sẽ đến khi mới lên xe ô tô để họ đưa đi từ Vinh.

Rẽ vào trụ sở cơ quan an ninh Hà Nội, một nơi tôi quen thuộc . Khi đưa tôi vào trong những người công an tỉnh Nghệ An ngạc nhiên thấy an ninh Hà Nội hỏi tôi như người quen, và tôi đi đến phòng phải làm việc không cần ai dẫn trước. Họ thốt lên.

- Ôi hoá ra Hiếu làm việc đây nhiều quá rồi à?

Hai bên làm thủ tục bàn giao, lúc đang giao giấy tờ tôi nhìn thấy tờ công văn của công an tỉnh Nghệ An, lời lẽ rất quyết liệt đối với tôi như cáo trạng. Tôi thấy có đoạn đòi hỏi truy tố tôi về đoạn phim quay trong khách sạn và tung lên mạng. Tôi hỏi thượng tá Duệ:

- Ai soạn công văn này thế anh?

Ông ta nói không biết.

Tôi cười nhẹ.

Nhưng có một điều tôi biết, là người mà lần thứ hai trong đêm vào khách sạn đòi khám đồ, rồi ra lệnh cấm chúng tôi đi là đại tá Hồ Xuân Hoà, trưởng công an thành phố Vinh. Bảo sao lúc đó những người đi theo ông ta chỉ nhìn tôi như muốn nói đừng nói gì lúc đó.

Thượng tá Duệ ra về, ông bảo tôi khi nào vào Vinh thì gọi cho ông làm bữa nhậu. Tôi bảo khi nào tôi tù ở trại Thanh Chương, Kỳ Sơn thuộc Nghệ An ông có đi qua vào thăm tôi là được. Thượng tá Duệ cười bảo tôi cố nghĩ sao mà làm ăn nuôi con, đừng cứ nghĩ chuyện làm gì khiến phải vào tù tiêu cực thế, phải nghĩ cái tích cực chứ. Tôi bắt tay cảm ơn lời khuyên của ông nói:

- Vâng cám ơn anh, em vẫn luôn nghĩ về điều tích cực.

Lúc này là sáng ngày 9/1/2013, những người công an Vinh rời đi, để tôi lại với cơ quan an ninh điều tra Hà Nội.

Người quen tiễn những người công an Vinh ra về. Anh ta quay lại pha trà, bao giờ bắt đầu giữa hai chúng tôi cũng là một ấm trà ngon. Anh ta hỏi tôi ăn sáng chưa, làm cái bánh mì ăn nhé. Tôi lắc đầu, mới ăn lúc 4 giờ sáng với đoàn công an Vinh. Anh ta hỏi tôi có nghĩ rằng tôi phải về đây gặp anh ta không?

Tôi gật đầu, cái này tôi đã nghĩ kết cục phải thế, suy từ lần Lạng Sơn ra thì biết. Tôi thắc mắc là sao chuyện xảy ra ở Vinh mà tôi phải về đây. Anh ta bảo từ nay trở đi, trừ khi anh ta chuyển sang bộ phận khác thì thôi, chứ còn ở đây thì anh ta và tôi vẫn còn theo nhau dài lắm. Dù tôi có đi đến tận đâu đi nữa thì hồ sơ xử lý cũng về tay anh ta và anh ta sẽ làm việc với tôi.

Tôi hỏi.

- Vậy tôi nằm trong chuyên án à?

Anh ta cười không nói gì.

Cuộc hỏi cung bắt đầu, khi anh ta bắt đầu viết bản cung, phần mở đầu lý lịch. Lần này không có phần hỏi tên bố mẹ nữa. Hôm trước ở Vinh người ta hỏi tên bố, tên mẹ tôi đã phản ứng không trả lời. Họ bảo tôi phải khai, tôi kêu không nhớ tên bố mẹ, hỏi nữa thì tôi còn không nhớ nhiều thứ khác nữa, có khi tí nữa tôi quên cả tên tôi luôn.

Những bản lấy lời khai sau cũng không có phần ghi tên bố mẹ. Tôi bảo anh ta.

- Giờ tôi tội gì mà ông làm biên bản lấy lời khai, căn cứ vào quyết định của công an tỉnh Nghệ An bảo tôi có tội à. Thế thì khởi tố đi, ra lệnh bắt đi, làm gì có chuyện cứ xơi xơi lấy lời khai.

Anh ta cười, ít khi anh ta nổi cáu, trừ khi tôi xỏ xiên về chuyện cá nhân anh ta mới nổi cáu, còn trong công việc lúc nào anh ta cũng tươi cười kiềm chế. Anh ta nói giờ trong Vinh đưa ra thì cần phải làm rõ để kết thúc vụ việc.

Tôi trình bày ;

Ngày 6 tôi vào Nghi Lộc Nghệ An đến nhà bạn để dự lễ tuần hôm sau, 10 giờ đêm đến nơi, sáng hôm sau ở nhà bạn dự lễ, đến 10 giờ tối vào thành phố Vinh ngủ để mai bắt xe về. Đang ở khách sạn thì xảy ra chuyện như đã biết.

Câu hỏi của an ninh.

- Vậy anh có biết hôm đó ngày 8/1/2013 ở Vinh có phiên toà xét xử 14 người hoạt động lật đổ chính quyền không?

Tôi lắc đầu.

An ninh.

- Làm gì có chuyện anh không biết, rõ ràng anh vào đó để quay phim chụp ảnh phiên toà, gửi lên mạng.

Tôi lắc .

- Này nhé, ai nói cho tôi mà bảo tôi biết, tôi không hề biết xử xiếc cái gì hết. Tôi ra khách sạn ngủ để đón xe về. Khách sạn tôi trú gần bến xe, gần đường cái chứ không gần toà. Đó là cái thứ nhất, cái thứ hai là lúc phiên toà diễn ra rồi (cái này lúc xe bắt tôi chở qua phiên toà tôi thấy) thì chúng tôi đang ngủ, các anh xông vào bắt, không hề có biểu hiện chúng tôi định ra phiên toà. Tại sao lại khẳng định tôi biết và chuẩn bị ra phiên toà.

An ninh.

- Cái chuyện ra toà xem để chụp ảnh, quay phim là có, anh cứ nhận thì đã sao, anh định thế thì cứ nói thế.

Tôi cười.

- Luật không thể nói cái "định" được. Luật là trên những chứng cứ khách quan, hợp với logic. Sao tôi nói định về Hà Nội, có đầy đủ tình tiết minh chứng việc tôi định về, lại không được xét. Các anh lại đi xét cái "định" mà các anh suy diễn ra, khi không có bằng chứng nào?

An ninh.

- Tất nhiên chúng tôi còn căn cứ trên những cái khác, bằng chứng khác, chứ không thể anh nói tôi giết người, dao dính máu đây. Là chúng tôi cứ thế tin ông Hiếu giết người, chúng tôi vẫn phải hỏi, vẫn phải làm rõ thêm từ nhiều phía.

Tôi nói.

- Tôi nói rồi, tôi không biết phiên toà nào hết, tôi đi quay phim chụp ảnh đám lễ tuần đầu bạn tôi, kết thúc lễ 9 giờ tối hôm qua. Vì đường xa, chúng tôi ra khách sạn gần đường cái ngủ để hôm sau đón xe về. Lúc chúng tôi đang ngủ thì công an Vinh xông vào dùng hơn trăm người bắt ba thằng bọn tôi về công an thành phố. Chuyện chỉ có thế.

Nhiều thanh niên trẻ vào phòng, họ bên bộ phận kỹ thuật. An Ninh điều tra (ANĐT) bảo.

- Giờ chúng tôi kiểm tra đồ đạc của anh.

Tôi lắc đầu.

- Các ông dựa vào cái gì mà kiểm tra, tôi có phạm tội thì phải có lệnh bắt, khởi tố, sao cứ thấy đồ là kiểm tra.

Họ không nói gì, cứ thế kiểm tra, họ đông người. Tôi chẳng thể phản ứng được nhất là khi ở trong trụ sở của họ. Đồ của tôi có máy ảnh, máy ghi âm, máy quay phim, kính camera, điện thoại.

ANĐT hỏi.

- anh Hiếu, anh cho biết anh có phải nhà báo không mà mang những thứ này?

Tôi trả lời.

- Chả có quy định nào là chỉ có nhà báo mới được mang những thứ này, câu hỏi này lạc lõng lắm, tôi không trả lời.

ANĐT ghi vào biên bản không phải nhà báo nhưng anh Hiếu mang theo rất nhiều thiết bị ghi âm, ghi hình... thật buồn cười, những câu hỏi dựa trên sự duy ý chí chủ quan khép tội. Những câu hỏi thế này sẽ diễn ra theo một chuỗi có dụng ý chủ tâm, để người đọc bản khai sẽ cảm giác rằng tôi có tội. Mặc dù nếu đi vào từng chi tiết thì chả ăn nhập gì với nhau. Ngay cả những bản cáo trạng cũng vậy, đối tượng gặp A, gặp B, đối tượng đi C... kết luận là đối tượng thực hiện hành vi D. Toà có cho tranh luận là làm rõ tôi gặp A, B nói gì, bàn gì, đi C làm gì... suy diễn tội là điều phổ thông nhất trong cáo trạng. Ví dụ như đối tượng đã viết những bài viết có tên... nội dung thế nào không nói. Nhưng tòa chỉ đọc cái tên bài rồi khơi khơi nói bài viết xuyên tạc chống phá chế độ.

ANĐT hỏi về nguồn gốc số đồ vật, mục đích đi vào Vinh, khi đi cùng với ai, nói gì với nhau?

À, tôi nghĩ thầm, thì ra họ đang suy luận điều tra theo hướng, có tổ chức giao nhiệm vụ, có người tài trợ phương tiện, có mục đích quay phim, ghi hình phiên toà đưa lên các trang website xấu. Thế thì tôi chả phải sợ nữa, vì những chuyện này không có. Cái loại vô tổ chức, bất trị như ba thằng chúng tôi thì tổ chức nào chứa được, chưa kể chúng tôi thằng nào cũng ngang như cua, đi với nhau còn cãi nhau bỏ mẹ, ảnh ọt thằng nào chụp được thì thằng đấy quăng lên blog của mình. Mạnh thằng nào thằng đấy chơi, có bàn bạc cái gì bao giờ với nhau đâu.

Tôi vững tâm trả lời, giờ thì tôi chả sốt ruột, có ngồi đây 5 hay 10 hôm cũng thế. Số đồ tôi mang theo dùng để quay phim đám tang, nội dung trong máy đã thể hiện. Còn những thiết bị họ nghĩ là tôi dùng nghe lén, quay lén với mục đích xấu thì ơn trời thương cho tôi, những thứ đó lại không hoạt động được hoặc ở trạng thái không sẵn sàng hoạt động. Thậm chí bộ phận kỹ thuật phải chạy đi, chạy lại chật vật mới cho chúng hoạt động. Máy ghi âm thì hết pin, kỹ thuật đi mua pin thay mất nửa ngày. Kính camera không có thẻ nhớ, không có xạc pin, không có dây dẫn máy tính. Điều đó càng chứng tỏ tôi không có ý định ra phiên toà hay đi đâu.

ANĐT hỏi.

- Vậy anh mang theo làm gì?

Tôi.

- Tôi mua từ lâu, cứ để trong balo, cái đó nhỏ ai mà để ý, đi đâu cứ cho thêm đồ vào mà đi. Còn nếu tôi mang đi để mục đích sử dụng cho chuyến đi thì nó phải được ở trạng thái hoạt động được rồi, anh ghi hộ tôi rõ là những thứ này không trong trạng thái hoạt động sẵn sàng và bên trong không có nội dung gì.

An ninh ghi vào biên bản một số đồ vật ở tình trạng không hoạt động được.

Chúng tôi đi ăn cơm, ăn ở nhà ăn của cơ quan an ninh điều tra, ngồi cùng bàn với cả bộ phận kỹ thuật, trinh sát phục vụ việc điều tra tôi. Vì thế bộ phận an ninh phải mua thêm thức ăn, rất nhiều món ngon nhưng tôi chỉ ăn được có một bát vì mệt. Xong tôi về buồng làm việc ngủ một giấc trên ghế.

Chiều cuộc hỏi cung diễn ra, nội dung lại y như cũ, đồ đạc, nguồn gốc, đi đâu, mục đích.

Hay ở chỗ mỗi lần họ hỏi, tôi lại phát hiện ra những chứng cớ nhỏ nhưng rất giá trị chứng minh tôi đi Vinh chỉ để dự đám tang, còn chả biết phiên toà nào hết. Ví dụ phiên toà xảy ra dự kiến 3 ngày mà quần áo, đồ dùng tôi mang theo chỉ có một hay cùng lắm hai ngày. Tôi đi từ hôm 6, số đồ dùng cá nhân phù hợp với ngày 8 tôi về. Còn nếu theo phiên toà thì phải dự kiến đến ngày 10 cơ. Khi vào đám tang tôi ở đó từ lúc vào đến lúc ra khách sạn ngủ, chả đi đâu, chả gặp ai, chả quay chụp cái gì khác ngoài đám tang. Có hình ảnh dân phòng trước cửa khách sạn thì tôi bảo là tôi chụp để dự thi "người tốt, việc tốt" mà báo nhà nước phát động, hình ảnh trong mưa rét đến 60 dân phòng phong toả khách sạn để làm nhiệm vụ.

ANĐT bảo tôi chụp thế để tung lên mạng rêu rao

đây là tay sai, đây là chó săn...

Tôi nói.

- Tôi chưa bao giờ dùng những câu nói đó để nói về họ, khả năng sử dụng ngôn ngữ và cách sử dụng ngôn ngữ của tôi anh biết quá rõ. Còn việc tung lên đâu thì anh không có cơ sở suy luận. Giờ anh hỏi tôi thì tôi trả lời theo suy nghĩ lúc tôi chụp, đó là hình ảnh những người dân phòng thực hiện nhiệm vụ cấp trên giao trong thời tiết rất khắc nghiệt, tôi chụp để gửi báo nhà nước dự thi gương người tốt việc tốt. Anh phải ghi cho tôi, vì anh hỏi tôi trả lời thế.

Kiểm tra hình ảnh dân phòng trong máy camera của tôi thì đúng là những hình ảnh này chưa đưa lên mạng. Hình ảnh trên mạng không khớp với hình ảnh trong máy quay phim của tôi. ANĐT ghi cho tôi theo đúng những gì tôi khai về mục đích chụp ảnh, quay phim dân phòng.

Chiều tôi bảo mệt, muốn ăn phở, không ăn cơm.

Hai cán bộ ANĐT dẫn tôi ra ngoài ăn phở, ăn xong họ đưa tôi về, qua cổng gác cổng chả hỏi. Họ buột miệng.

- Hay cái ông Hiếu này, qua cổng quen đến nỗi gác cổng chả hỏi nữa.

Họ bảo tôi ngủ lại đây, mai làm việc tiếp.

Tôi bảo thế thà các ông ra lệnh bắt tôi, tôi còn đòi được tiêu chuẩn phòng giam, có chỗ nằm, có chăn chiếu. Chứ ngủ đây thì tôi ngủ trên ghế à?

Họ chỉ tôi chiếc giường của cán bộ có chăn đệm đầy đủ.

Tôi hỏi thế tôi ngủ một mình à. Họ đưa hai cậu trẻ vào, tôi hỏi thế hai cậu này ngủ đâu. Hai cậu nói là bọn em ngồi ghế. Tôi bảo đéo ai lại thế, một thằng nằm hai thằng ngồi thì nhìn khó chịu lắm. Ra khách sạn hết cho xong.

ANĐT bảo để tôi xin ý kiến lãnh đạo, lát sau anh ta quay lại bảo tôi đi ra khách sạn. Xe ô tô có tôi nữa là 5 người ra khách sạn. Có hai người ở với tôi, còn lại đi về. Lúc ANĐT đưa chứng minh thư, chủ khách sạn (khách sạn nhà nước) chỉ lấy một cái. Tôi bảo.

- Đấy, các ông thuê khách sạn cũng chỉ một chứng minh thư, sao tôi lại bị hoạch họe rồi khám xét, rồi bị bắt.

ANĐT cười.

- Thôi, ai mà chả biết ông thế nào.

Tôi vào khách sạn, lên giường ngủ luôn, sáng sau mở mắt chỉ thấy mỗi một anh bạn ANĐT quen thuộc, hỏi ông kia đâu thì biết về sớm đón con rồi. Ra cửa ăn phở xong, anh ta hỏi đi taxi chứ, tôi bảo đi bộ thôi, có đoạn đường taxi làm gì. Chúng tôi đi bộ, anh ta bảo anh ta khổ vì tôi, nửa đêm lên Lạng Sơn vì tôi, nửa đêm trực nghe tin Vinh báo về tôi, phải thức chờ đến lúc tôi về Hà Nội, mất tiền khách sạn cho tôi ngủ. Tôi rút ví (từ lúc trong Vinh đến Hà Nội họ không đụng đến ví tiền của tôi) bảo.

- Thế tôi trả tiền ăn và khách sạn lại cho ông, ai bảo các ông bắt tôi chứ tôi muốn đâu.

ANĐT cười.

- Thôi nói thế thôi, ai dám cầm tiền của ông, người ta nhìn thấy bảo ông hối lộ tôi à.

Chúng tôi đi vào cổng, anh ta bảo tôi cứ vào phòng ngồi trước đi, anh ta lên gặp cấp trên trao đổi.

Tôi nhờ mua thuốc lá, người của An Ninh đi mua hộ tôi mà không lấy tiền của tôi. Một ấm trà ngon mới pha. Tôi ngồi hút thuốc, uống trà và chờ đợi.

Trong mấy ngày làm việc, sự chờ đợi khá dài, cứ hỏi cung xong điều tra viên cầm hồ sơ, lời khai đi xin ý kiến chỉ đạo. Hàng tiếng mới quay lại để hỏi xoáy thêm những câu gay gắt. Ta sẽ không thể biết lúc quay lại họ hỏi chuyện gì, bao giờ cũng là tình tiết mới, chuyện mới được hỏi bằng những câu rất hiểm mang tính quy chụp.

Sự tử tế hiện lên ở thái độ đối xử như cơm, nước, nghỉ ngơi, trà thuốc không có nghĩa cũng hiện ra ở câu hỏi.

Mà điều quan trọng cần cho người bị điều tra là ở những câu hỏi khách quan của cơ quan an ninh điều tra, chứ không phải nằm ở chỗ được đối xử tốt, ăn gì, uống gì đều được đáp ứng. Trái lại sự đáp ứng về vật chất đấy còn khiến người bị hỏi cung dễ chủ quan, dễ dãi khi trả lời không cân nhắc.

Tôi mong được quát tháo, được cấm đoán, được

đối xử ngược đãi, thậm chí là đánh đập nữa. Chỉ cần thế là tôi sẽ có cớ chả làm việc gì. Tôi sẽ vin vào vì bị quát sợ quá tinh thần bị khủng hoảng không làm việc (cái này tôi đã dùng ở nơi khác rồi). Còn hơn là thái độ tử tế khi đối xử, như tôi không cần sự kéo dài thời gian làm việc ngày này sang ngày khác, sự khám xét đồ bất cần luật lệ, và những câu hỏi suy diễn theo chiều hướng để đi dẫn dắt người đọc có nhận định rất chủ quan mà chính họ không biết.

Cuộc đời hơi khó khăn ở chỗ . Ta vừa ngồi chung mâm với họ, cùng ngủ chung phòng với họ, uống chung ấm trà, bao thuốc như những người anh em, hỏi han chuyện gia đình, con cái rất tình cảm. Nhưng chỉ mươi phút sau ta phải căng đầu để kiên nhẫn tìm những điểm mấu chốt để minh oan cho mình, trước những câu hỏi buộc tội của họ. Điều đó còn khủng khiếp hơn là phải đối mặt với những điều dữ dội xảy ra mà mình thấy. Những câu hỏi liên miên, lập đi, lập lại, mỗi lần lại nảy ra một điểm cần giải thích. Ta phải hoạt động bộ óc như một nhà toán học, luật học, tâm lý học để giải thích trơn tru và tự nhiên những điều mà họ hỏi.

Có một cách đơn giản là tôi không trả lời, các ông vô cớ bắt tôi ở khách sạn, giờ đi mà điều tra tôi không nói. Và ngồi khoanh tay, nhắm mắt, không nói năng gì cả.

Nhưng nếu có cách giải thích thì tội gì không làm, và hơn nữa nếu chả có cái vụ bắt ở khách sạn Vinh.

Thì cơ quan an ninh điều tra vẫn gửi giấy triệu tập tôi như thường, bao lần có cần tôi bị bắt ở đâu thì họ mới hỏi thế đâu. Đang ở nhà đưa đón con, đi chợ như thường vẫn bị triệu tập lên hỏi như vậy. Chuyện ở Vinh thì thấy, công an hỏi giấy tờ, bảo có đủ giấy tờ thì thôi, có đủ rồi thì đòi kiểm tra đồ, không cho kiểm tra đồ thì bị chặn cửa không cho đi lại, sáng sau bắt vì tội cản trở và chống người thi hành công vụ. Có bằng chứng clip trên mạng là không chống người thi hành công vụ thì lại bị xoay sang tội tổ chức ghi lén đoàn kiểm tra tung lên mạng. Cãi được cái đoạn là không ghi lén vì các ông vào phòng tôi chứ tôi có tìm đến cơ quan ông đâu, ông đi kiểm tra tôi có biết được trước đâu. Lại đến tội là ở đâu ra thiết bị này, ai cấp, mang theo dùng vào mục đích gì...

Cuộc hỏi cung lại diễn ra, chẳng khó gì không nhận thấy mục đích của các câu hỏi theo hướng suy diễn. Phiên toà xử các thành viên Việt Tân, tôi đi vào đó mang theo máy móc thế là để thu thập tin tức phiên toà. Như vậy thì chỉ có tôi là người của Việt Tân mới đi làm như thế. Hơn nữa bằng chứng đầy rẫy, hay những kẻ khác khai báo tôi có quan hệ với thành viên đảng Việt Tân (những kẻ khai báo này vẫn nhởn nhơ bên ngoài dưới cái mác là chiến sĩ đấu tranh dân chủ, vui một điều mỗi lần bị điều tra qua các câu hỏi của an ninh, tôi lại sàng lọc ra tên những kẻ như vậy bằng suy luận của mình). Tôi quen Paule Sơn ai mà chẳng thấy, giờ Paule Sơn bị kết tội Việt Tân xử tù ở Vinh. Tôi quen với Nguyễn Đình Cương cũng trong vụ án xử cùng Sơn với tội danh tham gia Việt Tân. Trong mạng xã hội thì đầy người hỏi han sức khoẻ, gia đình tôi như bác Hoàng Cơ Định. Mà bác Định thì nghe phong phanh không rõ lắm là em của bác Hoàng Cơ Minh, người sáng lập Đảng Việt Tân.

Tôi quen họ với tình cảm con người với con người, chưa ai trong số họ khi quen tôi họ xưng họ là đảng viên đảng Việt Tân. Tôi cũng không bao giờ bàn chuyện về chính trị, xã hội với họ. Nhưng nhìn vào đó thì cũng không thể trách được cơ quan an ninh điều tra họ đặt vấn đề nghi ngờ. Nhưng nghi ngờ và làm rõ nghi ngờ là việc của họ.

Tôi chẳng tham gia đảng phái nào hết, đơn giản không phải tôi ghét đảng phái mà tôi là thằng vô kỷ luật, thích tự do, không chịu bị áp đặt hay điều khiển.

1- Không cản trở người thi hành công vụ.

2- Không ghi lén đoàn kiểm tra rồi tung lên mạng với lời bình luận xấu.

3- Không vào Vinh với mục đích thu thập thông tin phiên toà để đưa lên mạng với dụng ý xấu theo chỉ đạo của ai.

4- Không phải là đảng viên của đảng phái nào.

5- Không biết gì về hoạt động, suy nghĩ của người khác.

Tôi được về sau khi làm có vỏn vẹn từng ấy nội dung, bao nhiêu tờ khai tôi cũng chả còn nhớ. Hôm sau phải đến làm việc.

Tôi ra cửa, bình thản như mọi lần, chả nhìn ngang ngửa, tôi cắm đầu đi ra chỗ đầu đường tìm xe ôm. Tâm hồn tôi phơi phới, từ lúc bị giữ đến lúc này đã mấy ngày, trải mấy trăm cây số, làm việc với bao nhiêu công an, an ninh... tâm trạng tôi chưa hề bị chấn động. Cảm thấy bình thường như bao lần tôi đã phải làm việc với cơ quan an ninh từ Lạng Sơn đến Hà Nội, Đà Nẵng, TP HCM. Thậm chí tôi còn lâng lâng cảm giác sung sướng đã can trường vượt qua những chuyện như thế.

Tôi đi qua cửa cơ quan an ninh mấy bước, bỗng tôi sững người không tin vào mắt mình nữa, trước mắt tôi là anh Khang, chị Hiền Giang, bác Nghiêm Việt Anh, vợ chồng Lê Dũng, Cường Bóng, Lê Thiện Nhân, anh Kim Môn... họ đứng chờ tôi từ lúc nào. Họ òa lên khi thấy tôi, mọi người xúm lại nhảy cẫng lên ôm tôi vào lòng. Họ nói chờ đây cũng hy vọng mong manh, vì họ cũng không chắc rằng tôi ở đâu, tôi nghe họ nói một toán người nữa đang đi vào công an thành phố Vinh để hỏi về tôi, tôi nghe thấy Lân Thắng, Trương Dũng được thả về ngay đêm hôm ấy ở bến xe, họ đã không về Hà Nội mà loanh quanh tìm tôi với số tiền ít ỏi trong túi.

Mắt tôi nhoà lệ, tôi thấy mình nhỏ bé, thấy mình thật tủi thân, thật đáng thương. Tự nhiên đủ các cảm giác yếu đuối dồn lại như vỡ oà trong tôi. Thật lạ là tôi ứa lệ trong vòng tay bạn bè của mình, ngay trước cửa trụ sở an ninh điều tra. Tôi không biết nói gì để cảm ơn bạn bè, bằng hữu, các bác, cô chú đã lo lắng và chia nhau các ngả đi tìm tôi. Mọi người đưa tôi về tận nhà, còn mua quà cho Tí Hớn, các anh chị bảo đi xa mấy ngày phải có quà về cho con chứ.

Không biết cuộc điều tra đến bao giờ kết thúc, một số đồ đạc của tôi vẫn bị tạm giữ với lý do là làm việc tiếp khi cần. Tôi cũng chả sốt ruột, chẳng phải người an ninh hỏi cung tôi đã nói, số phận của anh ta gắn với tôi còn rất lâu, chừng nào anh ta vẫn còn ở bộ phận này, chừng nào tôi vẫn còn những quan hệ hay hoạt động như thế ấy.

Nhưng thế nào đi nữa, tôi có những người bạn không phải ruột thịt, không quan hệ làm ăn, vụ lợi gì. Đã mỏi mòn chờ tôi trên cái vỉa hè, trong một ngày mùa đông giá rét nhất của mùa.

31.

Tháng 2 năm 2013 tôi bất ngờ nhận được thông báo từ bên Đức, có thể từ phía Weimar tiếp tục gửi lời mời tôi đi nhận học bổng của thành phố. Tôi không ngờ những người Đức vẫn còn nhớ đến tôi. Câu chuyện về học bổng tưởng như vĩnh viễn tôi không bao giờ hy vọng nữa, tôi đã xác định từ giờ đến cuối đời, khi còn thể chế chính trị này thì không bao giờ tôi nghĩ chuyện ra nước ngoài. Vài lần người của cơ quan an ninh đã đánh tiếng tôi hay gặp họ trình bày nguyện vọng, để họ xem xét cho gỡ lệnh cấm xuất cảnh không. Tôi nhất quyết từ chối, tôi hiểu đối với cơ quan an ninh thì không nên đến xin họ điều gì. Chả cứ gì cơ quan an ninh, mà bộ máy hành chính, pháp luật của đất nước Việt Nam là vậy. Người dân có nhu cầu gì đơn từ đều phải có chữ xin, người ta bảo đi xin làm giấy khai sinh cho con, xin cho con học, đi xin công chứng, đi xin xác nhận báo tử... mà người ở cương vị cho thì chả bao giờ dễ dàng cho không, họ phải đưa ra điều kiện này nọ, bởi thế kèm với từ xin là thói hối lộ, đòi hối lộ, tham nhũng mới xảy ra như chuyện bình thường trong đời sống.

Tôi cầm tờ giấy mời, nói với người liên lạc phía Đức mình đã bị cấm xuất cảnh, giờ muốn đi thì phải lên gặp cơ quan an ninh xin. Mà đã xin thì ở thế yếu, không chắc họ cho đi, có khi họ còn đòi khai thác tin tức, viết đơn kiểm điểm thú tội... nên có lẽ viết thư cảm ơn lời mời của thành phố Weimar trình bày hoàn cảnh của mình và quên chuyện đi học này đi. Cứ sống như đang sống cũng chẳng sao cả. Phía Đức họ có vẻ không bằng lòng vì thái độ chấp nhận của tôi, họ bảo tôi dù có không đi được cũng phải làm ra nhẽ, có tội thì để họ (cơ quan an ninh) bắt tù chấp nhận luôn, còn không phải cho đi. Không thể cấm cái kiểu mờ mịt ấy được. Nếu tôi không thể hiện hành động nào, chứng tỏ tôi cũng không muốn nhận học bổng này, phụ tấm lòng của thành phố Weimar.

Tôi làm đơn khiếu nại về việc bị ngăn cản đi học, thêm một chút đòi lại những tài sản bị thu giữ hôm từ Vinh ra. Thanh tra công an TPHN là một cậu trẻ trực ban, cậu đọc lá đơn xong nhã nhặn cười nói.

-Anh ạ, việc này em phải gọi sếp em ra thôi. Em không đủ thẩm quyền đâu.

Anh ta bảo tôi cứ ngồi đợi, hút thuốc lá cũng được không sao. Anh ta đi vào một lúc rồi ra với một vị thượng tá. Ông ta ghi nhận đơn và khuyên tôi nên gặp với cơ quan an ninh đã ra lệnh cấm xuất cảnh nói chuyện tình cảm với họ xem sao, nếu cần ông ta sẽ bố trí buổi gặp. Tôi nói nếu vậy đã không làm đơn, xin ông nhìn nội dung và cách viết đơn để hiểu rằng tôi là người thế nào. Ông ta lắc đầu như chán nản thái độ của tôi, rồi ghi nhận đơn hứa 7 ngày sau trả lời theo luật định.

Tôi cũng chuyển lá đơn của mình đến đại sứ quán Đức tại Hà Nội.

Ngay hôm sau, có giấy triệu tập của cơ quan an ninh điều tra lên làm việc về số đồ bị thu giữ. Thái độ của T thật lạ so với tất cả các lần trước, anh ta cười thoải mái, dễ chịu nói.

-Ông gửi đơn lên giám đốc làm gì, rồi lại xuống đây thôi, ông nhìn xem có phải đơn của ông không?

Tôi nhìn lá đơn đúng thấy của mình, có lời phê của giám đốc công an Thành phố Hà Nội đề nghị phòng an ninh điều tra giải quyết về số đồ vật. T hỏi thăm sức khỏe, chế nhạo bạn tôi Lê Quốc Quân tuyệt thực trong tù chỉ được mươi hôm rồi lại ăn. Tôi nhìn cách anh ta gọi người pha trà, tôi hỏi.

Hình như ông lên chức à?

T cười nói.

Chả dấu gì ông, ông cũng tinh bỏ mẹ, tôi cũng lên được tí chút. Nhờ làm việc với ông đấy.

Tôi cười nhạt.

Nhờ bắt được thằng Quân thì có, úp sọt nó tội trốn

thuế mới có thành tích lên chức.

T nóng mặt gắt.

Nó trốn thuế, bên cảnh sát kinh tế làm, bọn tôi dính dáng gì.

Tôi nói.

Ông vừa bảo chả dấu tôi làm gì, giờ lại thế, tôi thấy công lệnh điều chuyển ông sang hỗ trợ với phòng cảnh sát kinh tế về vụ án Lê Quốc Quân rồi.

T nói.

Thì chúng tôi chung là công an, ở đâu có việc chúng tôi đi. Ông ngồi đấy tôi đi lấy đồ trả ông.

T lấy đồ, làm biên bản trả đồ, nhưng lại có đoạn hỏi về nguyên nhân bị giữ đồ là tự nguyện giao nộp cho công an để phục vụ điều tra. Tôi cãi tôi làm gì liên quan đến vụ án nào mà tự dưng nộp đồ của mình cho các ông điều tra, của người khác tôi cũng chả nộp đừng nói của tôi. Các ông cậy đông cướp của tôi.

T chỉ bút vào tôi dọa.

Cơ quan an ninh mà ông bảo cướp, tôi cảnh cáo ông, nếu không tôi khởi tố ông tội vu khống người thi hành công vụ luôn đấy nhé.

Tôi cười sằng sặc nói.

Đúng là ông cứ đùa, bao nhiêu lâu nay ông làm việc với tôi, điều 88, điều 79, điều 258, toàn những tội tày trời tôi chả sợ. Giờ ông đem cái tội vu khống người thi hành công vụ ra dọa khởi tố bỏ tù tôi làm gì. Tôi đố ông làm đấy.

T cười, nói nhỏ nhẹ rất chân tình.

Ông Hiếu này, nói thật nhé, chả ai bắt tù ông đâu. Chúng tôi xác minh ông kỹ rồi, kể cả chuyện ông nhận vài ba món tiền, chuyện ông quan hệ với ai, làm gì, chúng tôi biết hết. Ông chỉ là cái loại ngứa mồm, ngứa miệng, đâm bị thóc, chọc bị gạo thôi. Chính trị chả đến lượt ông. Sau quả này ông về lo làm ăn. Tuy ông chưa đến mức độ, nhưng cứ nhiều lần như thế này, người ta ngứa mắt người ta cho ông đi tù luôn khỏi bàn nhiều đấy. Tôi nói thật, không dọa ông đâu, tôi không muốn phải làm việc với ông. Cũng không muốn ông phải vào tù. Cứ loanh quanh với mấy cái bọn vớ vẩn rồi anh hùng rơm theo nó thì khổ vợ con.

T làm xong biên bản trao đồ, anh ta đưa lại đồ vật cho tôi, rồi dặn tôi ngồi lại có sếp anh ta muốn gặp.

Sếp anh ta vào, vỗ vai tôi rồi ngồi xuống ghế, ông ta cứ ngắm tôi mà tủm tỉm cười. Lát sau ông ta nói.

Anh tiếc cho mày, tiếc lắm. Mày rất dại, mấy cái thằng viết báo bây giờ nó không bằng một phần của mày. Anh nói thật, mày hơn chúng nó nhiều. Chẹp (ông ta lắc đầu như ngao ngán). Mày nghe anh, đi viết cho báo đàng hoàng. Lương tháng 10 đến 20 triệu, còn được phụ cấp, tiêu chuẩn nhà cửa, biên chế luôn. Anh bảo đảm cho mày, anh nói thật anh rất quí mày. Không mấy ai viết được như mày đâu, chả học hành gì mà giỏi thế. Phí quá, cứ đi viết linh tinh trên mạng, rồi mấy cái bọn linh tinh nó vất cho vài ba đồng vớ vẩn. Sống thế thì phí quá.

Tôi nói.

Vài ba đồng còi cũng đủ sống rồi, tháng chỉ cần mấy triệu là sống nhòe. Đi làm báo cho nhà nước lại phải chạy chọt, nịnh nọt cũng nhục. Giữa hai cái nhục đấy chọn cái nhục nhận tiền bạn đọc gửi, rồi mình thích viết gì thì viết đỡ nhục hơn.

Tôi nhận tiền bạn đọc gửi bằng tên thật của mình. Nên cũng chả cần phải khách sáo gì cái chuyện tiền bạc này. Vì chắc cơ quan an ninh cũng biết hết cả.

Sếp an ninh nói.

Nhưng tại sao mày phải thế cơ chứ. Mày phải lén lút đi chụp hình, đi chỗ này chỗ kia như ăn trộm. Mày làm báo nhà nước mày có thẻ, mày đến đâu giơ thẻ đàng hoàng mày làm việc. Người ta chẳng nể mày hơn. Mày thích viết đấu tranh với cái xấu, mày đi viết về tham nhũng, ai cấm mày đâu. Tao sẽ giúp mày.

Tôi sợ nếu tranh cãi với ông ta về chuyện này sẽ bộc lộ mình. Trước nay tôi vẫn núp dưới cái vỏ ất ơ, ngứa mồm lên mạng tán láo, viết lăng nhăng không có mục đích lâu dài hay tư tưởng gì lớn lao cả. Tôi nói. Thế em về làm cá độ bóng đá, đúng nghề em hơn, anh giúp em nhé. Em bỏ hết viết lách, đi lại linh tinh luôn.

Sếp an ninh trợn mắt quát.

Mày toàn nghĩ những cái tiêu cực, nghĩ cái gì nó

phải trong sáng, đàng hoàng, có tương lai. Mày làm thế tao bắt mày ngay. Giúp là giúp mày có công việc tử tế, phù hợp với mày, để nuôi vợ con gia đình. Làm người tốt cho xã hội, cơ quan an ninh có mong ai xấu để bỏ tù đâu. Người ta có sai thì uốn nắn, chỉ bảo. Có điều kiện thì giúp đỡ họ đi vào con đường tốt. Giờ mày nghĩ đi, anh cho mày nghĩ, thực sự muốn trở thành người tốt. Anh đứng ra, không phải anh mà Công An Thành Phố Hà Nội này sẵn sàng đứng ra bảo lãnh cho mày làm ở tờ báo đàng hoàng nào đó. Nói là làm, chính quyền không nói sai để mày mất niềm tin rồi nghĩ tiêu cực.

Tôi xuôi xuôi.

Vậy anh xin cho em vào báo Gia Đình, Phụ Nữ, Nông Thôn Ngày Nay hay du lịch, văn hóa gì đó vậy.

Sếp an ninh lại quát.

Vớ vẩn, mấy cái báo lá cải đấy làm làm gì, đã làm là phải làm báo nào đàng hoàng, báo nhà nước biên chế hẳn hoi. Đi làm mấy cái báo đấy làm cái gì?

Tôi hỏi.

Vậy thì báo nào bây giờ, em chỉ biết mấy báo đó là phù hợp với em.

Sếp an ninh thành phố dứt khoát mạnh mẽ.

-Làm báo Nhân Dân, Hà Nội Mới, An ninh Thủ Đô... toàn báo lớn, đàng hoàng. Được chưa.

Tôi cố nhịn cười, giữ nét mặt thật thà nói thành

khẩn. Thôi anh ạ, trước hết em cám ơn anh, anh nói thế em hiểu là anh rất muốn tạo điều kiện giúp em. Nhưng dù sao con đường em đi cũng có những anh em bạn bè bên cạnh. Những người đó với các anh có thể là tội phạm, hay đối tượng. Nhưng với em dẫu thế nào đi nữa cũng là bạn bè, mình đã đi chung với họ. Nếu vì hoàn cảnh gia đình, mình có thể bỏ cuộc nửa chừng. Nhưng trở cờ thì em không thể. Mấy cái báo anh nói toàn chửi họ, giờ em vào đó thì khác nào em trở cờ. Dù em vào đó không viết bài chửi họ nhưng sẽ có tiếng đồn, đấy thằng Hiếu giờ làm báo đó rồi, trắng mắt ra rồi, phải quay đầu về núi phục thiện. Ở hoàn cảnh họ, chắc em cũng đau lòng, cảm thấy mất mát. Dù là nhà văn, nhà báo hay gì đi nữa, bản chất em vẫn là dân giang hồ. Không thể làm điều đó được. Giờ các anh tốt thế này, em cũng khó nghĩ nếu cứ làm phiền các anh. Để em về xem có công việc gì em làm như làm nội thất, quảng cáo rồi em xa dần những chuyện chính trị, chính em.

Sếp an ninh gật đầu.

Không ai gọi mày là trở cờ, chỉ mấy thằng vớ vẩn. Nhưng mày không nhận sự chân thành của anh em tao thì không ai ép. Về làm ăn như thế cũng được, có gì khó khăn thì gọi anh. Anh hứa nếu việc của mày là đúng, anh cởi bộ áo này ra để giúp mày anh cũng giúp. Mày là người tốt, chẳng qua không ai hướng dẫn, mày đi lung tung thôi. Giờ thì đến trưa rồi, anh em mình cũng chưa ăn một bữa ra trò bao giờ. Tao mời mày với mấy anh em ở đây đi ăn một bữa tình cảm, đúng nghĩa anh em. Không phải công việc gì hết, bỏ mẹ nó sang bên. Con người ngoài công việc phải có chữ tình, ai sống mà chả phải có tình cảm bạn bè, anh em cơ chứ.

Tôi lắc đầu từ chối.

Trưa em phải về, còn con em ở nhà. Em cám ơn anh.

Lần đầu tiên tôi chủ động đứng dậy, khoác túi lên vai chuẩn bị rời khỏi trụ sở an ninh mà không cần ai cho phép. Tôi đọc thấy cuộc gặp này dường như là lần gặp cuối cùng với cơ quan an ninh điều tra. T tiễn tôi ra cửa, anh ta nói.

Sếp đã mở đường thế, đích thân sếp đã nói thế rồi, ông nghĩ kỹ đi, cơ hội trong đời không có nhiều đâu. Thật sự làm việc với ông bao lâu nay, chưa bao giờ tôi muốn ông bị bắt bó tù tiếc gì.

Tôi bảo T.

Không cần phải mang ơn các ông nhiều quá. Chuyên án của tôi kết thúc là may cho tôi lắm rồi.

Tôi quay lại nhìn thẳng vào mắt anh ta hỏi.

Có phải đã kết thúc rồi không?

T cười, không trả lời, ánh mắt anh ta lấp lánh.

Tôi ra cửa, T nói.

Thỉnh thoảng gọi điện nhé, rảnh anh em cà fe, tôi không hỏi han xoáy vào việc gì đâu. Ông đừng lo, anh em nhớ nhau thì gặp thôi.

Tôi đi về nhà mẹ. Mẹ tôi đang ngồi tỉ mẩn gấp cái áo, tôi nói với mẹ.

Mẹ à, có thể con sẽ đi rất lâu, không biết bao giờ mới về, chắc chỉ thời gian nữa con sẽ đi học bên Đức. Chương trình mời học là 6 tháng, nhưng con cảm thấy sẽ còn lâu hơn mẹ à.

Mẹ tôi hỏi.

Người ta cho anh đi à, họ nói sao?

Tôi đáp.

Họ không nói gì, nhưng con cảm giác thấy là họ đã để con đi. Con nói trước để mẹ biết. Có thể lúc con đi, con không qua chào mẹ được.

Mẹ tôi nhìn tôi rồi nói.

Con yên tâm mà đi, ở nhà mẹ sẽ bảo các anh chị lo cho Tí Hớn. Mẹ còn đây mẹ còn bảo được anh chị. Con đừng lo, học hành cho tốt con ạ.

Nét mặt mẹ tôi không vui, không buồn. Cuộc đời của mẹ tôi quá đắng cay, nhiều chia ly đau đớn đã khiến mẹ tôi không bộc lộ cảm xúc gì trên gương mặt. Tôi cũng chẳng còn nhớ nổi là mẹ tôi đã bao nhiêu lần nghe tin con mình bị bắt nữa.

Mấy hôm sau tôi có giấy gọi của thanh tra công an Thành Phố Hà Nội lên làm việc. Tại đây tôi gặp lại người quen cũ, người quen đã hỏi cung tôi hồi năm 2011, anh ta giới thiệu là thượng tá, phó phòng an ninh. Anh đề nghị tôi viết tường trình việc đi học, nội dung gì, thời gian bao lâu, nơi nào mời. Sau đó anh ta bảo tôi viết cam đoan trong quá trình học ở nước ngoài không làm gì xâm hại đến chế độ.

Tôi bảo không viết thế được, chế độ biết là chế độ nào? chế độ Việt Nam Dân Chủ Cộng Hòa? chế độ phong kiến hay chế độ CHXNCH Việt Nam?

Anh ta nói viết là chế độ CHXHCN Việt Nam.

Tôi lại lắc đầu. Tôi bảo chả lẽ chỉ viết duy nhất có thế, thì người ta lại hiểu là riêng chế độ CHXHCN Việt Nam thì không được chống. Còn chế độ khác chống thoải mái à, vậy thì làm khủng bố Che, không chống Cu Ba thì đi chống nước khác à? Không viết thế được. Không đi học được thì thôi ở nhà. Chả cam đoan gì nữa, các ông đi bắt mấy ông đại sứ Đức, ông thị trưởng Weimar cam đoan. Họ mời tôi đi học, chứ tôi có muốn đi đâu.

An ninh bảo tôi làm khó họ. Bao nhiêu trường hợp bình thường khác đi còn phải làm cam đoan, huống chi thành phần như tôi bao lần phải ra vào cơ quan pháp luật. Đi mà lại không có cam đoan thì làm khó cho họ, vì tiền lệ đều thế. Cuối cùng tôi thống nhất sẽ ghi không làm phương hại đến dân tộc và đất nước Việt Nam.

Bản cam đoan làm xong, tôi đòi phải có giấy hủy bỏ lệnh cấm xuất cảnh. Tôi nói.

Trước các ông cấm tôi có giấy, giờ thì phải có giấy

hủy cấm. Không tôi ra sân bay chuẩn bị đủ thứ, ở đó người ta cấm thì tôi lại quay về à. Không có giấy hủy cấm tôi không đi.

An ninh bảo.

Chúng tôi không có giấy hủy cấm, anh cứ ra đó là đi được, nếu cần tôi đưa anh đi.

Tôi nói.

Nhưng người Đức họ làm việc phải có chứng cứ, không có giấy họ không tin.

An ninh bảo.

Vậy anh cứ về đi, sẽ có giấy cho anh.

Tôi nói có giấy để tôi còn đi làm hộ chiếu, vì cục xuất nhập cảnh đã ra lệnh cấm, giờ tôi đi làm hộ chiếu không có giấy đó họ không làm cho. Anh ta hỏi hộ chiếu tôi trước đâu, tôi trả lời.

Tôi đốt rồi, lần trước ông Doãn bên PA72 bảo tôi là cấm xuất cảnh tôi còn dài vì thái độ tôi. Tôi về đốt quách hộ chiếu luôn, khỏi phải nghĩ chuyện đi. Cầm cái hộ chiếu có visa, nhỡ khi lúc nào giận gia đình lại xách balo vượt biên sang Thái thì thành ra đi lén lút.

Các an ninh phì cười, thở dài ngao ngán, họ bảo.

Anh thật manh động, thôi chúng tôi sẽ làm lại cho anh. Ngày nào anh đi?

Tôi trả lời.

Đúng lịch thì 4 hôm nữa tôi đi. Giờ có hộ chiếu tôi

còn phải đi xin vi sa, nên không biết bao lâu.

An ninh nói.

Vậy có lẽ anh phải đi chậm vài hôm, chúng tôi sẽ làm sớm cho anh.

Tôi trở về nhà, hôm sau đại sứ quán Đức báo tin Bộ Công An đã cử người đến đại sứ quán báo tin cho phép tôi được xuất cảnh.

Có điện thoại gọi tôi lên Công An Thành Phố Hà Nội nhận hộ chiếu. Người ta đưa tôi qua cánh cổng chính, không phải cái lối đi vào chỗ lấy hộ chiếu vốn dĩ ồn ào vì người đến làm hộ chiếu, cò mồi, trông xe hỗn loạn. Cổng chính Công An Hà Nội đồ sộ và hoành tráng. Người đưa tôi vào nói với gác cổng.

Anh này lên gặp giám đốc?

Tôi đi theo anh ta, vào phòng khách. Một lát sau Giám đốc công an Thành Phố Hà Nội Nguyễn Đức Chung vào. Giám đốc Chung bắt tay tôi, rồi bảo cấp dưới rót nước. Giám đốc Chung nói như tâm sự.

Cái việc đi học của anh thì tôi nhất trí giải quyết cho anh đi. Anh biết đấy, tôi mới nhậm chức được vài tháng, cũng chưa đâu vào đâu cả. Còn bề bộn hàng đống việc, nhưng việc anh đi tôi cũng gắng xem để anh hưởng quyền lợi. Chả giữ anh làm gì, cái gì chính đáng, tốt thì cũng nên làm. Tôi và anh hơn nhau chẳng bao tuổi, chúng ta còn phải gặp nhau trong cuộc đời này ít nhất là 20 năm nữa. Nên làm được gì có tình cảm cho nhau cũng là cái nên làm. Mong anh đi học được tốt đẹp. Sang đó nên chấp hành pháp luật sở tại cho người ta đỡ nghĩ xấu về dân mình. Còn về những chuyện xã hội, ai cũng mong cho đất nước tốt hơn. Tôi nghĩ anh cũng muốn thế, ở cương vị chúng tôi càng muốn hơn anh. Anh sang đó có điều kiện, tập trung học có kiến thức sau này về giúp đất nước. À mà tôi cũng từng qua Weimar rồi đó, thành phố đó nhỏ và đẹp. Ngày xưa năm đầu 90 tôi có từ Áo đi qua đó, hồi tôi còn đi học. Tôi cũng xuất thân từ nông thôn, cũng chẳng phải là gì đáng nói. Anh uống nước đi, đi học thế thu xếp được việc nhà cửa chưa?

Tôi nhấp ngụm nước, nhìn ra bên ngoài thấy mấy sĩ quan cấp tá ôm hồ sơ lấm lét ngó vào, như muốn gặp giám đốc xin chỉ đạo gì đó. Nhưng thấy có khách, chả biết khách loại gì nên cứ rón rén lấp ló. Tôi trả lời muốn cho nhanh.

Em có một đứa con, nên không phải lo lắm, em sang đấy học thôi, chương trình đủ mệt rồi. Chẳng còn sức để tâm đến gì đâu.

Giám đốc Nguyễn Đức Chung nói ân cần.

Bạn bè tôi ngày xưa đi học phổ thông, có người sau này làm việc này, việc kia, như tôi vào công an. Nhưng cũng có người đi lao động, đi học ở bên đó. Có người làm ăn được lắm, nếu anh sang đó khó khăn gì, cứ gọi về cho tôi. Sẽ có người giúp đỡ anh, anh không phải ngại đâu. Tôi nói rồi, làm gì tốt được cho nhau thì nên làm giữ cái tình.

Tôi trả lời.

Em sang đó, có học bổng, nhà cửa, mọi thứ người Đức lo. Chắc không có gì đâu ạ, em cũng không muốn phiền ai. Cám ơn anh.

Giám đốc Chung nét mặt ưu tư, băn khoăn một lát rồi nói.

Tôi biết anh là người có quan hệ qua lại với nhà thờ Thái Hà. Nếu trước khi anh đi, anh giúp gì cho mọi việc êm ấm thì tốt. Anh có thể nói với các linh mục làm đơn xin đất được không? Bây giờ đất dự án không triển khai nhà nước thu hồi lại. cũng nhiều chỗ đẹp. Toàn đất dự án đẹp đấy, không phải đất xấu đâu. Thôi thì nhân lúc có cơ hội này đất đai đang có, anh nói với các linh mục làm đơn xin để thành phố cấp đất cho. Chứ chỗ đất bệnh viện cũ là chuyện lịch sử, thẩm quyền tôi trông thế những có hạn lắm. Tôi cũng muốn sao mọi việc yên ổn, cứ căng thế này cũng mệt. Trông đi trông lại toàn là dân Việt mình với nhau.

Tôi nói cũng chân thành.

Đúng là em có quen họ, em hiểu họ. Như mình dù có ở thành phố, có tiền mua biệt thự ở thành phố, mua trang trại sinh thái ở Hòa Lạc. Nhưng miếng đất tổ ở quê dù có xa xôi, xấu xí đến mấy thì đã là người Việt, ai chẳng muốn nó. Lỡ có đói nghèo thời ông cha mình phải cầm cố, bán đi hay chiến tranh loạn lạc, phân chia lại đất đai theo chính sách. Thì bất kể thế nào đi nữa, chúng ta đều muốn có ngày được sở hữu lại miếng đất ấy. Họ cũng thế thôi, bệnh viện còn nguyên kiến trúc cũ, từ đường nét bức tường, từ mái ngói, từ cây thánh giá trên cao. Mỗi lần họ nhìn, họ trong lòng thế nào, chúng ta đặt địa vị họ đều hiểu. Đây là em nói khách quan nhìn theo tình cảm người Việt mình, không phải là bênh vực họ. Còn việc anh nói, em sẽ chuyển lời đến các linh mục. Thực ra em chỉ có cơ hội gặp được các linh mục lúc nào cũng được. Chứ công việc của họ em không có ảnh hưởng gì. Đến những giáo dân nhiệt thành có danh vọng trong xã hội, trong bộ máy nhà nước cũng không thể tác động được, huống chi em là người ngoại đạo, nhất là lại thành phần lông bông. Vì có duyên mà qua lại chơi được với nhà thờ thôi. Nhưng trước hết việc sửa chữa bệnh viện Đống Đa phải dừng lại đã anh ạ.

Giám đốc Chung đứng dậy, trao cho tôi cuốn hộ chiếu và chúc tôi đi học hành kết quả tốt đẹp.

Tôi qua nhà thờ, vào gặp cha bề trên nhà thờ Thái Hà. Linh Mục Vũ Khởi Phụng, tôi chào Cha và kể sẽ đi học. Lâu nay tôi vẫn coi linh mục như người cha của mình, ông cũng trạc tuổi cha tôi. Linh mục là người hiền từ, nhân hậu và rất uyên thâm sách sử. Tôi kể lại câu chuyện gặp giám đốc CATP, linh mục Vũ Khởi Phụng ngước đầu lên nhìn sang phía bệnh viện Đống Đa, mái tóc bạc rung rinh, linh mục vừa qua cơn trọng bệnh phải đi điều trị bên Mỹ. Sức khỏe ông đã yếu đi nhiều, chỉ có nụ cười nhân hậu và đôi mắt đôn từ là y nguyên như lần đầu tôi gặp. Ông cũng là người cho tôi cư trú trốn nạn trong nhà thờ nửa năm trời, đối đãi ân cần, chu đáo. Có lẽ chẳng người ngoại đạo nào được trú ở nhà thờ như vậy. Linh mục Phụng vẫn đùa nói với tôi, biết đâu anh là con người có thể làm việc lớn cho đất nước. Cách đây khoảng 60 năm cũng có một người phải trốn trong nhà thờ như anh. Sau này ông ấy là một nhân vật lớn trong lịch sử nước nhà. Lịch sử có thể lặp lại lắm chứ, nhà thờ Thái Hà này là một nơi cũng rất linh thiêng, nhiệm mầu đấy.

Linh mục u buồn nói.

Anh nói với họ vậy, anh cũng hiểu lòng chúng tôi. (ánh mắt linh mục hướng về mái nhà bệnh viện Đống Đa, nơi trước kia của nhà thờ). Đúng là mỗi viên gạch nơi đấy như có hồn, mỗi lần đi qua tôi cảm giác được tiếng nói từ những viên gạch, bức tường nơi đó. Đúng là đành phải để mọi sự như vậy thôi.

Tôi nói.

Vâng con biết, con chỉ nói lại, cái gì nói được con cũng nói với chính quyền rồi. Bây giờ bên bệnh viện người ta còn đang đập phá, sửa chữa. Như vậy cũng chẳng biết nói chuyện với nhau kiểu gì nữa. Thôi Cha mạnh khỏe, con đi chẳng biết bao giờ gặp lại Cha nữa.

Tôi giã từ Linh mục Vũ Khởi Phụng, cụ nói sẽ cầu nguyện cho tôi.

Tôi mang ơn nhà thờ Thái Hà rất nhiều, không phải về vật chất. Mà vì quãng thời gian qua lại, giao tiếp cùng với các linh mục. Tôi hoàn thiện con người mình nhiều hơn, nhân ái hơn. Nhìn sự việc có chiều sâu về thời gian một cách nhân bản hơn. Ví dụ một người làm điều không phải bây giờ, ta phải đối xử sao cho sau này khi họ có muốn trở thành người tốt, lúc đó ta còn quan hệ gặp họ để tạo điều kiện giúp đỡ họ. Điều mà trước kia không bao giờ tôi nhìn nhận như vậy, kẻ nào hại tôi, phản tôi, lập tức tôi sẽ nghĩ cách trả thù, tỏ thái độ thù nghịch ngay.

Không phải xếp hàng trong đoàn người làm visa, tôi được nhân viên bảo vệ đại sứ quán Đức dẫn thẳng vào trong. Họ thông báo cho nhau vui mừng.

Bùi Thanh Hiếu đến rồi.

Một nhân viên làm visa nhìn tôi nở nụ cười rạng rỡ, anh ta giơ tay chào tôi như một người lính thắng trận trở về. Tôi chỉ đưa hộ chiếu và chẳng phải khai báo gì, hẹn hai hôm sau sẽ lấy. Khi tôi đến cầm hộ chiếu và tấm vé máy bay, tôi nhìn tấm vé thấy chỉ còn một ngày nữa tôi phải đi. Người đưa vé máy bay nói.

Còn một hôm, anh hãy đi ngắm Hà Nội, cố gắng chụp thật nhiều ảnh vào.

Tôi ra đến cửa sứ quán, nhân viên bảo vệ hỏi thân mật.

Hình như anh là người vừa thắng vụ kiện nào?

Tôi chỉ cười, không trả lời câu hỏi quá khó của anh ta. Đi sang bên kia đường là nhà của tiến sĩ Cù Huy Hà Vũ. Tôi chào chị Dương Hà nói mình sẽ đi, mắt chị rưng lệ, chị nói.

Thôi em đi cũng là may, thiếu em chị cũng vất vả, có em còn chạy qua chạy lại khi có việc gì. Em đi may mắn nhé, thế cũng là tốt lắm rồi.

Tôi đi quanh Hà Nội, đi bộ từ phố này sang phố khác. Hà Nội tấp nập, nhộn nhịp người xe như mắc cửi. Cái cảnh xô bồ của Hà Nội ngày hôm nay khác với Hà Nội trong tôi. Tôi nhớ những trưa hè Hà Nội vắng tanh, lâu lắm mới có một người đạp xe kẽo kẹt trên đường. Hà Nội của tôi ngày ấy đi cách xa nhà đến vài dãy phố người ta vẫn nhận ra nhau. Từ nhà tôi đi ra đến Lò Sũ, Hàng Dầu bọn trẻ bằng tuổi nhau đều biết mặt, biết tên nhau hết. Tôi đi như đứa trẻ lên mười trên những vỉa hè của Hà Nội cách đây 30 năm, nắng hè xuyên qua tán lá vẫn đổ trên hè phố, đó là cái duy nhất không thay đổi của Hà Nội theo thời gian.

Đi đến chỗ vườn hoa ngày xưa mẹ và chị tôi bán hàng rong ngồi ngày trước, tôi ngả người trên chiếc ghế ngắm những cái cây me già, cây muỗm vẫn y nguyên. Tôi đến đầu ngõ Vũ Lợi, nơi mà bố tôi ngồi gò lưng làm nghề sửa kính bút. Vỉa hè là nơi bố mẹ tôi kiếm tiền nuôi sống gia đình. Lúc tôi bé bố cho tôi đi theo. Mỗi lần công an đến, bố tôi đóng cái hòm kính bút lại rồi cho tôi ngồi lên trên, đặt sau yên xe đạp bố dắt xe chạy công an.

Tôi viết mấy dòng chữ cho con trai, để giữa nhà cho con đi học về dễ thấy. Hành trang tôi mang theo là 30 kg sách, 4 kg trà và hai bộ quần áo. Ở sân bay người ta để tôi đi một cách nhanh chóng. Tôi gọi điện chào mẹ rồi lên máy bay. Quê hương xa dần dưới cánh phi cơ, đây là giờ ăn cơm chiều trong tù, ở tù giờ ăn cơm chiều sớm hơn so với ở nhà, tôi nghĩ đến những người bạn của mình đang ngồi bên bát cơm bằng nhựa và mấy cọng rau luộc, bát nước mắm may mắn nếu có quả ớt.

Tôi gọi người bảo trợ là Giắc, tên tiếng Đức của ông ta là Sachs. Tôi đi theo ông ta đến tòa thị chính thành phố gặp ông thị trưởng, người đã đứng tên trong giấy mời tôi nhận học bổng. Tất cả mọi người có mặt tại văn phòng thị trưởng thành phố đều vui mừng khi tôi đến nơi. Tôi biết được họ đã nỗ lực thế nào để tôi có mặt nơi đây nhận học bổng. Nhiều việc giấy tờ, thủ tục được làm gấp gáp để tôi đi được đến đây. Tôi nhìn những người xa lạ, thấy niềm vui rạng rỡ trên khuôn mặt của họ, dường như họ đang mừng vì giúp được người thân thích của họ một việc lớn thành công.

Văn phòng của ông thị trưởng thành phố Weimar chỉ bằng văn phòng cấp phường ở Việt Nam. Thậm chí đồ đạc, bàn ghế còn chẳng sang trọng bằng. Họ nghe tôi kể về những lần bị bắt vì đi đến những chỗ có biểu tình chụp ảnh đưa lên blog. Và những lần bị triệu tập thẩm vấn về những bài viết trên blog. Ông thị trưởng đã được đọc vài bài của tôi đã dịch ra trước. Ông cười nói.

Ở đây không ai bắt anh vì những điều anh viết như thế, anh có thể chửi tôi là một thằng khốn nạn, anh có thể chỉ trích cái chính sách của chính phủ này tồi tệ. Tôi cam đoan không ai bắt anh vì điều đó cả. Tôi và anh bằng tuổi nhau, thật là sự trùng hợp rất vui đấy.

Cuộc nói chuyện, hỏi han xong, đích thân ông thị trưởng dẫn tôi đến phòng làm đăng ký cư trú làm thủ tục.

Ông Giắc đưa tôi về căn hộ dành cho tôi. Đó là một căn hộ đẹp, trong đó có đầy đủ đồ dùng từ bếp, nồi, đĩa, giường nệm, ti vi, tủ lạnh, máy tính... ông hướng dẫn bằng động tác để cho tôi biết cách dùng mọi thứ. Ông đưa tôi ra siêu thị để tôi biết cách mua thức ăn. Những ngày đầu ông Giắc qua tôi để xem tôi cần gì. Ông dẫn tôi đi tìm mua xe đạp, nhưng chẳng chiếc nào ông ưng. Cuối cùng ông lấy chiếc xe của con ông mang đến cho tôi. Đó là chiếc xe rất đẹp.

Tôi trao đổi mọi thứ với ông Giắc qua mail. Dùng phần mềm dịch tiếng ở google đủ để tôi hiểu ông muốn nói gì và trả lời ngược lại với ông.

Ông Giắc là một nghệ sĩ điêu khắc, ông dẫn tôi đi tham quan thành phố và chỉ cho tôi những bức tượng đá của ông đặt ở những khu vực công cộng trong thành phố. Tôi chỉ láng máng hiểu ông ở trong một tổ chức gồm các nghệ sĩ. Nhóm nghệ sĩ này trích tiền thu nhập bán tác phẩm của họ ra để giúp các nghệ sĩ, nhà văn ở các nước khác bị khó khăn. Mời các nghệ sĩ đó đến thành phố Weimar ở với điều kiện tốt, an bình để tập trung sáng tác.

Weimar nhỏ bé, thanh bình và hiền hòa. Không xô bồ, náo nhiệt như những thành phố lớn. Weimar như người thiếu nữ khiêm tốn bên khung cửi, dệt vải và nhìn qua cửa sổ mỉm cười với khách bộ hành đi ngang qua. Weimar nhỏ bé ấy mở vòng tay bao dung cho những người nghệ sĩ từ khắp nơi trên thế giới, ở những quốc gia mà nền dân chủ còn chưa đến với người dân. Căn phòng tôi đang ở trước đó đã có một người Cu Ba, trước nữa là người Iran.

Không khí trong lành, số tiền học bổng đủ cho tôi sống sung túc và còn gửi về nhà giúp đỡ vợ tôi nuôi con ăn học. Tôi ngồi yên tĩnh, không phải lo công an đến nhà gửi giấy triệu tập. Không sợ sáng sớm người ta chờ ở cửa để áp giải lên trụ sở công an theo giấy triệu tập. Những tờ giấy đến hòm thư trước cửa nhà đều chứa những tin tốt lành. Không như ở nhà tôi mỗi lần có giấy đến đều làm tôi lo lắng vì đó là giấy triệu tập, giấy mời lên công an hay nhẹ hơn là giấy đòi tiền điện, tiền ga... ở Weimar ông Giắc và những người bạn của ông đã lo cho tôi tất cả những khoản đó. Họ đã tính để tôi không phải bận tâm điều gì khi ngồi viết.

Sáu tháng là quãng thời gian đủ để tôi thấm được tình cảm của những người dân thành phố nhỏ bé này dành cho tôi. Một quãng thời gian quí giá để tôi có điều kiện hoàn thành cuốn tự truyện của mình. Để bắt đầu với những cuốn sách khác.

Ngày 30 tháng 9 năm 2013.

Viết tại Weimar.